அழைப்பு

அழைப்பு
சுந்தர ராமசாமி (பி. 1931 – 2005)

நவீன தமிழ் இலக்கியத்தின் முக்கியமான எழுத்தாளர்களில் ஒருவரான சுந்தர ராமசாமி 1931ஆம் ஆண்டு நாகர்கோவிலில் பிறந்தார். பள்ளியில் மலையாளமும் ஆங்கிலமும் சமஸ்கிருதமும் கற்றார். மூன்று நாவல்கள், 74 சிறுகதைகள் 110 கவிதைகள் 100க்கு மேற்பட்ட கட்டுரைகள் ஆகியவற்றை எழுதியிருக்கிறார். தகழி சிவசங்கரப் பிள்ளையின் இரண்டு நாவல்களை மலையாளத்திலிருந்து மொழிபெயர்த்திருக்கிறார். 1988இல் காலச்சுவடு இதழை நிறுவினார்.

புனைவு வடிவங்களில் குறிப்பிட்ட எந்த வகைமையிலும் தங்கி விடாமல் தொடர்ந்து புதிய முயற்சிகளில் ஈடுபட்டுவந்தவர் சுந்தர ராமசாமி. இவருடைய இரண்டாவது நாவலான 'ஜே.ஜே.: சில குறிப்புகள்' மாறுபட்ட வடிவத்திற்காகவும் உள்ளடக்கத்திற்காகவும் இன்றளவிலும் பேசப்பட்டுவருகிறது. சு.ரா.வின் இலக்கிய அலசல்கள் இலக்கியத்தில் தர வேற்றுமைகளின் அடிப்படைகளை விரிவாக விவாதிக்கின்றன. இவர் முன்வைத்த இலக்கிய அளவு கோல்கள் தமிழ் விமர்சனப் பரப்பில் ஆழ்ந்த தாக்கத்தைச் செலுத்தியிருக்கின்றன.

சுந்தர ராமசாமிக்கு டொரொன்டோ (கனடா) பல்கலைக் கழகம் வாழ்நாள் இலக்கியச் சாதனைக்கான 'இயல்' விருதை (2001) வழங்கியது. வாழ்நாள் இலக்கியப் பணிக்காகக் 'கதா சூடாமணி' விருதையும் (2003) பெற்றார்.

சுந்தர ராமசாமி 14.10.2005 அன்று அமெரிக்காவில் காலமானார். மனைவி: கமலா. குழந்தைகள்: தைலா, கண்ணன், தங்கு. (மூத்த மகள் சௌந்தரா 1996இல் காலமானார்.)

சுந்தர ராமசாமியின் பிற நூல்கள்

சிறுகதைகள்
சுந்தர ராமசாமி சிறுகதைகள் (2006) (முழுத் தொகுப்பு)
அக்கரைச் சீமையில் (2007) (முதல் சிறுகதை வரிசை)
பள்ளியில் ஒரு நாய்க்குட்டி (2008) பல்லக்குத்தூக்கிகள் (2010),
வாசனை (2011), பள்ளம் (2012)

நாவல்கள்
ஒரு புளியமரத்தின் கதை (1966)
ஜே.ஜே: சில குறிப்புகள் (1981)
குழந்தைகள் பெண்கள் ஆண்கள் (1998)

குறுநாவல்கள்
திரைகள் ஆயிரம் (2008)

கவிதை
நடுநிசி நாய்கள் (2008)
சுந்தர ராமசாமி கவிதையை (முழுத்தொகுப்பு) (2005)

விமர்சனம்/கட்டுரைகள்
அந்தரத்தில் பறக்கும் கொடி (2014) (தமிழ் கிளாசிக்)
ந. பிச்சமூர்த்தியின் கலை: மரபும் மனிதநேயமும் (1991)
இவை என் உரைகள் (2003)
வானகமே இளவெயிலே மரச்செறிவே (2004)
மனக்குகை ஓவியங்கள் (2011) (கட்டுரைகள் உரைக விவாதங்கள்)
வாழ்க சந்தேகங்கள் (2004) (கேள்வி - பதில்)
புதுமைப்பித்தன் கதைகள்: சு.ரா குறிப்பேடு (2005)
வாழும் கணங்கள்(2005) (படைப்புகளின் தொகுப்பு)
புதுமைப்பித்தன்: மரபை மீறும் ஆவேசம் (2006)
ஒரு கலை நோக்கு: ஆளுமைகள் தோழமைகள் (2019)

நேர்காணல்கள்
சுந்தர ராமசாம நேர்காணல்கள் (2011)

பிற நூல்கள்
மூன்று நாடகங்கள் (2006), தமிழகத்தில் கல்வி (2000) (வசந்தி தேவியுடன் உரையாடல்), இதம் தந்த வரிகள் (2002) (கு. அழகிரிசாமி - சுந்தர ராமசாமி கடிதங்கள்), ஒரு தடா கைதிக்கு எழுதிய கடிதங்கள் (2006), இந்திய இலக்கியச் சிற்பிகள்: கிருஷ்ணன் நம்பி (சாகித்திய அக்காதெமி, 2006)

நினைவுக் குறிப்புகள்
ஜீவா (2003), கிருஷ்ணன் நம்பி (2003), க.நா.சு. (2003),
சி.சு. செல்லப்பா (2003), பிரமிள் (2005), ஜி. நாகராஜன் (2006),
தி. ஜானகிராமன் (2007), கு. அழகிரிசாமி (2011),
தொ.மு.சி. ரகுநாதன் (2014), ந. பிச்சமூர்த்தி (2016),
நா. பார்த்தசாரதி (2016). கவிமணி (2019)
மௌனி - வெ. சாமிநா சர்மா - என்.எஸ். கிருஷ்ணன் (2019)

மொழிபெயர்ப்புகள்
செம்மீன் (1962) (தகழி சிவசங்கரப்பிள்ளையின் சாகித்திய அகாதெமி பரிசுபெற்ற மலையாள நாவல்)
தோட்டியின் மகன் (2000) (தகழி சிவசங்கரப்பிள்ளை)
தொலைவிலிருக்கும் கவிதைகள் (2004)

சுந்தர ராமசாமி

அழைப்பு

காலச்சுவடு பதிப்பகம்

அன்பார்ந்த வாசகருக்கு,

வணக்கம்.

காலச்சுவடு நூலை வாங்கியமைக்கு நன்றி.

நூலின் உள்ளடக்கம், உருவாக்கம், அட்டைப்படம் இன்ன பிற அம்சங்கள் பற்றிய உங்கள் கருத்துகளையும் ஆலோசனைகளையும் காலச்சுவடு வரவேற்கிறது. தகவல், எழுத்து, வாக்கியப் பிழைகள் தென்பட்டால் கட்டாயம் தெரிவித்து உதவுங்கள். நூல் தயாரிப்பில் கடும் குறைபாடு இருப்பின் மாற்றுப் பிரதி உங்களுக்குக் கிடைக்கக் காலச்சுவடு ஏற்பாடு செய்யும்.

மின்னஞ்சல்: **publisher@kalachuvadu.com**

காலச்சுவடு நாகர்கோவில் அலுவலகத்திற்குக் கடிதம் அனுப்பலாம்.

தங்கள்

எஸ்.ஆர். சுந்தரம் (கண்ணன்)

பதிப்பாளர் — நிர்வாக இயக்குநர்

அழைப்பு ❊ சிறுகதைகள் ❊ ஆசிரியர்: சுந்தர ராமசாமி ❊ © கமலா ராமசாமி ❊ முதல் பதிப்பு: டிசம்பர் 2003, திருத்திய இரண்டாம் பதிப்பு: மார்ச் 2005, ஐந்தாம் பதிப்பு: அக்டோபர் 2023 ❊ வெளியீடு: காலச்சுவடு பப்ளிகேஷன்ஸ் (பி) லிட்., 669 கே.பி. சாலை, நாகர்கோவில் 629001

Azhaippu ❊ Short Stories ❊ Sundara Ramaswamy ❊ © Kamala Ramaswamy ❊ Language: Tamil ❊ First Edition: December 2003, Reprinted with Corrections: March 2005, Fifth Edition: October 2023 ❊ Size: demi 1 x 8 ❊ Paper: 18.6 kg maplitho ❊ Pages: 208

Published by Kalachuvadu Publications Pvt. Ltd., 669 K.P. Road, Nagercoil 629001, India Phone: 91-4652-278525 ❊ e-mail: publications@kalachuvadu. com ❊ Printed at Clicto Print, Jaleel Towers, 42 KB Dasan Road, Teynampet Chennai 600018

ISBN: 978-81-87477-58-7

10/2023/S.No.122, kcp 4765, 18.6 (5) uss

பொருளடக்கம்

முன்னுரை: தேடலின் திசை வழி	9
அழைப்பு	21
போதை	28
பல்லக்குத் தூக்கிகள்	38
வாசனை	46
அலைகள்	59
ரத்னாபாயின் ஆங்கிலம்	71
குரங்குகள்	79
பள்ளம்	87
கொந்தளிப்பு	97
ஆத்மாராம் சோயித்ராம்	105
மீறல்	118
வழி	127
கோலம்	143
எதிர்கொள்ளல்	163
காகங்கள்	175
பட்டுவாடா	189
நெருக்கடி	199

முன்னுரை

தேடலின் திசை வழி

எழுத்து என்பது என்ன? இந்தக் கேள்விக்குத் திட்டவட்டமான ஒரு விடையை யாரும் அளித்துவிட முடியாது என்பது வெளிப்படை. எழுத்து என்பது ஒருவிதத்தில் சுயத்தின் வெளிப்பாடு. வாழ்வு பற்றியும் மனிதர்கள் பற்றியுமான அகவயமான விசாரணை. புறவயமான விசாரணையாகவும் இருக்கலாம். எழுத்து என்பது வாழ்வின் அர்த்தத்தை அல்லது அர்த்தமின்மையைப் புரிந்துகொள்வதற்கான வழிமுறை என்று விளக்கலாம். எந்தக் கணக்கிற்கும் அடங்காத வாழ்வின் மர்மங்களையும் எந்தத் தர்க்கத்தாலும் அவிழ்க்க முடியாத வாழ்வின் சிக்கல்களையும் புரிந்துகொள்ளும் முயற்சி என்று வகைப்படுத்தலாம். எளிதில் வகைப்படுத்த முடியாத இந்த வாழ்வைக் காலம், வெளி சார்ந்தும் அவற்றிற்கு அப்பாற்பட்ட தளத்திலும் வைத்து ஆராயும் சவால் என்று வரையறுக்கலாம்.

பன்முக நோக்கங்களும் வெளிப்பாடுகளும் கொண்ட எழுத்து என்ற வசீகரப் புதிரின் தன்மைகளை இனங்காண இப்படி எத்தனை விதமாக முயன்றாலும் முழுமையாக அதை அடையாளப்படுத்திவிட முடியாது. எழுத்து என்ற சிக்கலான செயல்பாட்டில் ஏதோ ஒரு முயற்சி தொடர்ந்து நடந்துகொண்டே இருக்கிறது. ஏதோ ஒன்றை அறிந்துகொள்ளவும் புரிந்துகொள்ளவும் வெளிப்படுத்தவுமான முயற்சி நடந்துகொண்டிருக்கிறது. எவ்வளவோ மலினமான பயன்பாட்டுக்கு ஆளாக்கப்பட்டாலும் தேடல் என்ற சொல் இந்த முயற்சியின் சாரத்தை

உணர்த்துவதற்கான வீரியத்தை இன்னமும் இழந்துவிடவில்லை என்று தோன்றுகிறது.

எழுத்தை, தேடல் என்று – அதன் ஆழமான, விரிவான பொருளில் – சுருக்கமாக வரையறுக்க முடியும் என்றால் எழுத்து என்பது எப்போதும் புதிய விஷயங்களை, அடுக்குகளை, பரிமாணங்களை, பாதைகளைத் தேடிச் செல்வதாகத்தான் இருக்கமுடியும். ஏற்கனவே அறிந்த ஒன்றை, அறிந்த விதத்திலேயே 'கண்டுபிடித்து' பழக்கப்பட்டுப்போன விதத்திலேயே வெளிப்படுத்துவது தேடல் ஆகாது. தேடல் என்பது எப்போதும் நம் அறிதலுக்கு வசப்படாத விஷயங்களை நாடிச் செல்வதாகவே இருக்க முடியும். எனில் தேடலின் கருவியான எழுத்தும் புதிய விஷயங்களை, கோணங்களை, பரிமாணங்களை நோக்கிய பயணமாகவே இருக்க முடியும். தமிழில் இத்தகைய எழுத்தை நாம் தேடிச்சென்றால், விரல்விட்டு எண்ணக்கூடிய அளவில் மட்டுமே எழுத்தாளர்கள் தென்படுவார்கள். அத்தகைய அரிய எழுத்தாளர்களில் ஒருவராக சுந்தர ராமசாமியை அடையாளம் காட்டும் சிறுகதைகள் இந்தத் தொகுப்பில் உள்ளன.

1950இலிருந்து எழுதிக்கொண்டிருக்கும் சுந்தர ராமசாமி ஆரம்பத்தில் முற்போக்குக் கதைகள் சிலவற்றை எழுதினார். பிறகு முற்போக்கு சூத்திரத்திலிருந்து விடுபட்ட கதைகளை எழுதினார். இப்படி முற்போக்கு சூத்திரத்திற்கு உட்பட்டும் அதைத் தாண்டியும் 1970 வரை அவர் எழுதிய 25 கதைகளும் அப்பழுக்கற்ற யதார்த்தவாதக் கதைகளாகவே இருந்தன. நவீனத்துவ சிறுகதைக்குரிய வடிவ நேர்த்தி, சொற்செட்டு, துல்லியமான சித்தரிப்பு, பகுத்தறிவு சார்ந்த அணுகுமுறை ஆகியவற்றுடன் சுந்தர ராமசாமிக்கே உரிய நுட்பமும், மொழியழகும் கூடியவையாக அந்தக் கதைகள் அமைந்திருந்தன. இவற்றில் பல வகைப்பட்ட கதைகள் இருந்தாலும் மேலே குறிப்பிடப்பட்டுள்ள கூறுகள் இக்கதைகளின் பொதுத்தன்மைகளாக இருக்கின்றன. எளிமையின் சிறப்பைக் காட்டும் இக்கதைகள் சக எழுத்தாளர்களாலும் விமர்சகர்களாலும் வாசகர்களாலும் பெரிதும் பாராட்டப்பட்டு வரவேற்கப்பட்டன. ஆனால் ஒரு கட்டத்தில் இந்தப் பாராட்டுக்குக் காரணமான பல கூறுகளைத் தவிர்த்து விட்டு, புதிய விதத்தில், புதிய பாதையில் தன் எழுத்தைக் கொண்டுசெல்லத் தொடங்கினார் சுந்தர ராமசாமி. வெற்றிக்கு உத்தரவாதம் தரும் சமன்பாடுகளையும் ஏற்கனவே கைவரப் பெற்று வரவேற்பும் பெற்ற வித்தைகளின் சூட்சுமங்களையும்

விட்டு, பிரக்ஞைபூர்வமாக விலகிச்செல்வது என்பது எந்தத் துறையிலும் அரிதான ஒரு நிகழ்வாகவே இருக்கிறது. நவீன தமிழ் இலக்கியத்தைப் பொறுத்தவரை மிக அரிதான இந்த நிகழ்வை அழுத்தமாகவும் அர்த்தபூர்வமாகவும் சாத்தியப்படுத்திய முதல் கலைஞன் என்று சுந்தர ராமசாமியைச் சொல்லலாம். சாரம் சார்ந்த இந்தப் பாதை மாற்றத்தின் பதிவுகளாய் விளங்கும் படைப்புகள் இங்கு தொகுக்கப்பட்டுள்ளன.

காலத்தின் போக்கில் தன்னை சதா புதுப்பித்துக்கொண்டே யிருக்கும் ஒரு கலைஞன் வாழ்க்கை பற்றிய தனது விசாரணையை யும் புதுப்பித்துக்கொண்டும் கூர்மைப்படுத்திக்கொண்டு மிருக்கிறான். எழுத்தாளனைப் பொறுத்தவரை அனுபவம் சார்ந்தும் வாசிப்பு சார்ந்தும் விவாதம் சார்ந்தும் வளப்படுத்தப் படும் இந்த விசாரணை எழுத்தின் மூலம் செறிவும் கூர்மையும் கொள்ளுவதுடன் எழுத்தின் மூலமாகவே வலுவாக வெளிப் படவும் செய்கிறது. விசாரணையின் தீவிரத்தைப் பொறுத்து வெளிப்பாட்டின் தீவிரமும் வலுப்பெறுகிறது. இத்தகைய தீவிரமான நிலையில் விசாரணைக்குட்படுத்தப்படும் வாழ்வின் சிக்கல்களைப் போலவே படைப்பும் சிக்கலானதாக மாறிவிடு கிறது. கொந்தளிப்பு, பட்டுவாடா போன்ற கதைகள் சிக்கலானவை யாக இருப்பதற்குக் காரணம் இதுதான். அழைப்பு, போதை, பல்லக்குத் தூக்கிகள், நெருக்கடி, காகங்கள் ஆகிய கதைகள் வழக்கமான வெளிப்பாட்டு முறையிலிருந்து பெருமளவில் விலகி யதார்த்தச் சித்தரிப்பின் எல்லைகளை நெகிழ்த்தியபடி தோற்றம் கொள்வதன் காரணமும் இதுதான். பிரசாதம் முதலான கதைகளின் வடிவத்தோடு ஒப்பிடுகையில் இந்த வடிவ மாற்றம் தெளிவாகத் துலங்கும்.

கதையின் பல்வேறு அம்சங்களுடன் கதையின் வடிவத்தை இணைத்துப் பார்க்கையில் வடிவ மாற்றம் தன்னளவில் ஓர் இலக்கிய அனுபவம் என்பதையும் உணர முடியும். உதாரணமாக, பல்லக்குத் தூக்கிகள் கதையின் சாரத்தைக் கண்டடைய விழையும் வாசகன் அந்தக் கதையின் வடிவத்தைப் புறக்கணித்துவிட்டு அதைச் செய்யவே முடியாது. ஆகவே வடிவ மாற்றம் என்பது உத்தி அளவிலான மாற்றம் மட்டும் அல்ல, அது இலக்கிய அனுபவத்தின் தவிர்க்க இயலாத ஒரு பகுதி. வெளிப்பாட்டு முறையில் ஏற்படும் மாற்றமும் ஒரு படைப்பாளியின் தேடலின் விளைவுதான். சுந்தர ராமசாமி இலக்கியத்தை இடையறாத தேடலுக்கான கருவியாகவும்

ஊடகமாகவும் கருதுவதால் தான் அவரது கதைகளின் வடிவமும் கையாளப்படும் விஷயங்களும் மாறிவருகின்றன.

தனிப்பட்ட சில காரணங்களுக்காக 1970 முதல் 1977 வரை சுந்தர ராமசாமி எதுவும் எழுதாமல் இருந்திருக்கிறார். 'மோனத்தவம்' என்றெல்லாம் ஒரு சிலரால் பரவசத்துடன் வர்ணிக்கப்பட்ட இந்த இடைவெளிக்குப் பின் சு.ரா. எழுதிய முதல் கதை அழைப்பு. பிரசாதம், சன்னல், எங்கள் டீச்சர் முதலான கதைகளின் வாயிலாக அறியப்பட்டிருந்த சு.ராவிடமிருந்து வெளிப்பட்ட இந்தக் கதை அவர் அதுகாறும் எழுதியவற்றிலிருந்து முற்றிலும் வேறுபட்டு, தனித்துத் தெரிந்தது. புற உலகைக் கதைக்களனாகக் கொண்டு, மனிதர்களின் பல்வேறு வகைமாதிரிகளை யதார்த்த மாகவும் நுட்பமாகவும் சித்தரித்து, வாழ்வின் பல்வேறு கோலங்களைக் கரிசனத்துடனும் கவனமாகவும் தீட்டிக்காட்டிய சு.ரா., அழைப்பு கதையில் தனது எழுத்து ஆளுமையின் வித்தியாசமான பரிமாணத்தை வெளிப்படுத்துகிறார். இதில் புற உலகம் வெறும் பின்புலமாக மாறுகிறது. அக உலகம் மையப்படுத்தப்படுகிறது. ஆழ, அகலம் காண இயலாத மனத்தின் சிக்கலான செயல்பாடுகள் கதைக்கான ஆதார முடிச்சாக மாறுகின்றன. உரையாடல் இருந்த இடத்தை உணர்வுகள் பிடித்துக்கொள்கின்றன. சம்பவங்களுக்குப் பதிலாக மன இயக்கம் சார்ந்த மொழிப் பதிவு கதையை நகர்த்திச் செல்கிறது. கதை சொல்லியைத் தவிர வேறு கதைமாந்தர் களைப் பார்க்க முடியவில்லை. காலமும் வெளியும் மன இயக்கமும் தர்க்க அறிவும் கதாபாத்திரங்களாகின்றன. பகுத்தறிவு சார்ந்த கறாரான யதார்த்தப் பார்வை அமானுஷ்ய சாத்தியப்பாடுகளையும் உள்ளடக்கியதாக நெகிழ்வடைகிறது. பெரும் துக்கத்திற்கு ஆளாகி, அமைதியிழந்து தவிக்கும் மனத்தின் அலைக்கழிப்பும் எல்லைகளை உடைத்தபடி விரியத் துடிக்கும் மனத்தின் எழுச்சியும் கதையின் முக்கியக் கூறுகளாகின்றன. கூர்மையான பிரக்ஞையும் தீவிரமான விசாரணையும் கொண்ட தனிமனிதனின் உளவியலும், சூழல் அவன் மீது செலுத்தும் நிர்ப்பந்தமும் கதையின் போக்கில் சித்தரிக்கப்படுகின்றன. எல்லைக்குட்பட்ட பிரக்ஞைக்கும் எல்லைக்குட்படாத பிரக்ஞைக்கும் இடையிலான போராட்டம், வரையறைகளுக்குட்பட்டதாகத் தோற்றம் தரும் புறவெளி எல்லையற்ற பெருவெளியுடன் கொண்டிருக்கும் உறவினை அடையாளம்காணும் தருணம், செயற்கையான எல்லைகளால் நெருக்கப்படும் பிரக்ஞை எல்லையற்ற பெரு வெளியோடு

இணைத்துத் தன்னை இனம்காணும் தருணம் ஆகியவை கதையில் குறிப்பால் உணர்த்தப்படுகின்றன. 'அழைப்பு', சு.ராவின் அடுத்த கட்டத்தின் தொடக்கப்புள்ளி மட்டுமல்ல, அவரது எழுத்து ஆளுமையின் பரிணாம வளர்ச்சியின் அழுத்தமான அடையாளமும்கூட.

இந்த அடையாளம் அடுத்தடுத்த கதைகளில் அழுத்தம் பெற்று வருவதைப் பார்க்க முடிகிறது. போதை, பல்லக்குத் தூக்கிகள், ரத்னாபாயின் ஆங்கிலம், பள்ளம், கொந்தளிப்பு, வழி, கோலம், எதிர்கொள்ளல், பட்டுவாடா, நெருக்கடி ஆகிய கதைகளில் இதைத் தெளிவாகப் பார்க்க முடிகிறது.

'மௌனத்திற்குப் பின்' சு.ரா. எழுதிய கதைகளில் அழைப்பு, போதை, பல்லக்குத் தூக்கிகள், வாசனை ஆகிய கதைகள் சூழலில் சிறப்பான கவனம் பெற்றன. சு.ரா. என்ற படைப்பாளிக்குள் நிகழ்ந்த மாற்றமும் அவரது படைப்பு ஆளுமை நிகழ்த்திய பாய்ச்சலும் பலராலும் உடனடியாக இனங்காணப் பட்டன. ஆனால் ஜே.ஜே. சில குறிப்புகள் வந்த பிறகு, சு.ரா. எழுதிய பல முக்கியமான சிறுகதைகள் போதிய கவனம் பெறவில்லை. அதுவரையிலுமான தமிழ் நாவல் வரலாற்றில் இல்லாத அளவுக்கு எதிர்வினைகளைப் பெற்ற ஜே.ஜே., அதன் பிறகு சு.ரா. எழுதிய படைப்புகளுக்கு அநீதி இழைத்துவிட்டது என்று தோன்றுகிறது. ஜே.ஜே. கிளப்பிய பரபரப்பின் நிழல் 1981க்குப் பிந்தைய சு.ராவின் படைப்புகள் மீது நிழலாகக் கவிந்துவருகிறது. ரத்னாபாயின் ஆங்கிலம், குரங்குகள், விகாசம் முதலிய சில கதைகள் மட்டுமே இந்த நிழலின் வீச்சிலிருந்து தப்பி, போதிய கவனத்தைப் பெற்றிருக்கின்றன. கொந்தளிப்பு, பள்ளம், கோலம், வழி, காகங்கள், பட்டுவாடா போன்ற இதர முக்கியமான கதைகள் உரிய கவனிப்புப் பெறவில்லை.

மொழி, கையாளும் விஷயங்கள், கதை சொல்லும் உத்தி ஆகியவை சார்ந்து இந்தக் கதைகள் பற்றிப் பேச நிறைய விஷயங்கள் இருக்கின்றன. அழைப்பு, போதை, பல்லக்குத் தூக்கிகள் ஆகிய மூன்று கதைகளிலும் கிட்டத்தட்ட ஒரே மாதிரியான மனநிலை சித்தரிக்கப்படுவதைக் காணலாம் (துக்கம், விடுதலைக்கான ஏக்கம்...) அதுபோலவே இருப்புக்கும் எதிர்பார்ப்புக்கும் இடையேயான குரூரமான இடைவெளியைப் பற்றிப் பேசும் ரத்னாபாயின் ஆங்கிலம், பள்ளம், ஆத்மாராம் சோயித்ராம் ஆகிய கதைகளையும் ஒரே தளத்தில் வைத்துப் பேச முடியும். இந்த இடைவெளியை வெற்றுக் கனவுகளாலும்

பாவனைகளாலும் மொழியின் வசீகரத்தாலும் நிரப்பிவிட ரத்னாபாய் முயல்கிறாள். பள்ளம் கதையின் கதைசொல்லியோ கனவுகளோடு செயல்பாடுகளையும் இணைத்து இந்த இடைவெளியை நிரப்ப முயல்கிறான். ஆத்மாராமின் முயற்சியில் கனவுகளும் செயல்பாடுகளும் தீவிரமடைகின்றன. இவ்வகையில் இந்த மூன்று கதைகளுக்கும் இடையே ஒரு தொடர்பும் படிப்படியான வளர்ச்சியும் இருப்பதை உணர முடியும்.

வழி என்ற கதையும் மிகவும் முக்கியமான கதை. வனத்தில் வழிதவறிவிட்ட ஓர் இளைஞன் மீண்டு வருவதற்காக மேற்கொள்ளும் போராட்டத்தைச் சொல்லும் கதையாகவும் இதைப் படிக்கலாம். மாறாக, முழுக்க முழுக்க குறியீட்டுத் தளத்தில் வைத்தும் வாசிக்கலாம். ஆனால் பட்டுவாடா, எதிர்கொள்ளல் போன்ற கதைகளை அவை வெளிப்படுத்தப்படும் தளத்தில் வைத்துப் புரிந்துகொள்ள முடியாது. அதன் அடியோட்டமாக இருக்கும் சரடைப் பிடித்துக்கொண்டு சென்றால்தான் கதையை உள்வாங்கிக்கொள்ள முடியும். இந்தக் கதைகளிலும், காகங்கள், அலைகள் ஆகிய கதைகளிலும் தனி மனிதனுக்கும் அமைப்புக்கும் இடையேயான மோதல்கள், முரண்கள், சிக்கல்கள் ஆகியவை பல்வேறு பரிமாணங்களில் எதிர்கொள்ளப்படுகின்றன. வெவ்வேறு விதமான வாசிப்புகளுக்கும் பொருள் விரிவுக்குமான சாத்தியங்களைக் கொண்ட நுட்பமான படைப்புகள் இவை.

போதிய கவனம் பெறாமல் போன முக்கியமான கதைகளில் ஒன்று 'கோலம்'. சு.ராவின் சிறந்த கதைகளில் ஒன்று எனத் தயக்கமில்லாமல் சொல்லிவிடக்கூடிய கதை. இதில் வரும் கிழவருக்கும் கிழவிக்கும் இடையிலான அன்னியோன்யம், இயற்கைக்கும் அவர்களுக்குமான உறவு, இதர மனிதர்களுக்கும் அவர்களுக்குமான உறவு, புற உலகம் அவர்கள் மீது செலுத்தும் கொடுமைகளை அவர்கள் எதிர்கொள்ளும் விதம், சுபத்ரா என்ற சிறுமியிடம் அவர்கள் பெறும் ஆசுவாசம், அவர்களது பயணங்கள், பகல்பொழுதுகள் என்று பல்வேறு அம்சங்கள் மிக ஆழமாக, நேர்த்தியாக, நிதானமாக, இறுக்கம் தவிர்த்த கூர்மையோடு பதிவாகியிருக்கும் பாங்கு இக்கதையைப் படிக்கும் போதெல்லாம் பிரமிக்க வைக்கிறது. கதையின் முடிவு மிக இயல்பானதாகவும் சோகமான கவித்துவ நாடகத்தின் முடிவாகவும் அமைந்து வாசகரின் மனத்தில் ஆழமான சலனங்களை ஏற்படுத்துகிறது. புதுமைப்பித்தனின் பெரும் அபிமானியான சு.ரா., பு.பியின் 'செல்லம்மாள்' கதையை மிகவும் சிறப்பான கதைகளில் ஒன்றாக அடையாளப்படுத்துகிறார். சு.ராவின் சிறந்த கதைகள் என்று எவ்வளவு கறாரான ஒரு

பட்டியலைப் போட்டாலும் அதில் கோலத்திற்கு ஓர் இடம் இருக்கும் என்பதில் எனக்கு சந்தேகம் இல்லை.

இந்தக் கதைகளில் குறிப்பிட்டுச் சொல்ல வேண்டிய இன்னொரு விஷயம் சு.ராவின் மொழி. இலக்கிய வடிவம், எழுதுவதற்கான பொருள் ஆகியவற்றில் மட்டுமல்லாமல் மொழி விஷயத்திலும் சு.ரா முன்னோக்கிய பாய்ச்சலை நிகழ்த்திக்கொண்டிருப்பதை இக்கதைகள் காட்டுகின்றன. சு.ராவுக்குத் தொடக்கத்திலிருந்தே அழகான மொழிநடை கைவரப்பெற்றிருந்ததை பிரசாதம், சன்னல் முதலான கதைகளிலேயே பார்க்க முடிந்தது. ஆனால் தீவிரமும் செறிவும் கவித்துவமும் நுட்பமும் நிறைந்த மொழிநடையாக அது இருக்கவில்லை. 1977க்கு முன்பு அவரது செறிவான மொழி நடையை அவரது கட்டுரைகளில் மட்டுமே காண முடிந்தது. 1977க்குப் பிறகு எழுதப்பட்ட கதைகளில் தீவிரமான படைப்பு மொழியாக அது பரிணாமம் பெற்றது. அதன்பிறகு அது தொடர்ந்து தன்னைப் புதுப்பித்துக் கொண்டபடி இருக்கிறது. ஜே.ஜே. சில குறிப்புகளை சு.ராவின் உச்சபட்ச மொழி சார்ந்த சாதனையாகச் சிலர் குறிப்பிடுவார்கள். ஆனால் ஜே.ஜேவுக்குப் பிறகு எழுதப்பட்ட வழி, கோலம், காகங்கள் ஆகிய கதைகளில் அவரது மொழி அடுத்த கட்டத்திற்குப் போயிருப்பதை உணர முடிகிறது. பழைய சாதனைகளைத் திரும்ப நிகழ்த்தி, ஏற்கனவே பெற்ற வெற்றிகளை மறுபடியும் பெற்று அதன் மூலம் கிடைக்கும் திருப்தியை அற்பத் திருப்தியாகக் கருதும் கலைஞன் தோல்வி நிச்சயம் என்று தெரிந்தாலும் புதிய முயற்சிகளை மேற்கொள்வான். சு.ராவும் இத்தகையதொரு கலைஞன் என்பதை அவரது எழுத்தின் பல்வேறு அம்சங்களிலும் ஏற்பட்டுவரும் மாற்றங்கள் உணர்த்துகின்றன.

எழுத்தின் மூலம் மேற்கொள்ளப்படும் வாழ்வு குறித்த விசாரணையைக் கூர்மைப்படுத்திக்கொண்டும் புதுப்பித்துக் கொண்டும் செல்லும்போது கதையின் மூலம் வாசகர் பெறும் ஒட்டுமொத்த அனுபவம் ஒருபுறம் இருக்க, கதையின் பல்வேறு அம்சங்கள் தரும் உதிரியான அனுபவங்களும் முக்கியமானவை. கதைகளினூடே மின்னும் படிமங்களும் வர்ணனைகளும் வாழ்வின் தரிசனங்களும் வாசகரின் கூரிய கவனிப்புக்கு உரியவையாக இருக்கின்றன.

அழுத்தமான சில அனுபவங்கள் மொழிவழி வெளிப்படும் பாங்கு அந்த அனுபவங்களின் இயல்பையும் வலுவையும்

வாசகர் உணரச்செய்வதாக இருக்கிறது. உதாரணமாக, அழைப்பு கதையில் காட்டருவியின் கீழ் நிற்கும் அனுபவம் “செத்த எருமைகள் முதுகில் விழுவது போலிருந்தது” என்று பதிவாகியிருக்கிறது. புறக்காட்சி சார்ந்த வர்ணனைகள் வித்தியாசமான சித்திரங்களாக உருக்கொள்கின்றன: “கடலின் ஆழத்திலிருந்து ராக்ஷஸத் தடி உருண்டைகளை மேலே தள்ளுவதுபோல் நீரோட்டம் திமிறியெழும்” (அலைகள்). பள்ளம் கதையில் சாலைகள் மற்றும் மனித நடமாட்டங்கள் பற்றிய வர்ணனை தேர்ந்த ஓவியரின் சித்திரமாகவே உருப்பெறுகிறது. வழி கதையில் அடர்த்தியான வனப்பகுதியைப் பற்றிய சித்திரம் உயிர்த்துடிப்புடன் தீட்டப்பட்டிருக்கிறது (“மரங்கள் விட்டெறிந்த வானத்தின் துண்டு துணுக்குகள்” என்பது போன்ற வித்தியாசமான கோடுகளும் இந்தச் சித்திரத்தில் உள்ளன). “நரைத்துவரும் இருள்” என்பனபோன்ற வர்ணனைகள் (காகங்கள்), மரங்களை “அம்மண ஸ்தூலிகளாக”க் காணும் படிமங்கள் (வழி) என்று அடுக்கிக்கொண்டே போகலாம். புற உலகம் மாறுபட்ட தோற்றம் கொள்ளும் பல்லக்குத் தூக்கிகள் கதையிலும் புறஉலகப் பொருள்களின் சித்தரிப்பின் கூரிய அவதானிப்பின் துல்லிய வெளிப்பாடுகள் காணக்கிடைக்கின்றன. (“கட்டைகளின் தொலியை சில இடங்களில் பூச்சி அரித்திருந்தது. அது சட்டையின் நூலைப் பிரித்த இடம் மாதிரி இருக்கிறது. உளுத்திருக்கவில்லை. சேர்மானங்கள் நல்ல நெருக்கம். ஊதுவத்தி குத்த முடியாது”.)

வர்ணனைகள், படிமங்கள், சித்திரங்கள் ஆகியவை ஒருபுறம் இருக்க, கதைகளினூடே வந்துவிழும் சில அற்புதமான வரிகள் கதையின் ஆழத்தைக் கூட்டுவதோடு, தன்னளவில் ஒரு தரிசனமாகவும் விளங்குகின்றன. வாசகரின் அனுபவ உலகுடன் உறவு கொண்டு அவர்களது வாழ்க்கைப் பார்வையைப் பாதிக்கக் கூடியவையாகவும் இருக்கின்றன. சில உதாரணங்கள்:

- *நினைவின் எந்தப் பக்கத்தைப் புரட்டினாலும் பிழைகளின் அவமானம். (அழைப்பு)*
- *அழுந்த மறுத்துக் கரையேற நான் அடித்த நீச்சல் உலகின் எந்த சக்தியையும் ஒய்வுகொள்ளவிடாது. (அழைப்பு)*
- *மனதின் பாழ்பட்ட குகைகளிலிருந்து ஒவ்வொரு பேயாகப் புறப்பட்டு என்னைக் கிளறி துவம்சம் பண்ணுவதற்குள் அடுத்தாற்போல் எங்கேயாவது என்னைச் சொருகிக் கொண்டுவிட வேண்டும் . . . (போதை)*

- கயிற்றிலிருந்து விடுபட்ட பம்பரத்தின் துக்கத்தை நான் சொல்ல முற்படும்போது, சொல்லச் சொல்ல பம்பரத்திற்கும் கயிறுக்குமான உறவைப் பற்றியே சொல்லிக் கொண்டிருக்கிறேன். (கொந்தளிப்பு)

- சுதந்திரம் இல்லை எனில் பொன் கொண்டு, பெண் கொண்டு, பெற்றெடுக்கும் குழந்தைகள் கொண்டு ஏதும் புண்ணியமில்லை என்பது அவர்களுக்குத் தெளிவாகி விட்டது. இந்த எளிய உண்மையை இவர்களுக்குக் கற்றுத்தரும் முயற்சியில் கோடானு கோடி வருஷங்கள் தோல்வி கண்ட சரித்திரம் இப்போது வெற்றி கண்டுவிட்டது. அவர்களுடைய சகல இருப்பிடங்களையும் இனி வன விலங்குகள் எடுத்துக்கொள்ளட்டும். அவர்கள் உடல் வருந்திச் செழிக்க வைத்த பயிர்கள் எல்லாவற்றையும் கொடிய மிருகங்கள் மேயட்டும். அவர்கள் காலங்காலமாகக் கட்டியெழுப்பிய வீடுகள்மீதும், பண்புகள்மீதும், ஊர்வனவோ இழைவனவோ புகுந்து புறப்படட்டும். அவர்களுடைய குழந்தைகளின் தொட்டில்களில் இனி பாம்புகள் குஞ்சு பொரிக்கட்டும். மரணங்களுக்குப் பயந்து அவர்கள் இதுகாறும் சகித்துக் கொண்டுவந்திருக்கிறார்கள். இனியும் சகிப்பது சாத்தியமில்லை. எந்த மரணத்துக்கு அவர்கள் இதுகாறும் பயந்து வந்தார்களோ, அந்த மரணத்தைக் கொடியாகப் பிடித்துக்கொண்டு இவர்கள் இப்போது புறப்பட்டுவிட்டார்கள். இனி, கத்தியைக் காட்டியோ, அம்பைக் காட்டியோ, வேலைக் காட்டியோ அவர்களைப் பயமுறுத்த முடியாது. (கொந்தளிப்பு)

- காலமே, ஒரு மோசமான தாக்குதலை என் மீது நிகழ்த்து. என்னை உருக்குலை. சின்னாபின்னப்படுத்து. நீ பார்த்து வெட்கப்படும் அளவுக்கு உனக்குக் கவிதையில் பதில் சொல்கிறேன். (ஆத்மாராம் சோயித்ராம்)

- நான், காலொடிந்து சேற்றில் புரளும் ஜீவன்களுக்கு அவர்களுடைய சிறகுகளைக் காட்ட வந்தவன். இப்போது பதுங்கிக்கொண்டிருக்கிறேன். (ஆத்மாராம் சோயித்ராம்)

- நினைவுக் கிடங்குகளில் கசப்புப் பழங்களையே மிதித்துப் பழக்கப்பட்டவன். (எதிர்கொள்ளல்)

மிகவும் கவனமாக எழுதுகிறார் என்ற ஒரு 'குற்றச்சாட்டு' சு.ரா. மீது சுமத்தப்படுகிறது. அதாவது, கலை உணர்வின்

தன்னியல்பான, திட்டமிடப்படாத, கட்டற்ற பாய்ச்சலுக்கு வழிபட்டு ஒதுங்கிக்கொள்ளாமல் அவரது பகுத்தறிவு சார்ந்த மூளையாலும் தனது ஆளுமை குறித்த படிமம் சார்ந்த எச்சரிக்கை உணர்வாலும் கலை வெளிப்பாட்டைக் கட்டுப்படுத்துகிறார் என்ற பொருளில் சிலர் அப்படிக் கூறுகிறார்கள். பிசிறற்ற நேர்த்தியான மொழிநடையும் வெளிப்பாட்டு முறையும் இவ்வளவு பெரிய பாவமாகக் கணிக்கப்படுவது சூழலின் ஆரோக்கியமற்ற தன்மையையே குறிக்கிறது. மொழி என்பது இலக்கிய வெளிப்பாட்டுக்கான தவிர்க்க முடியாத கருவி என்றால் மொழியைப் பிழையின்றியும் பிசிறின்றியும் எழுத முயற்சிப்பது அந்தக் கருவியின் மூலம் நாம் சாதிக்க நினைக்கும் லட்சியத்தை எய்துவதற்கான தவிர்க்க இயலாத முயற்சி. மொழி சார்ந்த கவனம் கலை ஆவேசத்தின் இயல்பான வெளிப்பாட்டுக்குத் தடையாக இருக்க வேண்டியதில்லை. செவ்விலக்கியப் படைப்புகள் முதல் பின்நவீனத்துவப் படைப்புகள் வரை பல எழுத்துக்களை இதற்கு உதாரணமாகக் காட்டலாம். பிழையின்றி எழுதத் தெரியாதவர்களும் 'மொழி சார்ந்த கவனத்தை மேற்கொள்ளும் திறன் அற்றவர்களும்' மொழியைப் பொறுப்பின்றிக் கையாள்வது மொழிக்கு இழைக்கும் அநீதி என்பது பற்றிய பிரக்ஞை அற்றவர்களும் முன்வைக்கும் இதுபோன்ற குற்றச் சாட்டுக்கள் பரிசீலனைக்குத் தகுதி அற்றவை. மொழி சார்ந்து சு.ரா. எடுத்துக்கொள்ளும் கவனம் அவரது கலையை பாதிக்கவில்லை என்பது மட்டுமல்ல; அதை மேலும் செழுமைப்படுத்துகிறது என்பதை இத்தொகுப்பில் உள்ள கதைகள் நிரூபிக்கின்றன. அழைப்பு, கொந்தளிப்பு, ரத்னாபாயின் ஆங்கிலம், காகங்கள், கோலம், வழி என்று பல உதாரணங்களை முன்வைத்து இந்தக் 'குற்றச்சாட்டை' எளிதில் நிராகரித்துவிடலாம்.

தனது படிமம் மற்றும் மதிப்பீடுகள் சார்ந்த கவனம் சு.ராவின் கதைகளின் இயல்பான பாய்ச்சலை மட்டுப்படுத்துவதாக சொல்லப்படும் குற்றச்சாட்டும் இத்தகையதுதான். அழைப்பு, போதை, வழி, பள்ளம் போன்ற கதைகளில் உள்ள பல வரிகளை முன்வைத்து இந்தக் குற்றச்சாட்டை நிராகரிக்க முடியும். சு.ராவின் தலைமுறையைச் சேர்ந்த பல எழுத்தாளர்கள் எழுதத் தயங்கும் எத்தனையோ வார்த்தைகளையும் அந்தரங்க உணர்வுகளையும் அவர் தேவை சார்ந்து வெளிப்படையாக எழுதியிருக்கிறார். அதிர்ச்சி மதிப்புக்காகவோ 'துணிச்சலைக்' காட்டிக்கொள்வதற்காகவோ 'அந்தரங்கத்தை' கடைபரப்புபவர்களின் படைப்புகளோடு ஒப்பிட்டால் இது 'சுத்தபத்தமான' எழுத்தாகத் தெரியலாம். மற்றபடி சு.ரா.

தனது கலைத் தேவைக்கு நியாயம் செய்வதற்காக எதையும் தயங்காமல் எழுதுபவர் என்பதற்கு இத்தொகுப்பிலுள்ள பல வரிகள் உதாரணமாய் உள்ளன.

என் பார்வையில் கு.ராவின் சிறந்த கதைகளில் பெரும்பாலானவை இந்தத் தொகுப்பில் இடம்பெற்றுள்ளன. கு.ராவின் இலக்கிய ஆளுமையையும் பங்களிப்பையும் எடைபோட இந்தக் கதைகள் பெரிதும் உதவும் என்று நம்புகிறேன். தங்களது பழைய சாதனைகளையும் வெற்றிகளையும் திரும்பத் திரும்ப நிகழ்த்திக் கொண்டிருப்பவர்கள் நிறைந்த ஒரு சூழலில் புதிய சவால்களை நாடிச்செல்லும் ஒரு கலைஞனின் மேல் நோக்கிய பயணத்தின் பதிவுகளாக அடையாளப்படுத்தி இந்தக் கதைகளை வாசகர்கள் முன் வைக்கிறேன்.

அரவிந்தன்

அழைப்பு

அழைப்பு அத்தனை உக்கிரமாக அதற்குமுன் என் மனவெளியை மோதியதில்லை. அன்று, விளையாட்டரங்கில் விட்டு விட்டு எழுந்து வானவெளியைத் தாக்கும் ஆரவாரம்போல் என் மனவெளியில் மோதல்கள் அதிர்ந்தன. சில்லென்ற அருவி உச்சந் தலையைப் பெயர்த்துக்கொண்டிருந்த அந்நேரத்தில் நரம்புகளில் வெந்நீரை ஏற்றியதுபோல் ரத்தம் வெதுவெதுப்படைந்து கொண்டிருந்தது. அந்த நிமிஷம் தாண்டாது என் மனதில் உறைந்து போக, வாய் விட்டுப் பிரார்த்தனை செய்தேன். மனவெளியில் கற்குழவிபோல் விதைகள் தொங்கும் ஒரு எருதின் பீறிட்ட கத்தலைப் பின்தொடர்ந்து எழுந்த சித்திரங்கள்... அவற்றை விவரிப்பதே கஷ்டமான காரியம்.

மேலே சொன்ன அனுபவத்திற்குச் சமீபத்தில்தான் ஆளானேன். ஒரு காட்டருவி என் மண்டையைப் பெயர்க்க நின்றுகொண்டிருந்த போது, அன்று கிராமப் பாதைகளில், ஊருக்கு வெளியே வெகுவாக எட்டி, தெரியாத முகங்கள் தாண்டி, முகங்கள் அருகிப்போன தடங்களில் போய்க்கொண்டிருந்தேன். கேள்விப்பட்ட ஊர்களே தவிர எல்லாம் பார்த்திராதவை. பெயர் கிளப்பியிருந்த கற்பனைகளை ஏமாற்றும் ஊர்க்கோலங்களைப்பார்த்தபடி சென்றேன். நான் போகப் புறப்பட்ட ஊர் என் நினைப்பை விடவும்

தூரத்திலிருந்தது. முன்னெண்ணங்கள் எல்லாம் தப்புத் தப்பாக முடிந்துகொண்டிருந்தன. நின்று விசாரித்தபோது 'இதோ' என்று கை காட்டினார்கள். கிராமங்களில் தூரங்கள் மிதிபட்டு வசப்பட்டுவிட்டதுபோல் இருக்கிறது. நடந்து, பாதங்களில் செம்மண் புழுதியின் காலுறைகள் முட்டுவரையிலும் படர்ந்த போது, கடைசியாகக் கணித்ததை விடவும் சற்று முன்னாலேயே அருவியின் ஓசை கேட்டது. அருவியின் இரைச்சல் அந்தரீக்ஷத்தின் மடுவை முட்டிக்கொண்டிருந்தது. அதிலிருந்து சுரந்த பால் என அருவி முன் வளைந்து கொட்டிக்கொண்டிருந்தது. நீர்ப்புகை சர்ப்பக் காற்றுபோல் உடல் நெளித்துப் புரண்டு கொண்டிருந்தது. சுற்றிவர ஜீவனற்றுக் கிடந்தது. மரங்களில் அணில்களின் அசைவோ, கரிச்சான் தத்தி எழும் சருகோசையோ இல்லை. சுன்னத் செய்த குறிபோல் மாம்ச நிறக் கற்கள் வழவழவென்று பிதுங்கி நிற்க, செம்மண் சரிவில் செருப்புக்குப் பயந்து வேஷ்டியைச் சுருட்டியபடி ஆபாசமாய் இறங்கிச் சென்றேன். ஒரு பள்ளம் தாண்டி மறுமேடு ஏறியதும் அருவியும் பின்னணியும் நாடகத் திரைபோல் வானத்தில் எழுந்தன. சாயங்காலத்திற்குச் சற்று முன்னேரம். அருவிமேல் விழுந்த கிரணங்கள் கண்கூச வைத்தன. உப்பு வயல்போல் தெரிந்தது அருவி. சூழ்நிலை கக்கும் அதிர்வுகளை ஏற்க ஏற்க மனம் கனம் பெற்று நாளங்களில் பந்தயக் குதிரைகள் ஓடுவதுபோல் உணர்வு தட்டிற்று. நாலு ஆல விருக்ஷங்களை அடிவயிற்றில் கட்டிக் கொள்ளும்படியான செழுமை அந்த அருவிக்கு. மனசில் பீதி ஊடாடிற்று. தனிமை அமைதியைப் பிளக்கும் அருவியின் இரைச்சல். வானம் உருகி வழிவதுபோல் அருவியின் பெரிய சொரூபம். எவ்வாறு என்று சொல்ல முடியாத ஒரு பயங்கரமான ஆபத்து என் முதுகுக்குப்பின் உருவாகி வருவதுபோல் பிரமை தட்டியது. குளிக்கப் பயந்து பின் திரும்பிச் செல்வேன் என்று தோன்றியபோது, தோற்றுப்போக மறுத்து, அவசரமாகச் சட்டையைக் கழற்றினேன். என்னால் நான் தோற்கடிக்கப்பட மீண்டும் முகாந்திரம் அமையும் என்றால் அக்கணமே என் உயிர் கழன்று தெறித்துவிட வேண்டுமென்று அன்று காலையில் – லக்ஷத்தியோராவது தடவையாகவா அல்லது அதுவும் தாண்டியா, கடவுளுக்குத்தான் வெளிச்சம் – சபதமேற்றிருந்தேன். என் மனம் என்ற குப்பைத் தொட்டி மீண்டும் என் நினைவில் கொட்ட ஆரம்பித்தது. நினைக்க நினைக்கப் பச்சாதாபம் தவிர வேறு லாபமில்லை. சபதங்களின் சவக்கிடங்கு – ஒவ்வொரு நாளும் உய்ய நினைத்து, சபதமிட்டு சரிந்துபோன நினைவுகளின் சவக்கிடங்கு – ஆகாது என மறுத்துத் தாண்டி பின் அதிலேயே பழையபடி அழுந்திப்போன குற்ற உணர்வுகள் ... அறிவை மனமும், மனதை உடலும் தோற்கடித்ததில் காயமேற்ற அறிவும் மனமும்... அற்ப சந்தோஷங்கள்...பாவங்கள்...புண்ணியங்கள்...சுயதண்டனைகள்...

நினைவின் எந்தப் பக்கத்தைப் புரட்டினாலும் பிழைகள் மலிந்து கிடக்கும் அவமானம் . . .

அருவியின் அடியில் துருப்பிடித்த கம்பிகள். துருப்பிடித்து, அள்ளிப் பிடித்தால் கழன்று கையோடு வந்துவிடுவதுபோல் ஜீர்ணித்து – உண்மையில் அப்படியில்லை. ஜீர்ணித்தும் பிடிப்பு விடாதவை அவை – லேசான அசைவு தட்டிவிட்டது. கழன்று விடாது என்பது குளிக்கையில் தெரிந்தது. அருவி அதன் மண்டையை உடைத்துக்கொள்ளும் இடத்தில் பாசியின்றிச் சொரசொரப்பாகவும் சுத்தமாகவும் இருந்தது. இதுபோல் சதா ஒரு அருவி கொட்டி என் மனமும் இதுபோல் சுத்தப்படாதா என அசட்டுத்தனமாக எண்ணினேன். என்னிடம் போலித்தனமான உணர்வுகள்தான் விளையாடுகின்றன என்ற எண்ணம் ஏற்படலாயிற்று. சப்தமிட்டு, சரிந்து, சரிந்ததற்கான கசப்பைத் தனக்குத்தானே கொட்டிக்கொண்டு, நிந்தித்துக்கொண்டு, கற்பனைச் சுவரில் தலையை மோதிச் சுயவெறுப்புக்கு ஆளான நினைவுகள் எழ மனம் புரட்டியது. சுனை கொப்புளித்த மனசை எனது பேதமையால் ஊற்றுக்கண் அவித்துக்கொண்டதாக எண்ணினேன். கழிந்துபோன நாட்களின் நினைவுகள் எனும் ரம்பம்... முடிவற்ற சித்ரவதைகள்... எதிர்கால பயங்கள்... ஒன்று மற்றொன்றைத் தட்டிவிடும் அபஸ்வர நினைவுகள்...

சுற்றிவர பாசியின் வெல்வெட். உரித்து ஜமுக்காளம்போல் சுருட்டிவிடலாம். கால் கட்டை விரலால் வெல்வெட்டின் ரோம ஸ்பரிசத்தை அழுத்தினேன். கட்டை விரலை எடுத்ததும் பள்ளத்தில் தண்ணீர் ஊறிற்று. அருவி மண்டையைத் தாக்கிய போது மூச்சுத் திணறியது. செத்த எருமைகள் முதுகில் விழுவது போலிருந்தது. ஓசையை மன ஒடுக்கத்தோடு அனுபவித்தபோது லயம்கூடி மெய்மறக்கச் செய்தது. நான் நிற்கும் பூப்பரப்பின் வெளிவட்டம் உதிர்ந்து, சுருங்கி, பாதம் நெருங்கி குறுகுவதுபோல் தோன்றிற்று. அருவியால் இழுக்கப்பட்டு ஓர் திகம்பர வெளியில் மேலூர்ந்து செல்கிறேன். இச்சந்தர்ப்பத்தில்தான் அவ்வழைப்பு எழுந்தது. அப்போதுதான் சில்லிட்ட தசைகளினூடே வெந்நீர் குத்தி வைக்கப்படுவதுபோல் உணரலானேன். வானமும் வளைவு நிமிர்ந்து கீழிறங்கி ராக்ஷசத் திரைபோல் அனைத்தையும் மறைத்த படி முன்னால் பரந்தது. வெள்ளை வானில் வெளிறிப்போன நிறங்கள் தோன்றின. அவை மாறி மாறி மறைந்து பிரம்மாண்டமான சித்திரம்போல் உருவாகிக்கொண்டிருந்தன. மேல்வாரியான பார்வைக்கு அசிரத்தையாகவும் நகாசு அற்றும் தோன்றியது என்றாலும் கூர்ந்து நோக்கியபோது ரொம்பவும் யோசனைகள் கொண்டதாகவும் பிரக்ஞையின் செறிவு கலந்தும் புலப்பட்டது. பழைய மரபைச் சேர்ந்த சித்திரம் அது. நீண்ட நெடும் பரப்பான

அரைவானம் கடலில் முட்டளவு ஆழத்தில் இறங்கி நிற்கும் காட்சி. ராக்ஷச நாய்க்குடைகள்போல் கரும்பாறைகள் கடலோரம் பூத்திருந்தன. கடற்கரை மணலுக்கு அப்பால் கற்றாழைக் காடு. வெகுதூரத்திலிருந்து நாடி பிடித்து வந்து மண்ணில், எளிமையில் வேர்விடத் தோற்று செழுமையும் ஆக்கிரமிப்புத்தன்மையும் காட்டிக்கொண்டிருக்கிறது அக்காடு. கடலில் பாரித்த வெம் பரப்பு, மனிதனின் சகல கஷ்டங்களையும் ஏற்று நீலம் பாரித்தது போலிருக்கிறது. என்ன என்றோ, இன்னது என்றோ யோசிக்கத் தராமல் நம்மை சுவீகரித்துக்கொள்ளக் காத்துக் கிடக்கிறது அது. கடற்கரையில் கற்றாழையின் முட்கள், சித்திரத்தில் கண்களுக்குப் புலனாகவில்லை. எனினும் கணக்கற்று, பொடி மணலால் அவை மூடப்பட்டுக் கிடப்பதாகவும் அழுந்த வரும் பாதங்கள் காத்துக் கபட நேர்த்தியுடன் அவை புதையுண்டு கிடப்பதாகவும் மனதில் ஓர் எண்ணம் ஏற்படுகிறது. அலைகள் இன்றிக் குளம்போல் பரந்து கிடக்கிறது கடல். ஒரு திவ்வியாத்மாவின் ஆக்ஞைக்குக் கட்டுண்டு அலை அடங்கிப்போனது போலிருக்கிறது. மணலின் ஈரப்பரப்பில் நாம் சற்றும் எதிர்பாராத இடத்தில், எதிர்பாராத நிமிஷத்தில் நீர்க்குமிழிகள் வெடித்து மரிக்கின்றன. கற்றாழைக் காட்டோரம் தேளின் பெரிதுபடுத்தப்பட்ட கோலம் போல், கட்டிதட்டி உரித்து எடுக்கும்படியான மைச்சிந்தல்போல் ஒரு கருந்தேள் அப்பிக் கிடக்கிறது. நான் கடலுள் இறங்கிச் செல்கிறேன். நீர்ப்பரப்பு பாதமும், கால் முட்டும், இடுப்பும், கழுத்தும் தாண்டி என்னை உள்ளே இழுத்துக்கொள்கிறது. படீரென்று காட்சி மறைய, தலையில் இறந்துபோன மிருகங்கள் விழுந்து தாக்கிக்கொண்டிருந்தன.

அன்றிலிருந்து அக்காட்சி – அவ்வப்போது சில சமயம் அதன் துணுக்குகள் – மனதில் படர்ந்து மின்னி மறையும். பாலைவனத்தில் ஓடி வந்து சுடு மணலால் உறிஞ்சப்படும் நீர்போல் தோன்றி மறையும். பழையபடி மனம் மணலாகச் சுடும். அதன் வெம்மை மனச்சுவர்களைக் கருக்கிக்கொண்டிருக்கும். ரொம்பவும் மனம் உன்னி பலவந்தம் பண்ணினால் வர்ணமற்று, தரம் குறைந்த ஓர் சைத்ரிகனின் அபஸ்வரம்போல் வெளிறிப்போன காட்சிகள் அகமனதில் எழும்.

பின்னால் என்று, எவ்வாறு அந்த எண்ணம் ஏற்பட்டது என்பது தட்டுப்படவில்லை. ஒரு நீண்ட நடைப்பயணத்துக்கு நான் மனதில் ஆயத்தமாகிக்கொண்டிருந்தேன். என்னை இட்டுச்செல்லும் சாகசத்துக்குத் தன்னை ஆளாக்கிக்கொள்ளப் போகும் கால்களை மிகுந்த வாத்சல்யத்தோடு அணைத்தபடி மொட்டை மாடியில் அநேக சமயங்களில் உட்கார்ந்துகொண்டிருப்பேன். ஒருநாள் சாயங்கால நேரத்தில் தரை சுடும் மொட்டை மாடியில் சிறு மணல் பொடிகள் முதுகு உறுத்த, வானம் பார்த்துப் படுத்திருக்க, மீண்டும்

மனமொக்குகள் சில அவிழ்ந்தன. மரங்களும், வெட்ட வெளியும், வானமும் ஏதோ பலத்த விஷத் தாக்குதல்களுக்கு ஆட்பட்டு ஸ்தம்பித்துக் கிடந்தன. மீண்டும் அவற்றின் நாசித் துவாரங்களில் மூச்சு ஊடாடும் என நம்புவதே சாத்தியமில்லாதபடி ஓர் பிண மயக்கம். ஏதோ ஒரு துக்கம் வானப் பரப்பிலிருந்து கீழ்நோக்கிக் கவிழ்ந்து இறங்கிக்கொண்டிருந்தது. அந்தத் துக்கம் தங்கள் மேல் கவிழ்ந்து அமுக்குவதற்கு முன் கூடு அடைய விரைவது போல் பட்சிகள் தெற்கு வானம் நோக்கிப் பறந்து சென்றன. பின்தங்கிப் போகும் பயத்துடன் இரண்டு மூன்று வரிசைகள் அடி வயிறு எக்கிச் சிறகு வீசி முன் பாய முண்டின. அவற்றின் நிம்மதியற்ற நிலை என் மனதைப் பிழிந்தது.

பின் என்ன என்ன நிகழ்ந்தன என்பதில் எனக்குத் தெளிவில்லை. அன்று மனக்கண்ணில் கண்ட சித்திரக் காட்சியைப் பிரத்தியட்சமாகப் பார்த்துவிடலாம் என்ற எண்ணம் ஏற்படலாயிற்று. அவ்விடத்திற்கு இட்டுச்செல்லும் திசையும் பாதையும் உள்ளுணர்வால் உந்தப்பட்டு மங்கிய ரேகைகள்போல் தோன்றலாயின. அதற்குமேல் அடைய எதுவுமில்லை என்றும் தோன்றிற்று. அதன்பின் வினாவும் இல்லை; வருத்தமும் இல்லை. வெளியேறி விறுவிறு என்று நடந்து சென்றேன். இரவு பூராவும் நடந்ததில் பல ஊர்கள் பின் நகர்ந்து ஓடின. பாதை மேலே முன்னோடிக் கொண்டிருந்தது. அதையும் தீர்த்துவிட என் பாதங்கள் விரைந்துகொண்டிருந்தன. ஏந்தியெடுத்துச் செல்லப்படுவதுபோல் அனாயாசமாய்ச் சென்றுகொண்டிருந்தேன். இரு பக்கங்களிலும் ஆலும் விழுதும் காற்றைக் கள்ளாகக் குடித்து ஆட்டம் போட்டுக் கொண்டிருந்தன.

பாதைகளின் சரிவுகளில் ஆட்டு மந்தைகள் பாதம் ஊன்ற இடமில்லாமல் நெருக்கிக்கொண்டு ஒன்று மற்றொன்றில் புகுந்துக்கொள்ளச் சிரமப்படுவது போலிருந்தது. அவ்வாறு எதில் புகுந்து சுத்தப்படப்போகிறேன் என்று நினைத்தபோது மனம் கரைந்தது. எனக்குப் பிந்திப்போயிற்று என்றாலும் என் தகுதிக்கு ஏற்பத்தான் என்ற நியாயம் பிறந்தது. மனதில் அப்போது ஓர் கனிவும் நன்றியுணர்ச்சியும் சமர்ப்பிக்கக் குறி தெரியாது விழித்துக்கொண்டு வந்தன. அவ்வழைப்பின் பின் நிற்கும் கருணையை எந்த இரு பாதங்களிலாவது நெற்றி முட்டித் தேம்பித்தான் ஏற்றுக்கொள்ள முடியுமென்று பட்டது. ஜோடிப் பாதங்கள் சக்கர வண்டியில் இழுபடுபவைப்போல மனக்கண் முன் நகர்ந்துகொண்டிருந்தன. எல்லாம் வெண்கல பீடங்களில் உறைந்த வெண்கலப் பாதங்களாக இருந்தன.

பேரண்டத்தின் முடிவற்ற தன்மை அப்போது என் கற்பனையில் விரியலாயிற்று. ஆகாயங்கள் அடுக்கு அடுக்காகத்

தோன்றின. ஒவ்வொன்றின் தூரமும் ஆகிருதியும் அவற்றின் மதிப்பும் சலனங்களும் இவ்வாறு மனம் வெகுதூரம் எட்டிப்பாய்ந்த பின்பும் தாண்ட வேண்டியது மலையாகவும், தாண்டியது மஞ்சாடியாகவும் இருப்பதை உணர்ந்தேன்.

கையும் காலும் சோர்ந்து போய்விட்டன. பாதங்களும் வீங்கிவிட்டன. இன்னும் சிறிது நேரத்தில் சுய உணர்வு இழந்து விடக்கூடும் என்று பட்டது. நரம்புகள் தெறித்தன. எனினும் எந்த சித்ரவதையையும் தாங்கும் தெம்பை மனம் அப்போதும் இழந்திருக்கவில்லை. அனைத்தும் தீர்மானிக்கப்பட்ட புனித சோதனையாகவே பட்டது. மண்ணின் துன்ப வாடைகளில் மீண்டும் சரிந்து விடாமலிருக்க எப்பேர்ப்பட்ட சோதனைகளை யும் புன்னகையுடன் ஏற்றுக்கொள்ளும் மனநிலையிலேயே அப்போதும் இருந்தேன். கடந்தகால நினைவுகள் அருவருப்போடு குமட்டியபடி வந்தன. எத்தனை தலை குனிவுகள். தீ சுட்ட புண்கள். வழுக்கி விழுந்து, எழுந்து முட்டுக்குத்தி, சபதமேற்று, மீண்டும் சரிந்து. போதும் தண்டனை. என்னையே சுகந்தம்போல் சுவாசித்து உய்யும் இன்பம்தான் இனி வேண்டியது. என் மன ஆகாசத்தில் கவியும் நிர்மலமும் நிஷ்களங்கமும் என் கண்களின் நிழலை உரித்து எடுத்துவிடும். பாசி அகல மீண்டும் சுரக்கும் சுனைகள். வாழ்க்கை என்பது குழந்தைகளும், பூக்களும், சுகந்தமுமாய் கொழிக்கும். இழுபறி என்பது இனிமேல் இல்லை. நினைப்பும் செய்கையும் ஒரே தாரையாய்ப் பாய்ந்துகொண்டிருக்கும். பலகீனங்கள் காலை இடறிவிட்டு முதுகுக்குப்பின் நின்று கெக்கலிக்கும்போது, வாய் கிழித்துச் சாகத் துடிக்கும் சுய வெறுப்பு இனி இல்லை. நான் சரிந்தவன் என்றாலும் நன்றாக ஏங்கியவன். ஏக்கத்தின் கனிகள் எனக்குக் கிடைக்கும். பரிபூர்ணத்தின் புகார் என் காதில் ஓய்வுற்ற நிமிஷங்கள், எனக்கு நினைவு தெரிந்த நாளிலிருந்து ஏற்பட்டதில்லை. நான் அணைத்துக் கொள்ளப்படுவேன். அழுந்த மறுத்துக் கரையேற நான் அடித்த நீச்சல் உலகின் எந்த சக்தியையும் ஓய்வுகொள்ள விடாது.

மூர்ச்சை தெளிந்ததும் மீண்டும் இருண்டுகொண்டிருந்தது. கடலின் ஓசை காதில் விழுந்தது. கடல் செம்மண் குழம்பாகக் கிடந்தது. அலை ஆள் உயரம் எழுந்து மறித்துக்கொண்டிருந்தது. அத்தனை அருவருப்பான கடலை அதற்குமுன் நான் எங்கும் கண்டதாக நினைவில்லை. வெறும் மணல் பரப்பு. புதரோ காடோ இல்லை. மணலுக்குப்பின் அகலமான பாதையும், பாதைக்குப்பின் கட்டிடங்களும் தெரிந்தன. மீண்டும் கடலைப் பார்த்தேன். பாறைகள் எதுவும் இல்லை. செம்படவத் தோணிகள் கரிக்கோடுகளாய் அசைந்துகொண்டிருந்தன. மணற்பரப்பில் ஆரோக்கியம் மிகுந்த செம்படவர்கள் சிலர் தங்கள் தோணிகளில்

ஏதோ பழுது பார்த்துக்கொண்டிருந்தனர். வேலையில் மூழ்கிப் போயிருந்த அவர்களுடைய முகங்களில் சிரத்தையும் நிம்மதியும் தெரிந்தன. அம்முகங்களில் பயமில்லை. அந்நேரக் காரியத்தில் தங்களை மிச்சமின்றி மூழ்கடித்துக்கொண்டதில் கவலைக்குத் தர அவர்களிடம் பாக்கி எதுவுமில்லை என்று தோன்றியது. அவர்கள் பேசிக்கொள்ளவில்லை. பேச அவர்களுக்கு இருப்ப தாகப் படவில்லை. தோணியை மண்ணில் இழுத்து நீருக்குள் தள்ளினார்கள். எந்த நிமிஷத்தில் தோணியைத் தண்ணீர் ஏந்திக்கொண்டதோ அந்த நிமிஷத்தில் அதனுள் அவ்வளவு பேரும் ஏறிக்குதித்து முடித்திருந்தனர். மிகவும் அனாயாசமாகவும் லாவகமாகவும் அவர்கள் அதைச் செய்தனர். தோணி கரும்புள்ளி யாகி, அப்புள்ளி மறைவதுவரையிலும் பார்த்துவிட்டு, சோர்வு தாங்காமல் நான் மண்ணில் படுத்தேன்.

ஞானரதம், 1973

போதை

அன்று அலுவலகவிடுமுறைநாள். நபிதினமாம்.

அதிகாலையில் கண்விழித்ததுமே அன்று எனக்கு ஒரு மோசமான அனுபவம் ஏற்படக் கூடும் என்று தோன்றிற்று. ஸ்திரீ விவகாரம் சம்பந்தப்பட்டு வந்தது. விஷயம் என்னவென்றால் எதிர்பாராத நேரத்தில் கணவன் வந்துவிடுகிறான். முன்வாசல் மட்டும் கொண்ட வீடு. லபக்கென்று அகப்பட்டுக்கொள்கிறேன். மார்பு புடைத்து புஜங்கள் பருத்தவன். என் நடு நெஞ்சில் சட்டையை அள்ளிப் பிடித்துத் தூக்குகிறான். பயங்கரமாகக் கத்துகிறான். அவமானத்தாலும் துக்கத்தாலும் என் முகம் வலித்துப்போக, கூட்டம் குரூர சந்தோஷத்தில் திளைக்கிறது. என் திரைகள் கிழிக்கப்படுகின்றன. எனக்கு மட்டும் தான் தெரியும் என்று நான் எண்ணியிருந்தவை இவ்வளவுதூரத்துக்கு இவனுக்குத் தெரிவதால் என்னில் ஒரு பகுதி கழன்று இவனாகி யிருக்கிறது என்று எண்ணினேன். கும்பலுக்குப் பேரானந்தம். என் அம்பலம் இப்போதைக்கு அவர்கள் ஆகாமலிருப்பதை நினைவுறுத்துவதாலா சந்தோஷம்?

எப்படித்தான் இப்படிச் சரிந்து போனேனோ? யோசிக்கும்போது சிறுபிராயத்திலேயே மனதால் அழிய ஆரம்பித்துவிட்டேன் என்று தெரிகிறது. காலையில் விழிப்புத்தட்ட, பூனைபோல் நுழையும் முதல் எண்ணங்களே பெண்களை வாரித்தட்டி விடுகின்றன. இன்று ஏன் இந்தப் பெண்கள்? நேற்று ஏன் அந்தப் பெண்கள்? கடவுளுக்குத்தான்

வெளிச்சம். படக்காட்சி மனதில் ஓட ஆரம்பிக்கிறது. தத்ரூபம் . . . தத்ரூபம் . . . பேச்சும், பேசும்போது சுழியும் உதடுகளின் பாங்கும், நுனிநாவின் சிவப்பும் . . . நளினங்கள், உடல் வளைவுகள் . . . பின்னல் குஞ்சலத்தின் அசைவுகள். ஜாலங்கள் . . . வெட்கங்களை மாறி மாறி ஜன்னல் வழி விட்டெறிந்து உடல் களைத்து முடிகிறது . . . கற்பனையின் ஓட்டம் முறிந்ததும்தான் மனம் களியாட்டம் கொண்டு அலைந்த அலைச்சலே தெரியவருகிறது. அப்போது சுயவெறுப்பு மூண்டு கழுத்தை நெரித்துக்கொள்ள வருகிறது. மீண்டும் மீண்டும் எனக்குத் தெரியாமலேயே நான் கழன்றுபோய் பெண் மேய்ந்து, மீண்டும் அலுத்து, மீண்டும் . . .

அன்று ஓய்வு நாள். ஓய்வு நாட்கள் எவ்வளவு பயங்கரமானவை என்பதை அநுபவத்தால் அறிந்திருந்தேன். நினைவுகள் புறப்பட்டு ஹிம்சிக்க ஆரம்பித்துவிட்டால் ஒரே அவஸ்தைதான். தனியாக உட்கார்ந்து ஏங்கி அழக்கொண்டு விட்டுவிடும். சித்ரவதை ஆரம்பமாவதற்குள் என் கவனத்தைப் பறித்து என் சுய சிந்தனைகளை அறுக்க எங்கேயாவது என்னைச் சட்டென்று சொருகிக்கொண்டுவிட வேண்டும். ஜிவ் ஜிவ்வென்று முகத்தில் ரத்தத்தின் சூடேறவேண்டும். உடல் பூராவும் ஒரு கிளர்ச்சி. அப்படியே ஒன்றிப்போகிறேன். அசைவுகள் கனவு போலிருக்கும். எத்தனையோ வருடங்களாகிவிட்டன. இப்படித்தான் இருக்கிறேன்.

அன்று காலை விழிப்புத் தட்டியதும் பதட்டத்துடன் புறப்பட்டு இந்த ஊரை அடைந்து பல இடம் சுற்றித் திரிந்துவிட்டு, இந்த மலையாளத்துக் கோயிலுக்கும் வந்து சேர்ந்துவிட்டேன். தும்பு அறுக்கும் இந்த மனதைக் கடவுளிடம் கொடுத்துவிட்டு நாள் பூராவும் இங்கேயே கழித்துவிடவேண்டும். இந்த யோசனை உருவானபோதே மனதின் தந்திரத்தை நினைத்துச் சிரித்துக்கொண்டேன். என்ன என்ன போர்வைகள்! பத்து வருஷங்களுக்கு மேலேயே இருக்கும். எனது தூரத்து உறவினர் ஒருவரிடம் அவருடைய சவடால் நண்பர் இஷ்டம்போல் மனம் விரித்து உடலுறவில் திளைக்கும் ஒரு சாகஸக்காரியின் பெயரை உச்சரித்த மாத்திரத்தில், அன்று அருகிலிருந்த என் மனதில், கூடுவிட்டுச் சிறகடித்து மேலே உயரும் புறாக்கள்போல் கற்பனை விரிந்து, அவளுடைய மனச்சித்திரம் மனதில் படிந்தது. அவளை அடைவதற்கான திட்டங்களை வெகு கெட்டிக்காரத்தனமாக நான் மனதில் பின்னிக்கொண்டிருந்ததால் பாக்கிப் பேச்சு என் காதில் விழவில்லை. சொன்னவரும் கேட்டுக்கொண்டிருந்தவரும் இவ்வுலகைவிட்டே போய்ச் சேர்ந்துவிட்டார்கள். எனக்குக் காதோரம் நரைத்துவிட்டது. முகமும் பழுத்துவிட்டது. இருந்தாலும் அவள் . . . அந்த மனச் சித்திரம் . . . அதற்குத்தான் எத்தனை உயிர்த் துடிப்பு, என்ன ஜீவகளை! என்னுடன் இணைந்து கைவீசி

நடந்துவருவது போலவே இருக்கிறது. பெரிய உடல். முறம் மாதிரி முகம். காளிபோல் முகத்தில் ஒரு வசீகரமான குரூரம். பெரிய நெற்றியில் பொட்டு என்ற பெயரில் குங்கும அப்பல். கண்களில் மை இட்டுக் காதுவரையிலும் இழுத்துவிட்டுக்கொண்டிருக்கிறாள். நடக்கையில் சதை உருளும் வயிறும் முதுகும். வெற்றிலைச் சிரிப்பு. சடைதட்டி விழுதுபோல் – இரண்டு பெரிசு, ஒன்று சிறிசு – மூன்று பிரிவாய்த் தொங்கும் தலைமயிர்க் கற்றை. அறையோரம் அதைத் தூக்கிச் சுவரில் குத்திட்டுச் சாய்த்து வைத்துக்கொண்டுதான் தூங்குவாளாம். இந்தக் கோயிலில் அவள் வேலை பார்ப்பதாகத்தான் அன்று அவர் சொன்னார். நன்றாக ஞாபகம் இருக்கிறது. பெயர்கூட ஞாபகம் இருக்கிறது.

மேலும் என் மனதுக்கு இது ஒன்றுதான் கோயில். நான் எங்கெங்கோ சுற்றியலைந்தாலும் என் கனவுகள் இந்தக் கோயிலைச் சுற்றிக் கவிந்து இருக்கிறது. எனக்கு எதுவும் வேண்டாம். இங்கு, இக்கோயிலில், அதோ அந்த மடப்பள்ளி வாசற்படிகளை ஒட்டியோ, அதோ சந்தனக்கல் பதித்திருக்கும் மூலையிலோ, வெற்றுடம்புடன் அரைத் துண்டோடு விழுந்து கிடந்து காலத்தைக் கழித்துவிட வேண்டும் என்று மனதுள் சபலத்துடன் பேசிக்கொள்வேன். ரிஷிகளும், மரவுரி தரித்த அழகிகளும், பாண்டவர்களும், கண்வரின் ஆசிரமும், குதிரைகளும் கண்ட காலப்பகுதியின் தெய்வீக நிமிஷங்கள் ஒன்று சேர்ந்து இந்தக் கோயிலுக்குள் இளைப்பாறிக் கிடக்கிறது. தூணும், கல்பாவிய பிரகாரங்களும், ஓடும் செம்புத் தகடும் வேய்ந்த தணிந்த கூரைகளும், அங்கு பொந்துகளிலிருந்து சிறகடித்து மேலெழும் புறாக்களும், வானம் தெரியும் முற்றங்களில் பரப்பியிருக்கும் வெள்ளை மணலும் சரித்திரத்தை ஏகமாய் விழுங்கி விட்டுப் பரிசுத்தம் பரிசுத்தம் என்று கத்துகின்றன. சாயங்கால நேரங்களில் ஈரம் சொட்டும் முடியாத தலைமயிருடன் உள்ளே நுழையும் ஒவ்வொரு மங்கையும் தன் எளிமையாலும், சுத்தத்தாலும், நளினத்தாலும், ஈரத் தலைமயிராலும் ஆடம்பரத்தையும், நிரீசுவர இரைச்சல்களையும் உடை நலுங்காமல் கொன்றுவிட்டு வரும் அமுக்கிகள் மாதிரி இருக்கிறது.

ஒருவிதத்தில் என் துரதிருஷ்டம் என்றுதான் சொல்ல வேண்டும். அன்று பார்த்து உற்சவ நாளாம். வழக்கத்திற்கு மாறாகச் சந்தடியும் கொஞ்சம் பரபரப்பும் இருந்தது. பெண் களும் குழந்தைகளும் பிரகாரங்களில் கூட்டம் கூட்டமாய் நகர்ந்துகொண்டிருந்தார்கள். சீவேலிக்கான ஆயத்தங்கள் நடை பெறுவதாகத் தெரிந்தது. தூய வெள்ளை வேஷ்டியும், இடுப்பில் முக்கோணமாய் மடித்த மஞ்சள் அரைத் துண்டும், நீண்ட நாசிகளுமாய் சிப்பந்திகள் ஆயத்தமாகிக்கொண்டிருந்தபோது,

இவர்கள்தான் குருறுக்ஷேத்திரத்திலும் திரண்டார்கள் என்பது தெரிகிறது. தீவட்டிகள் தயாராகிக்கொண்டிருந்தன. ஜ்வாலை படரும் தீவட்டிகள் பக்கத்திற்குப் பக்கம் மேலெழும்பிக் கொண்டிருந்தன. தீவட்டிகளின் அமைப்பும் அவற்றில் துணி சுற்றியிருந்த நேர்த்தியும், ஏந்திக்கொண்டிருந்தவர்களின் நீண்ட முகங்களும் ஒன்றுக்கொன்று வெகு இசைவாய் இருந்தன. தீவட்டியிலிருந்து எண்ணெய் சொட்டுமென்று எச்சரித்துப் பெண்களையும் குழந்தைகளையும் பின்னால் விரட்டினார்கள் சேவகர்கள். ஒருவருக்கொருவர் பிணைந்து நின்றுகொண்டிருந்த பெண்களும் குழந்தைகளும், பட்டும் பொன்னும் இறைத்து ஜோடனை செய்த அலங்கார வேலி மாதிரி சுய உணர்வின்றிப் பின்னும் முன்னும் நகர்ந்தார்கள். மகாராஜா வந்துவிட்டார் என்றும் பிரகாரம் சுற்றி வந்துகொண்டிருக்கிறார் என்றும் பேசிக்கொண்டார்கள். கோயிலில் வேலை பார்க்கும் பெண்கள் வெள்ளைச் சலவைத் துணியை வெகு நேர்த்தியாகக் கட்டிக் கொண்டு, எண்ணெய் மினுமினுப்புடன் தலையைச் சீவி, அவர்களுடைய இயக்கம் ஆரம்பம் கொள்வதற்கான கண் சமிக்ஞைக்காகத் துடித்துக்கொண்டிருந்தார்கள். அவர்கள்தான் ஒவ்வொரு நாள் விடியற்காலையிலும் அதற்கு முந்திய நாளைப் பெருக்கி வெளியே தள்ளி, அக்கோயிலைப் புராதனத்தில் நிறுத்தி வைத்துக்கொண்டிருப்பவர்கள். பனித்துளிகளாய் தங்கள்மீது படியப் பார்க்கும் காலத்தைப் புறங்கையால் தள்ளிக்கொண்டு அதே கோயிலில் அதே வேலைகளில் நூற்றாண்டுகளாய்க் கழித்துக்கொண்டிருக்கிறார்கள்.

என் உறவினரின் நண்பர் பிரஸ்தாபித்தவளும் இங்கு எங்கேயாவது இருக்கக்கூடும். நெல் குத்திப் புடைக்கும் இடத்திலோ அல்லது தவிடும் உமியும் அளந்து கட்டும் இடத்திலோ அவள் இருக்கக்கூடும். நம்பூதிரிக்கு அப்பம் சுட சீராய் பிய்த்துக் கொடுத்துக்கொண்டிருக்கக்கூடும். அல்லது எனது உறவினரும் அவருடைய நண்பரும் இன்னும் பலரும் மறைந்துபோனது போலவே அவளும் கண் மூடியிருக்கக்கூடும். இப்போது இங்கு எல்லாம் அந்தரத்தில் பொறித்துள்ள நிலையில் இயங்குகையில், அவளும் அதன் ஓர் உறுப்பாக இருக்கையில், என்னுடைய மோகத்தால் அவளைக் கழற்றுவது பாப காரியம் என்று படுகிறது. கோளங்கள், கிரகங்கள் இவற்றுள் ஓர் தப்பெண்ணத்தை ஏற்படுத்தி மனஸ்தாபப்படுத்தலாகாது எனத் தோன்றிற்று. அவளை நான் அழைத்தால், அவளும் அந்த எண்ணத்தோடு என்னைப் பார்த்தால், இங்கு அமுலிலிருக்கும் சரித்திர ஒத்திசைவு குலைந்து பெரும் விநாசம் விளையும். விரைந்து இயங்கும் ஓர் ராக்ஷச யந்திரத்திலிருந்து அந்த யந்திரத்துக்குத் தெரியாமல் ஓர்

உறுப்பைக் கழற்றி ஒன்றுக்கொன்று மோதிச் சிதறும் விபரீதத்தை உண்டுபண்ணுவது போலாகும். இவ்வாறு நான் என்ன என்ன யோசித்துக்கொண்டிருந்தேன் என்பதைக் கோர்வையாகச் சொல்லத் தெரியவில்லை.

புசுபுசுவென்று கூட்டம் கலைய ஆரம்பித்திருந்தது. ராஜா வந்துவிட்டுப் போய்விட்டாராம். குழந்தைகளும் பெண்களும் அணைக்கட்டை உடைத்தாற்போல் கோயிலின் நான்கு வாசல் வழியாகவும் வெளியே வழிந்துவிட்டார்கள். பணிப்பெண்கள் ஒருத்தியைக்கூடக் காணோம். சிப்பந்திகளையும் காணோம். கோயிலின் நான்கு வாசல்களிலும் சிப்பாய்கள் மட்டும் மிடுக்குடன் எதுவும் நிகழாததுபோல் நின்றுகொண்டிருந்தார்கள். நுழைவு வாசல்களின் நீண்ட கற்படிகள், அதன்மேல் அப்பியிருந்த குழந்தைகளின்றி பெண்களின்றி தனது ஆபரணங்களைக் கழற்றியதுபோல் நீளமூளிகளாய்த் தெரிந்தன. கோயில் முற்றங்களின் மணற்பரப்பில் ஒன்றை மற்றொன்று சிதைத்த பாதச் சுவடுகள் ஒன்றுகூட முழுசாய் இல்லை. கோயிலுக்குள் ஓர் ஆழ்ந்த அமைதி இறங்கிவிட்டது.

இருட்ட ஆரம்பித்திருந்தது. தெருவிளக்குகளின் வெளிறல் இன்னும் நீங்கவில்லை. என் மனதில் சங்கடம் கவிய ஆரம்பித்தது. எல்லாம் வீணாகப் போய்விட்டதாக எண்ண ஆரம்பித்தேன். அதிலிருந்து பச்சாதாபங்களும், பாபங்களும், ஆற்றாமைகளும் தொடர்ந்தன. கோயிலைவிட்டு விலகி நகர்ந்து சென்றுகொண்டிருந்தேன். அரை நினைவோடு, யோசனைகளைத் தணித்து, மேல் என்ன என்ற கேள்வியை எழவிடாமல் அமுக்கி வைத்தவாறு சென்றுகொண்டிருந்தேன். இவ்வுலகில் எனது ஸ்தானத்தைப்பற்றிப் பச்சாதாபம் எழுந்தது. மனதின் பாழ்பட்ட குகைகளிலிருந்து ஒவ்வொரு பேயாகப் புறப்பட்டு என்னைக் கிளறி துவசம் பண்ணுவதற்குள் அடுத்தாற்போல் எங்கேயாவது என்னைச் சொருகிக் கொண்டுவிட வேண்டும் என்ற யோசனை ஆரம்பித்தது. என் முழுக்கவனத்தையும் இழுத்து என் நினைப்பின்றி என்னைச் சுருட்டி மடியில் வைத்துக்கொள்ளக்கூடிய அனுபவம் ஒன்று எனக்கு அவசரத் தேவையாக இருந்தது. எங்கே அது? அவள் எங்கே? என் முகத்தில் ஜிவ் ஜிவ்வென்று ரத்தம் ஏற வேண்டும். என் நரம்புகள் முறுக்கேறி, கிளர்ச்சி உடலெங்கும் பரவ வேண்டும். காலத்திலிருந்து நான் அறுபட்டு எதனால் ஆகர்ஷிக்கப்படுகிறேனோ அதிலேயே ஒன்றி, ஒன்றும் தெரியாமல் போய்விட வேண்டும். என்னை ஏற்றுக்கொள்ள, எனக்குத் தெரியாமல் இப்போது என்ன உருவாகிக்கொண்டிருக்கிறது? அவள், இஷ்டங்களை விரித்து மனம்போல் எல்லாருடனும் படுத்துக்கொண்டவள் எங்கே இருக்கிறாள் இப்போது? அவள்

அளித்ததெல்லாம் எந்தப் பெண் ஜென்மமும் ஒரு ஆணுக்கு அளித்தது இல்லையென்றாரே அவர். முடியவும் முடியாதாம். அனுபவித்தவர்களின் அனுபவங்களை அந்தரங்கமாய் செவி நிறையக்கேட்டு ஏங்கி, அடையாததை எல்லாம் அடைந்ததாகக் கற்பனை செய்து, மனதால் தன் கற்பனைகளை நக்கிக்கொண்டே அன்று பேசினார் அவர். ராக்ஷஸி இறந்து போயிருக்கக்கூடும். அவளுக்கு மிகவும் பிரியமான புருஷர்களில் பிரியமானவனைத் தழுவிக் கிடக்கையில் அவள் உயிர் பிரிந்திருக்கும்.

'ஓ' என்ற ஆரவாரம் கேட்டது. கடல் அலைகள் கரையில் மோதிச் சிதறுவது மாதிரி. பெரிய வீதிக்கு என் கால்கள் என்னை நகர்த்திக்கொண்டு வந்திருப்பதை உணர்ந்தேன். லக்ஷக்கணக் கானவர்கள் ஒன்றுசேரக் கத்துகிறார்கள். அதுபோல் ஓர் ஊர்வலத்தை நான் அதற்குமுன் எப்போதும் பார்த்ததில்லை. பெரிய வீதியின் அகலத்துக்கு ஒரு கோட்டைச் சுவர் நகர்ந்து வருவது போலிருக்கிறது. தலைகள் – மயிர் வழித்த பச்சைப்பாசி படர்ந்ததுபோல் தலைகள். குல்லாய்கள். பட்டுச் சட்டைகள். அழுக்குச் சட்டைகள். வெளிநாட்டுக் குடைகள். உடல் போர்த்திய ஜரிகைக் கரை போட்ட அங்க வஸ்திரங்கள். வெற்றுடம்புகள். பூட்சுகள். தங்க ஃப்ரேம் மூக்குக் கண்ணாடிகள். கட்டம் போட்ட லுங்கிகள். தங்கப் பற்கள். முண்டாசுத் தலைகள் ...

வீதியும் கட்டிடங்களும் ஸ்தம்பித்துவிட்டன. பாதசாரிகள் ஸ்தம்பித்து ரோட்டோரம் ஒதுங்கிவிட்டார்கள். கார்கள் வீதியில் ஓரங்கட்டி ஒன்றன்பின் ஒன்றாய் ஒதுங்க, அதன் வரிசை நீண்டுகொண்டே போகிறது. பஸ்கள் ஒதுங்கி நிற்க, ஊர்வலம் முடிந்து பின் கிளம்பும் நேரம் வரையிலும் காத்திருக்கப் பொறுமையற்ற விவேகத்துடன் பிரயாணிகள் தொப் தொப்பென்று வெளியே குதித்து நடைபாதையில் ஏறி விரைகிறார்கள்.

லக்ஷக்கணக்கானவர்கள் இதுபோல் கத்துவதையும் இதற்கு முன் நான் கேட்டது கிடையாது. இந்தக் குரலின் தாக்குதலால் ஜன்னல்களிலும் கடை விளம்பரப் பெட்டிகளிலுமுள்ள கண்ணாடிகள் வெடித்துச் சிதறும் என்று தோன்றுகிறது. வயது வந்த பெண்கள் பூப்பெய்திவிடக்கூடும். ஊர்வலம் முடிவடை வதற்குள் அதில் அனேகர் மார்பு வெடித்து உயிர் துறக்கவோ அல்லது தொண்டை வெடித்து ரத்தம் கக்கவோ கூடும். எல்லோருடைய முகமும் ஒரே பாவத்துடன், ஒரே விதமான கோபத்துடன், கடுகடுப்புடன் இருக்கிறது. ஒருவருக்கொருவர் எவ்வித மன வித்தியாசங்களையும் கொள்ளாதது போலவும், ஆபாசமான ஒற்றுமையுடனும் மங்கலான கட்டுப்பாட்டுடன் நகர்ந்துகொண்டிருக்கிறார்கள்.

இப்போது நான் நடைபாதையில் ஒரு கார் ஓரம் வந்துவிட்டேன். பழைய கறுப்புக்கார் அது. காரில் இரண்டு பெண்கள் இருந்தார்கள். முன் சீட்டில் ஒரு சின்னக்குட்டி. கெட்டிக்காரத்தனம் வழியும் குஞ்சு முகம். இரட்டைப் பின்னல். காலை பின்னால் மடித்து சீட்டில் முட்டை ஊன்றி ஊர்வலம் பார்த்துக்கொண்டிருக்கிறது. அப்பெண்ணின் கத்தலிலிருந்து அவர்கள் தமிழ் பேசக் கூடியவர்கள் என்பதை நான் தெரிந்து கொண்டேன். பின் சீட்டில் ஆரோக்கியத்தைக் காட்டும் விரிந்த முதுகுடன், சதுரமான முகமும், கறுப்பு உதடுகளும், கோணல் வகிடும், தங்க வளையல்கள் அணிந்த நீண்ட அழகான கறுப்புக் கைகளும் கொண்ட ஒரு பெண் உட்கார்ந்திருந்தாள். ஊர்வலக் காட்சி அவளை ரொம்பவும் துன்புறுத்துவது அவளுடைய நிம்மதியற்ற உடல் அசைவுகளாலும் முக பாவங்களாலும் எனக்குத் தெரிந்தது. அவளுடைய எரிச்சலைப் பகிர்ந்துகொள்ள ஆதரவு தேடி அவள் என் முகத்தைப் பார்த்தாள். நான் நடைபாதை மேட்டில் நின்றுகொண்டிருந்தபடியால் அவளுடன் பேச்சுத்தர வாய்ப்பான கோணமாக இருந்தது. அவள் பூரண கர்ப்பிணி. முன் சீட்டிலிருந்த குட்டி, "அக்கா அதோ அண்ணா... அதோ அண்ணா..." என்று ஒருவரைக் களேபரத்தில் கண்டுபிடித்துவிட்ட உற்சாகத்தில் பயங்கரமாகக் கத்திற்று. "சனியனே, ஏன் கத்தறே?" என்று பெரியவள் குழந்தையின் மண்டையில் தட்டினாள். "கேக்காது அக்கா" என்றது குட்டி. "எதுக்கு இப்படி கத்தறாங்க? பயித்தியம் புடிச்சுப்போச்சா?" என்றாள் பெரிய பெண். அப்புறம் வலது கையை முன்னால் நீட்டி, முகத்தைச் சுருக்கி அலுத்துக் கொண்டே, "என்ன ஸார் இது?... என்ன ஸார் இது?" என்றாள். நரம்புத் தளர்ச்சிக்கும் மனப் பதட்டதுக்கும் அவள் ஆளாகிக் கொண்டிருந்தாள்...

குழந்தை 'அண்ணா' என்று காட்டியவர் எதிர்சாரியில் ஒரு பெரிய கடை வாசலில் காகித உறைபோட்ட புதுக்குடையைத் துப்பாக்கி மாதிரி தோளில் வைத்தபடி நின்றுகொண்டிருந்தார். அவர் ஒல்லியாகவும், ரொம்பவும் சிவப்பாகவும், பெரிய வழுக்கையுடனும், சுத்தமாகச் சவரம் செய்த கன்னங்களுடனும் இருந்தார். அவருடைய முகத்தையும் வாயின் அமைப்பையும் பார்த்தபோது சரளமாக இங்கிலீஷ் பேசக்கூடியவர் மாதிரித் தோன்றிற்று. வரதக்ஷணைக்கு ஆசைப்பட்டுக் கறுப்பியும் ஸ்தூலியுமான ஒரு பெண்ணை அந்தக் காலத்தில் இந்த வழுக்கைக்குக் கட்டிவைத்தின் விளைவுதான் காரிலுள்ள குழந்தைகள் என்று நான் எண்ணிக்கொண்டேன். தனது வாழ்வின் மொத்தமான நிலையில் ஒரு திருப்தியுடன், 'இந்த ஊர்வலம் என்னை என்ன செய்துவிட முடியும்' என்ற முகபாவத்துடன்,

ஓர் விமர்சனப் புன்னகையுடன் அவர் நின்றுகொண்டிருந்தார். கூடிய சீக்கிரம் வந்துவிடுவதாகச் சமிக்ஞை காட்டிக்கொண்டே இருந்தார்.

"அண்ணாவுக்குத் தாண்டி வந்தால் என்ன? எனக்கு இங்கிருந்து போணம்" என்றாள் பெரிய பெண்.

"தாண்ட முடியாதக்கா."

"ஏன் முடியாது? இவங்க யாரு? ஊரை விலைக்கு வாங்கியிருக்காங்களா? எதுக்கு இப்படி ஸ்தம்பிச்சுப் போகணும்? எதுக்கு இந்தக் காரெல்லாம் நிக்கணும்? பஸ்ஸெல்லாம் நிக்கணும்? மத்தவங்களைக் கஷ்டப்படுத்த இவங்க யாரு?"

ஊர்வலம் போய்க்கொண்டிருந்தது. எத்தனை மைல் அது இன்னும் வந்துகொண்டிருக்கும் என்று சொல்லவே முடியாது போலிருந்தது. லாரியில் ஒலிபெருக்கியைப் பொருத்திப் பயங்கர மாகக் கத்திக்கொண்டே போனார்கள். சிலர் இப்பெண்கள் இருந்த காரைக் கையால் தட்டிவிட்டுப் போனார்கள். காரைத் தாண்டிப் போகிறவர்கள் ஒவ்வொருவருடைய வாயும் கத்திக் கொண்டிருக்க, தாண்டி முடிவதுவரையிலும் காருக்குள் பார்த்துக் கொண்டே போனார்கள். அனேகமாக ஒவ்வொருவரும் இப்படிச் செய்தார்கள். சிலர் தாண்டிப்போனபின் திரும்பி காரின் கண்ணாடி வழியாக அவளுடைய முகத்தின் பக்கவாட்டைப் பார்த்துவிட்டுப் போனார்கள். எல்லோருக்குமே அவளைப் பிடித்திருக்கிறது. அவளைப் பார்த்துப் புன்னகை செய்து கொண்டே, 'தராத உரிமைகளைத் தட்டிப் பறிப்போம்' என்று உரக்கக் கத்திவிட்டு, மீண்டும் புன்னகை செய்தவாறே தாண்டி மறைந்தான் ஒருவன். "என்ன கத்தறாங்க?" என்று அவளை நான் கேட்டேன். அவள் தமிழில் மொழிபெயர்த்துச் சொல்லிக் கொண்டே வந்தாள். அது பாட்டு மாதிரி இருந்தது. 'வாலை ஆட்டினால் வாலை நறுக்குவார்களாம்.' 'நெரிக்கிறவன் குரல்வளையை நெரிப்பார்களாம்.' 'தராத உரிமைகளைத் தட்டிப் பறிப்பார்களாம்.'

"எதுக்கு இந்த ஊர்வலம்?"

அவள் தனது வலது கையை சீட்டில் ஊன்றிச் சரிந்து கொண்டே, ஊர்வலத்தில் சென்றுகொண்டிருந்த ஒரு சிறுவனைப் பார்த்து ஏதோ கத்திக் கேட்டாள். அப்புறம் என் பக்கம் திரும்பி "நபி நாயகத்தின் தினம் கொண்டாடுகிறார்களாம்" என்றாள். "அத்தனை பேரையும் எனக்குச் சுட்டுக் கொல்லணும்னு தோணறது" என்று அவள் கத்தினாள்.

"உங்களுக்கு அரசியல் உண்டா?" என்று கேட்டேன்.

“ஊஹூம்” என்றாள்.

“நியூஸ் பேப்பர் படிப்பேளா?”

“படிக்கிறதே இல்லை.”

“எதுக்கு உங்களுக்கு இப்படி கோபம் வரணும்?”

அதற்கு அவள் பதில் சொல்லாமல், “என்ன ஸார் இது? என்ன ஸார் இது?” என்றாள்.

“நான் போன மாசம் வடக்கே போயிருந்தேன், எங்க ஆபீசிலிருந்து அனுப்பியிருந்தாங்க . . .”

அக்கா சீட்டில் நகர்ந்து வந்து முகத்தில் ஆவல் வெளிப்படக் கேட்க ஆரம்பித்தாள். சின்னக் குட்டியும் பின்னால் திரும்பிக் கொண்டது.

“. . . ஒரு நவராத்திரி. பன்னண்டு ஒரு மணி இருக்கும், டீ சாப்பிட ஒரு ஓட்டலுக்குப் போனேன். சர்வர்கள் யாரையும் காணோம். தேடிண்டே கிச்சன் பக்கம் போயிட்டேன். ரகஸ்யமா ரேடியோ வெச்சுக் கேக்கறாங்க. இவங்கதான். எல்லையில் சண்டை நடக்கிற சமயம். நம்ம படை பின்வாங்கித்து, உதை பட்டுதுனு நியூஸ் சொன்னதும் கைதட்டிண்டு எழுந்து குதிச்சாங்க . . .”

“நிஜமாகவா?”

“நிஜம்மா. கண்ணாலே பார்த்தேன் . . .”

அந்தப் பெண் அவசரமாய் சீட்டின் வலது ஓரத்துக்கு நகர்ந்து சென்றாள். வெளியே அப்போது போய்க்கொண்டிருந்தவர்களைப் பார்த்து ஏதோ கத்த ஆரம்பித்தாள். ஒரு கிழவன் நின்று கேட்டான். அவள் என்னைக் காட்டிக்காட்டி அவனிடம் பேசினாள். அவன் அவள் பேச்சை முடிப்பதற்குள் என் பக்கம் திரும்பி ஏதோ கத்திக் கேட்டான். எனக்குப் புரியவில்லை. எனக்குப் பதிலாக அவள் பதில் சொல்லிக்கொண்டிருந்தாள். நாலைந்து பேர் கிழவனைச் சுற்றிச் சேர்ந்துவிட்டார்கள்.

எதிர் சாரியிலிருந்து அந்தப் பெண்களின் அப்பா வந்து டிரைவர் சீட்டில் ஏறி அமர்ந்துகொண்டார்.

“எத்தனை நேரமா கால்கடுக்க நிண்ணுண்டு இருந்தேள்? ஊர்வலத்தை முறிச்சுண்டு வந்தா என்ன?”

“எதுவும் இப்பொப் பேசாதே” என்றார் அவர்.

இரண்டு மூன்று பேர் காரைச் சுற்றி ஓடி வந்து என்னைப் பிடித்துக்கொண்டு மாறிமாறி அடிக்க ஆரம்பித்தார்கள்.

"காரிலே ஏறிடுங்கோ" – அந்தப் பெண் தலையை வெளியே விட்டுக் கத்தினாள்.

கார் அவசரமாய்க் கிளப்பப்பட்டு நகர ஆரம்பித்தது.

உடல் வலிக்குப் பயந்து அவர்களிடம் அளவுக்கு மிஞ்சியாசித்துவிட்டதைப் பின்னால் பலதடவை எண்ணி நான் வெட்கப்பட்டிருக்கிறேன். ஆனால் அப்போது எப்படியாவது தப்பித்துக்கொள்ள வேண்டும் என்றுதான் இருந்தது. சிறுபையன்களின் கால் பிடித்துக் கெஞ்சும் அளவிற்குப் பயந்து போய்விட்டேன். அடியும் சற்று பலம் என்றுதான் சொல்ல வேண்டும். தோள்பட்டையிலும் பிடரியிலும் மாறிமாறி விழுந்தது. அதில் ஒருத்தனின் ருசி ரொம்பவும் அலாதியானது. என் மூக்கிலும் வாயிலும் மட்டும் சேர்ந்து படும்படியாக அவன் அடித்துக் கொண்டிருந்தான். வேறு எந்த இடத்திலும் படவே இல்லை. அவன் கையெல்லாம் ரத்தம் ஆகிவிட்டது. அதை கைக்குட்டையால் துடைத்துக்கொள்ள அவனுக்கு விருப்பமில்லை. குழாய் இருக்கிறதா என்று சுற்றிலும் பார்த்தான். கடைசியில் புழுதியை அள்ளி இரு கைகளையும் அதில் தேய்த்துக்கொண்டான். ஊர்வலம் வெகுதூரம் நகர்ந்துவிட்டதை நல்லவேளை யாரோ ஞாபகப்படுத்தினார்கள். ஆளுக்கு ஒரு கடைசி அடி தந்துவிட்டு, ஊர்வலத்தின் வாலைப் பிடிக்க எல்லோரும் ஓடினார்கள்.

சதங்கை, 1973

பல்லக்குத் தூக்கிகள்

மனசு ரொம்பவும் சங்கடப்பட்டுக் கொண்டிருந்தது. ஓயாமல் ஒரு துக்கம். மனம் சதா அழுதுகொண்டிருக்கும். எதற்கு என்பது தெளிவாகவில்லை. 'எல்லாம் முடிந்தது, அவ்வளவு தான்' என்று மனசுக்குள் கசந்த முணுமுணுப்பு வெளிப்பட்டுக்கொண்டிருக்கும். இருந்தாலும் வெளிக்குச் சாதாரணமாக நடமாடிக்கொண் டிருந்தேன். நண்பன் சொன்னமாதிரி இதில் ஒரு பயிற்சி இருந்தது. எவ்வளவு தான் தேற்றியும் தேறாமல், விஷம் தின்ற சடைநாய்மாதிரி மனம் புரண்டு புரண்டு துடித்தது. ஊர்விட்டு அலை வோமா என்று தோன்ற ஆரம்பித்தது. கஷ்டமான நாட்களை அலைந்து உடம்பை இம்சித்துக் கழித்திருந்தேன். இதில் நிவர்த்தியும் சொல்லும்படி இருந்தது இல்லை. இருந்தாலும் மூச்சுத்திணறிக் கிளம்பிச் சென்றேன். எங்கெல்லாம் சுற்றினேன் என்பது குழம்பிவிட்டது. உடம்பு க்ஷீணித்து, மனசும் தளர்ந்து, கடைத்திண்ணைகளில் உட்கார்ந்து போகிறவர்கள் வருகிறவர்களை இடுப்புக்குக் கீழ் பார்த்துக்கொண்டு கழிப்பேன். கடைசியில் ஒரு மலைக்கோயில் போய்ச் சேர்ந்தேன்.

அங்கு போகக் காரணம் தூரத்து நண்பன் ஒருவன் மனக்கஷ்டம் ஏற்பட்டபொழுது அங்கு சென்றதாகமற்றொருநண்பனிடம்எந்தக்காலத்திலோ சொன்னது நினைவில் முளைத்ததுதான். ஒரு ஜேஜே ஊர். அதுதான் ரொம்பக் கஷ்டமாக இருந்தது. ஒதுங்கி ஒதுங்கிப் போனாலும் கால்களும் கைகளும்

38 சுந்தர ராமசாமி

கொத்துக் கொத்தாய் என் முகத்தில் வந்து சரிந்துகொண்டிருக்கும். புயல் வரப்போவது மாதிரி சதா ஒரு இரைச்சல். படிக்கட்டுகளிலும் மண்டபங்களிலும் பெண்கள் தாறுமாறாய்க் கிடந்தார்கள். தள்ளித் தள்ளிப்போனதில் ஒரு மண்டபம் வந்து சேர்ந்திருந்தது. பக்கத்தில் ஒரு சுடுகாடு இருப்பது மாதிரியும், பிணத்தைப் பொசுக்க வந்தவர்கள்தான் மண்டபத்தில் காத்துக்கொண்டிருக்கிறார்கள் என்றும் ஒரு எண்ணம். அப்படி இல்லை. சாதா இடம்தான்.

ஆட்களுக்கு வாட்டசாட்டமான உடம்பு. பயில்வான்கள் மாதிரி. பக்கடா மீசைகள். முண்டாசு தார்பாய்ச்சிக்கட்டு. தொடைகளில் எல்லாம் அட்டைகள் சுருண்ட மாதிரி ஒரே கறுப்பு மயிர். மொத்தத்தில் எனக்கு ஒரு அருவருப்பு ஏற்பட்டது. பொல்லாதவர்கள் என்ற எண்ணம் ஏற்பட்டது. பாதங்களில் நரம்பு புடைத்துத் தெறித்துக்கொண்டிருந்ததால் நிற்க முடியவில்லை. படியில் உட்கார்ந்தேன். பின்னாலிருந்து முரட்டுத்தனமான குரலில் எச்சில் தெறிக்கக் கத்திக்கொண்டிருந்தது எரிச்சலாக இருந்தது. பிரியத்துடன் கெட்ட வார்த்தைகள் சேர்த்து சேர்த்துப் பேசினார்கள். அவர்களுக்கும் எனக்கும் ஏதாவது உரசல் ஏற்படும் என்று எனக்கு மணத்துக்கொண்டிருந்தது. ஒரு சிலேடையும் சில கெட்ட வார்த்தைகளும் என் ஜாதியைக் குறிப்பது மாதிரி வந்தன. நான் எங்கள் ஊரில் இருப்பது மாதிரி இல்லாமல் சரியான ஊர் சுற்றி மாதிரி இருந்ததால் அப்படி ஏதாவது கிறீச்சிட்டால் கெட்ட வார்த்தைகளைக் கத்தித் தீர்க்கவேண்டுமென்று தீர்மானித்துக் கொள்ள விரும்பினேன். என்னிடம் தோற்றோம் என்ற எண்ணம் ஏற்பட்டால் அவர்கள் என்னை வெட்டிப் புதைத்துவிடக்கூடும். இடமும் தோதாக இருந்தது.

ஒருவன் என் பின்பக்கத்திலிருந்து என் மணிக்கட்டில் உரசிக் கொள்வது மாதிரி நெருங்கி இறங்கி மண்தரையில் சாடினான். அவன் அனாவசியமாகக் கால்களை தொம்தொம் என்று வைத்து இறங்கினான். தூசி கூடுதலாகக் கிளம்பி காலை வெயிலில் அந்தரத்தில் மஞ்சள் குளித்த மார்பில் தூண்கள் மாதிரி உருண்டன. அவன் சாமர்த்தியசாலி மாதிரி நின்றான். அவன் சாமர்த்தியம் என்ன என்று நான் கேட்டுக்கொண்டேன்.

அவன்மேல் மனசுக்குள் ஒரு கெட்ட வார்த்தை போட்டேன். இதனால் சிறிது சந்தோஷம் ஏற்பட்டது. அவனுடைய அசைவுகளும் முகபாவங்களும் தரங்கெட்ட நாடகப் பாங்காக இருந்தன. அவனுடைய கால்களுக்குப் பின்னால் கள்ளிப் புதர் பக்கம், வற்றல் கூழ் மாதிரி மலம் கழித்திருந்த வரிசைக்கு முன்னால் ஒரு பெரிய சாமான் தெரிந்தது. படுதாத் துணிபோட்டுப் பெரிதாக மூடி வைத்திருந்தது அந்தச் சாமானை. என்ன அது தெரிய வில்லை. வயிற்றோடு முகத்தைச் சேர்த்துக்கொண்டு தூங்கும்

ஒரு ஒட்டகத்தைப் போர்த்தி வைத்திருந்த மாதிரி இருந்தது. குரலில் வாடை கலந்து வந்தது. எல்லோரும் குடித்திருந்த மாதிரி இருந்தது. வார்த்தைக்கு வார்த்தை கெட்ட வார்த்தை. ஒட்டகம் வாயாலும் கால்களாலும் படுதாத் துணியை பலாத்காரமாக இடுக்கிக்கொண்டிருப்பது மாதிரி, கைகளால் தேர்வடம் இழுப்பதுபோல் நடித்துக்கொண்டு அவன் படுதாத் துணியைச் சுருட்டி இழுத்தான். என் பின்பக்கமிருந்து பெரிய சிரிப்புக்கள் அருவருப்பாக வந்தன. ஒரு பல்லக்கு. அந்தக் காலம் வழிகிறது அதில். ஆகப்பழசு. தடித்தடியாகப் பழைய காலத்துக் கட்டைகள். கட்டைகளின் தொலியை சில இடங்களில் பூச்சி அரித்திருந்தது. அது சட்டையில் நூலைப் பிரித்த இடம் மாதிரி இருக்கிறது. உளுத்திருக்கவில்லை. சேர்மானங்கள் நல்ல நெருக்கம். ஊதுவத்தி குத்த முடியாது. ஒரு பக்கத்துக்கு எத்தனை பேர் தூக்குவார்களோ தெரியவில்லை.

“கிளம்புங்க அப்பா” என்று கத்தினான் பல்லக்கை வெளிப்படுத்தியவன். எல்லோரும் ஆடியாடி வந்தார்கள். முழங்காலிலும் பாதங்களிலும் ரத்த ஓட்டம் ஸ்தம்பித்து சற்று மரப்புத் தட்டி விட்டதுபோல் ஒரு தினுசாக ஆடியாடி வந்தார்கள். மண்டபத்தின் இன்னொரு பக்கத்திலிருந்து ஒருவன் ஒரு அம்மியைத் தலைக்குமேல் தூக்கிக்கொண்டு வந்தான். பாரம் அழுந்த உயர்ந்திருந்த அவன் கைகள் நடுங்கின. அம்மி கையை மடக்கி விடும்போல் இருந்தது. கழுத்து நரம்புகளும் ஒரு மண்புழுவை நுழைத்ததுபோல் கவனத்தைக் கவரும்படி ஒரு நடுநெற்றி நரம்பும் புடைத்திருந்தன. அசப்பில் பின்பக்கம் திரும்பிய ஒருவன் இதைக் கவனித்து “விலகுங்கப்பா விலகுங்கப்பா” என்றான். பலர் தவறாக விலகிக்கொண்டார்கள். அவன் அம்மியை மண்ணில் போட்டுவிட்டுப் பின்பக்கம் நகர்ந்தான். மண் கிழித்து புழுதி பறந்தது. சிலர் ஹூம் ஹூம் என்று ஒரு மூச்சுக் கலந்த அசட்டுச் சத்தத்தை ஏற்படுத்தினார்கள். அவன் ஓடிப்போய் ஒரு பெரிய குழவியை தூக்கிக்கொண்டு வந்தான். அது அம்மிக் குழவியல்ல. ஒரு ராக்ஷஸ ஆட்டுக்கல் குழவி. தலை பருத்து இடை ஒடித் தேய்ந்து பள்ளம் வழவழவென்று நிறங்குறைந்து இருந்தது. இதுபோக இன்னும் இரண்டு சாமான்களையும் அவன் கொண்டுவந்து போட்டான். ஒரு மைல் கல். மேல் வளைவு உடைந்து, உடைந்த பகுதி அழுக்குப்படாமல் புதுசாக இருந்தது. இன்னொன்று என்னவோ ஒன்று. இது இரும்பு ஏர் மாதிரி இருந்தது. அதைப் பார்க்கும்போது அதன் கனம் நம் மனசை அழுத்தும். அது ஏதோ ஒரு யந்திரத்தின் உடைந்துபோன உறுப்பு. ரொம்ப விசித்திரமானது. அதை இழுத்துக்கொண்டுதான் வந்தார்கள். எல்லாவற்றையும் கயிற்றால் கட்டி ரொம்ப சிரமப்பட்டுப் பல்லக்குக்குள் தூக்கி

வைத்தார்கள். நான் எழுந்திருந்து அவர்கள் பக்கம் சென்று என் முகம் பார்த்தவனை எதற்கு என்று முகத்தால் கேட்டேன். அதற்கு அவன் ஒரு தினுசாகச் சிரித்தான். அது செவிடனின் சமாளிப்பு மாதிரி இருந்தது. ஆனால் அவன் காது கேட்கிறவன்தான். எனக்குத் தெரிந்தது. எல்லோரும் முண்டாசை உதறினார்கள். அப்போது மாறி மாறி எழுந்த உதறல் சத்தத்தில் யாருக்கு அதிக சத்தம் என்ற போட்டி ஏற்பட்டு ஆங்காரத்துடன் வீசினார்கள். அதில் பல கெட்ட சத்தங்களின் நினைவுகள் அவர்களுக்கு உண்டாகி அதை உறுதிப்படுத்துவதுபோல் முனகல்களும் முகக்கோணல்களும் எழுந்தன. அவர்கள் எல்லோரையும் ஸ்திரீ தாகம் வாட்டி எடுப்பது மாதிரி தோன்றிற்று. அதற்காக அவர்களுடைய சதை அவர்களைக் கிள்ளிக்கொண்டிருப்பது மாதிரி இருந்தது. பல்லக்கு தோள் ஏறிற்று. நித்திய பழக்கம்போல் முன்பின் பிரிந்து கொண்டார்கள். தோள் மாற்ற கட்டைகளும் இருந்தன. அதைப் புழுதி பறக்கப் பொத் பொத்தென்று மண்ணில் ஊன்றிச் சென்றார்கள். நானும் அவர்கள் பாதங்களைப் பார்த்த படி பின்னால் சென்றேன்.

மலைமேல் கோயில் போய்ச் சேரத்தான் புறப்பாடு என்று தோன்றிற்று. ஆனால் எத்தனை படிகள். காரை பெயர்ந்து செங்கல் உடைந்து அகலம் குறைந்த படிகள். நடு நடுவே தங்கி இளைப்பாற ஓடு வேய்ந்த கூரைகள். உடைந்து உதிர்ந்த ஓடுகள். இடையே பனங்கம்புகள். எத்தனையோ தடவை சுற்றிச்சுற்றி வந்திருந்தும் படிக்கட்டின் நுழைவு வாசல் எங்கே என்பது எனக்குத் தெரிந்திருக்க வில்லை. மலையில் ஆங்காங்கு மனித உருவங்கள் அசைந்தன. பெண்களின் சிவப்புப் புடவைகள் வெயிலில் பளபளத்து இங்கும் அங்கும் காட்டுத்தீ போல் தெரிந்தன. நுழைவு வாசல் எனக்குப் புலப்படாமல் போனது ஒரு குறையாக எனக்குப் பட்டது. ஏதோ மனசில் கற்பனை செய்துகொண்டேன். அங்கு ஒரு வளைவும் அதனடியில் யானையும் நிற்கும் என்று தோன்றிற்று. யானையைப் பிச்சையெடுக்கப் பண்ணிக்கொண்டிருப்பான் யானைப்பாகன். பிச்சை எடுக்கிறோம் என்பது யானைக்குத் தெரியாததால் யானை பிச்சையெடுக்கவில்லை என்றும், பிச்சை எடுப்போனும் பிச்சை கொடுப்போனும் ஒரே அம்சம் ஆதலால் யானைப்பாகனும் பிச்சை எடுக்கமுடியாது என்றும் எங்கள் அண்டை வீட்டு வை.மு. சாஸ்திரி சொல்லக்கூடும். சில சமயம் நான் அவரிடம் பேசிக் கொண்டிருப்பேன். இருந்தாலும் இந்தப் பல்லக்குத் தூக்கிகள் நுழைவு வாசலை எப்படி வெளிப்படுத்தப் போகிறார்கள் என்பதில் எனக்கு ஏனோ கணத்திற்குக் கணம் ஆர்வம் பெருகிற்று. அவர்கள் சந்துசந்தாக ஏறி இறங்கிக்கொண்டிருந்தார்கள். புறப்பட்ட இடத்திற்கு இனிமேல் போக முடியாது. நான் சற்றும் எதிர்பாராத கணத்தில் வாசல் பளிச்சென்று முன்னெழும் என்ற எண்ணம் ஏற்பட்டு ஒரு கலவர உணர்ச்சி தோன்றியது.

அவர்கள் கள் நாற்றத்துடன் பேசிக்கொண்டிருந்தார்கள். மேலதிகாரிகளையும் போதனைகளையும் புனிதத்துவத்தையும் எள்ளி நகையாடுவதில் ரொம்பவும் சந்தோஷம் வெளிப்பட்டது. பார அழுத்தத்தால் குரல் அமுங்கி வந்ததால் காற்றை எதிர்த்து மிகுந்த ஆயாசப்பட்டுப் பேசினார்கள். மலையும், பெண்களின் சேலை நிறங்கள் தீ மாதிரியும் மீண்டும் தென்பட ஆரம்பித்தன. தெரிந்த கும்பல் மறைந்து தெரியாத கும்பல் தெரிய ஆரம்பித்தது. பல்லக்குத் தூக்கிகள் முதுகுகளில் வியர்வை துளிர்த்தது. துளிகள் சேர்ந்து வியர்வைக் கோடுகள் இணைந்து கீழ்நோக்கி வேகமாக வழிந்து வேட்டிக்குள் இறங்கின. கனம் தாள முடியாமல் இறக்கக் கேவின அவர்களுடைய அங்கங்கள் என்பது நடையின் தள்ளாட்டத்தில் தெரிந்தது. "முருகா, சோதிக்காதே அய்யா" என்று ஒருவன் கத்தினான். ஒரு முனிவரின் முதுகில் அஸ்திரம் பாய்ந்தபோது வெளிப்பட்டது போல் உருக்கமாக இருந்தது. "வந்தாச்சு, வந்தாச்சு" என்றான் ஒருவன். படக்கென்று ஒரு திரும்பு திரும்பியது பல்லக்கு. ஒரு நுழைவு வாசல் வெளிப்பட்டது. நுழைவு வாசலில் ஒரு குட்டிக் கோவில். என்ன சாமி என்பது தெரியவில்லை. சாஷ்டாங்க நமஸ்காரம் செய்து தான் பார்க்க வேண்டும். குட்டிக் கோவிலிலிருந்து சில கஜ தூரத்தில் ஒரு மண்டபம் தெரிந்தது. சிறுநீர் கழிக்க முட்டிப் போனது மாதிரி அவர்கள் அவசரத்துடன் பொறுமை இழந்து பல்லக்கை இறக்கினார்கள். பல்லக்கை நேர்த்தியாகத் தரைதட்ட வைத்துவிட வேண்டுமென்று ஆசைப்பட்டு முயன்றும் மண்டபத் தரையில் அது இடித்துக்கொண்டு உட்காரும்படி ஆயிற்று. "முருகா, சோதிக்காதே" என்று ஒருவன் கூவினான்.

எதிர்சாரி டீக்கடையிலிருந்து ஒரு ஒல்லி ஆசாமி வெளிப் பட்டான். டீக்கடை வாசலில் கறுப்புப் புதுசீட் பளபளப்பு சைக்கிளை அதன் சீட்டில் பிரியத்துடன் தட்டி முன் தள்ளி உருட்டிக்கொண்டு வந்தான். ஒரு பல்லக்குத்தூக்கி அவனைப் பார்ப்பதைப் பார்த்து, எல்லோரும் திரும்பிப் பார்த்தார்கள். எல்லோரும் தன்னைப் பார்த்துக்கொண்டிருக்கும் கஷ்டத்தினால், இடைவெளி அசிங்கப்பட்டு அழுத்த, அவர்களைக் கவனியாது போல் அவன் பராக்குப் பார்த்துக்கொண்டே வந்தான். வேப்ப மரத்தடியில் சைக்கிளைத் தூக்கி நிற்க வைத்து மீண்டும் சீட்டில் தட்டினான். சைக்கிள் அவனுக்குச் செல்லம். அதைச் செலுத்தித் தீராதவன் அவன். மண்டபத்தின் முன்னால் வந்ததும் முகத்தைத் துடைத்துக்கொண்டான். நல்ல பவித்திரமாக இருந்தான். கனைத்துவிட்டுப் பேச ஆரம்பித்தான்.

"எண்ணைக்கும் சொல்றத இண்ணைக்கும் சொல்றேன். அழுக்கத் தந்து சலவையை வாங்கிக்கிங்க."

“அப்புறம்?”

“முகத்தை வளிச்சிட்டு வாங்க. எச்சிலைத் துப்பாம இருங்க. புட்டியெச் சொறியாதீங்க.”

“அண்ணைக்கு மட்டும்தானா?”

“மகாராஜா வந்து போறவரை . . .”

“மகாராஜாவா?”

“இல்லை பெரியவர். அதுதான் சரி. பெரீஈஈயவர். மாத்தி மாத்திச் சொல்றாங்க. ராஜான்னு சொல்றாங்க. கவர்னர்னுடறாங்க. திவான் டோய் என்கிறாங்க. குளப்பறாங்க. பொதுவாகச் சொல்றேன், பெரியவர்னு . . .”

“பொதுவாகப் பேசினா வம்பில்லே. பெரியவர்னு சொன்னா பெரியவர்தானே? என்னா எடை இருக்கும்?”

தமாஷூக்கு இழுத்து கேலிக்கூத்தாக அடிக்கும் முனைப்புத் தெரிந்தது. சீரழித்துப் பார்க்க ஆசைப்படுவதை உணர்ந்து, பேசியவன் முகத்தைக் கடுகடுப்பாக வைத்துக்கொண்டான்.

“கும்பிடுங்க. கும்பிடறது நல்லது. பவ்வியம். பவ்வியம். ரொம்ப முக்யம். முதுகை வளைச்சு வாயைப் பொத்தி . . .”

“வாயைப் பொத்தி முதுகை வளைச்சு . . . முதுகை ஒடிச்சு . . .”

“பெரியவர் பல்லக்கிலே ஏறிக்கிறார் . . .”

“விதானத்தைத் தூக்கணும்னு சொன்னீங்க . .?”

“உட்கார்ந்து நகர முடியுமானு பாக்க, அசைவும் நடமாட்டமும் பாத்துவர, முந்திவர ஊருக்குப் போயிருக்காங்க. வந்தாத் தெரியும்.”

“என்னப்பா . . . முருகா . . . பழனியாண்டவா . . .”

“முருகான்னு கூப்பிட வேண்டாம். இப்பொ இல்லை. பெரியவர் முன்னாடி. சுப்ரஹ்மண்யா . . . சுப்ரஹ்மண்யா அப்படீன்னு . . .”

“ரொம்பக் கஷ்டம் . . . சோதிக்காதீங்க . . .”

“கஷ்டமில்லை. பழகணும். பழகினா நாக்கு வளையும். உடம்பும் அப்படித்தான். மனசும் அப்படித்தான். புத்தியும் அப்படித்தான் . . .”

“சரி, அப்புறம்?”

“சொன்னதைச் சொன்னதைச் சொல்லச் சொல்றீங்க.”

"கேட்டதைக் கேக்கறதுக்கு சுகமா இருக்கு . . ."

"பல்லக்குத் தோளை அழுத்தறதுன்னா வழக்கம்போல ஆய்ஊய்னு கத்தப்புடாது. பெரியவருக்கு சத்தம் ஆகாது. இறக்கணும்னா, 'வள்ளி வந்தாச்சு'ன்னு சொல்லுங்க. மறு பக்கத்துக்காரங்களுக்கும் சரீனுபட்டுதுனா, அவங்க,'அதுக்கென்ன தெய்வானையும் வந்தாச்சே' அப்படீன்னு சொல்லணும். இறக்கி தோள் ஆத்திக்கிடலாம். இறக்கிப்புட்டு எப்பவும் செய்யறாப்லே பல்லக்குக்குள்ளே எட்டிப் பாக்கப்படாது. வேர்வையை கட்டை விரலாலே வழிக்கப்படாது . . ."

"அண்ணைக்கு மட்டும் தானே ?"

"அவரு எண்ணைக்கு வாறார்னு தெரியலே."

"அப்படீன்னா எண்ணைக்கும் இதே வேலையா ?"

"ஆயுள் பரியந்தம் செய்யணும்னாலும் செய்யவேண்டியது தான். இது இல்லைன்னாலும் இது மாதிரி இன்னொண்ணத் தான் செய்யவேண்டியிருக்கு. பழகிக்கிட்டா எல்லாம் சுலபமாகத் தெரியும். பழக்கம் விட்டுப்போனா உடம்பு வலி எடுக்கும் . . ."

அவன் மண்டபத்திலிருந்து இறங்கி வேகமாகப் படியேறினான். குழந்தைபோல் அனாயாசமாய் ஏறினான். சுமார் இருபது இருபத்தைந்து படிகள் ஏறியபின் சடேரென்று பின்னால் திரும்பினான். பல்லக்குத் தூக்கிகள் அவனைப் பார்த்துச் சிரித்தபடி நின்றுகொண்டிருந்தார்கள். அவன் முகத்தில் கடுகடுப்புடன் அவர்களை வெறித்தான்.

"ஐயா, ஐயா" என்று கத்தியபடி ஒருவன் டீக்கடை வாசலிலிருந்து வந்தான். அவன் கையில் செய்திப் பத்திரிகை ஒன்று படபடத்துக்கொண்டிருந்தது. சாக்கடையில் விழுந்த ஒன்றை இருவிரல்களால் ஓரம் பிடித்துத் தூக்கிவருவது மாதிரித் தூக்கி வந்தான். படியேறி மேலே சென்றான். அவன் அருகில் சென்று, பத்திரிகையை அப்படியும் இப்படியும் திருப்பி ஒரு இடத்தை விரல்சுட்டிக் காட்டினான். அவன் செய்தித்தாளைக் கையில் வாங்காமல் கண்ணோட்டம் விட்டான்.

"என்ன விஷயம் ?" என்று கேட்டார்கள் பல்லக்குத் தூக்கிகள்.

"ஒண்ணுமில்லே. பெரியவர் யாத்திரை ரத்தாகியிருக்குன்னு போட்டிருக்காங்க."

"விடிஞ்சுதுடா அப்பா, முருகா, என் அய்யனே !"

கீழே சளசளவென்று பேச்சு ஆரம்பமாயிற்று.

“இதாப் பாருங்க. நமக்கு அதிகாரபூர்வமாத் தெரிவிக்கலே. தூக்குங்க.”

எல்லோரும் தயங்கியவாறு நின்றார்கள். “பழக்கம் விட்டுப் போச்சுன்னா உங்களுக்குத்தான் கஷ்டம். நாளைக்கே வாறார்டா அப்படீனு மாத்திச் சொல்லுவாங்க. நாம நம்ம வேலையைச் செய்துக்கிட்டே இருக்கணும்.”

“அந்தக் கலப்பையை மட்டும் தூக்கி வெளியிலே வச்சுடலாமா? அளுத்துது.”

“இருந்துட்டுப் போவுது. ஜாஸ்தி தூக்கிப் பளகறது பின்னாலே ஏந்தல்.”

“வழக்கம் போல முருகானு கூப்பிடறோமே . . .”

“உங்க இஷ்டம்.”

“முருகா முருகா” என்று கத்தியபடி பல்லக்கைத் தூக்கித் தோளில் வைத்துக்கொண்டார்கள். வெயில் உச்சியில் ஏறி இருந்தது.

***ஞானரதம்*, 1973**

வாசனை

*சாம்பசிவன் தன் மனைவி லலிதாவுடன்
அந்தப் புண்ணிய ஸ்தலம் வந்து சேர்ந்தபோது
காலை வெயில் உக்ரம்கொள்ள ஆரம்பித்திருந்தது.
அவர்கள் அதிகாலையில் சேர இருந்ததை எண்ணி
வந்தவர்கள். வாகனங்கள் ஏமாற்றிப் பிந்திப்போனதில்
அலுப்படைந்து, வேறு பல அசௌகரியங்களையும்
வழி நெடுக வார்த்தையாடி மனதில் உப்பவைத்து
வந்து சேர்ந்தனர். ரயிலிலிருந்து வெளிப்பட்டது
தப்பித்து விரையக் குதிப்பது போலிருந்தது.*

*எதிர் வெயிலில் உடல் முன் சரிய, ஒருவர்
முகம் ஒருவர் பாராமல் துரிதமாக நடந்தனர்.
ஆடைகள் வேர்வையில் நனைந்து முதுகில்
ஒட்டிப் பிசுபிசுத்து வெறுப்பூட்டிற்று. கோயிலில்
அப்பொழுது நடை சாத்தியிருக்கக்கூடும்.
இருந்தாலும் வெளிப் பிரகாரத்தில் விச்ராந்தியாய்ச்
சுற்றி மண்டபத்தில் படுத்துப் பேசி கடற்காற்றில்
இளைப்பாறலாம் என்பதை ஓரிரு வார்த்தைகள்
விட்டுக்கொண்டதிலேயே அவர்கள் மனதில்
சுகந்தரும் காட்சிகள் விரிந்தன. ஓட்டல் அறை
ஒன்றை அமர்த்தி, குளித்துப் புதுசு உடுத்திக் கொண்டு
கிளம்பியபோது பார்ப்போர் இஷ்டப்படும்படி
இருவரும் இருக்கிறோம் என்ற எண்ணமும்,
பரஸ்பரம் பிரியமும் அதனால் ஒரு மிதப்புணர்ச்சியும்
ஏற்பட்டன.*

*லலிதா மாடிப்படிகளில் நாகரிகப் பாங்காக
இறங்க ஆரம்பித்தாள். சாம்பசிவனின் அடிகள்
அவளுடைய அசைவுகளுக்கு அனுசரணைப்படாமல்*

வேறுபட்டு லலிதாவின் கற்பனையை உறுத்திற்று. பூண் கட்டிய அவன் ஊன்றுகோல் வெற்று மரப்பலகைப் படிகளில் மிகையாக சப்தித்தது அவளுக்கு மனக்கூச்சம் உண்டாக்கிற்று. லலிதாவின் உணர்ச்சி இதனால் பாதிக்கப்பட்டு, கீழே நிற்காத பலர் அவளைப் பார்த்துப் பரிதாபம் கொள்வது போல் மனக்காட்சிகள் விரிய தன்னிரக்கம் கொண்டாள். இக்கற்பனை மறுகணம் கலையவும் விபத்தில் ஊனமாகிவிட்ட கணவனுக்கு சிச்ருஷை செய்து நலியும் திரைப்பட நாயகியாகத் தன்னை பாவனை செய்துகொண்டாள். இப்போது பலர் சேர நின்று அவர்களைப் பார்க்கவேண்டும் என்று அவளுக்குத் தோன்றியது. நிகழவிருக்கும் விபத்தைத் தடுக்க ஜாக்கிரதை கொள்வதுபோல் அவன் அருகில் அவள் நெருங்கிக்கொண்டாள். தன்னுணர்வின்றி அவளிடம் ஒரு புன்சிரிப்பு வெளிப்பட்டது. சாம்பசிவன் இதை கவனித்ததும், எதற்கு என்ற அர்த்தத்தில் "ம்?" என்று கேட்க, "ஒண்ணுமில்லை" என்றாள். அவன், "எதற்குன்னே தெரியாத சந்தோஷமா? நான் தேடறது உனக்குக் கிடைச்சுட்டுதா?" என்றான். லலிதா சிரித்தாள். மிதப்பும், திரைப்பட உணர்வுகளும் அவள் மனதில் குழம்பி, போலி சந்தோஷத்தை அளித்தன.

வெளியே வெயிலின் பிரகாசமும், உஷ்ணக் காற்றும் சகிக்க முடியாமல் இருந்தது. அந்த அக்கிரகாரம், கோயிலின் புதுபிராபல்யத்தில் கடைத்தெருவாய் மாற்றமடைந்து, சொற்ப வீடுகளே மிஞ்சியிருந்தன. அங்கு குடும்பக் காட்சிகள் வியாபாரச் சந்தடியில் குழம்பிக்கொண்டிருந்தன. கடையோரச் சிறு நிழல்களில் ஆண்கள் கூடி அரசியல் கத்திக்கொண்டிருந்தனர். எளிய வீடுகள்முன் போடப்பட்டிருந்த கோலங்களை முரட்டுப் பாதங்கள் மிதித்துச் சிதைத்திருந்தன.

உடம்பில் படாமல் கீழ் மட்டத்தில் அடித்துக்கொண்டிருந்த உஷ்ணக்காற்று புழுதி சுருட்டிக் குப்பைகளைச் சிதறத் தள்ளிக் கொண்டிருந்தது. மறுகாற்றுக்குக் குப்பைகள் மீண்டும் மேலெழுந்து பறந்தன. நின்று, தெருவின் இருபக்கமும் பார்த்துவிட்டு, சாம்பசிவன் தன் அசைவுகளைத் துரிதமாக்க ஆரம்பித்தான். அவன் கைக்கழி அவன் முன் குத்திப் புழுதி கிளறிப் பின்னகர்ந்து அவனை முன் பக்கம் நகர்த்திற்று. இரு கைகளும் கைத்தடி பிடித்திருக்க, அடி வயிற்றை அதன் மேல் சாய்த்து உன்னி அவன் சென்றுகொண்டிருந்தான். "எத்தனை மைல் வேணும்னாலும் இப்படியே போகலாம். ஒண்ணும் சிரமம் இல்லை" என்று அவன் லலிதாவிடம் சொல்லியிருக்கிறான். கூடாது என்று எப்பொழுதும்போல் நினைத்துக்கொண்ட போதே, அன்றும் அவள் பார்வை அவன் பதித்துச்செல்லும் ஒற்றை அடிச்சுவட்டில் பதிந்தது. தனக்கும் தன் கணவனுக்குமான இடைவெளி விரியப்

பயப்படுவதுபோல் தன் வேகத்தை அனுசரணைப்படுத்திப் பின்னால் நகர்ந்துகொண்டிருந்தாள். அவள் தலை மயிர் ஈரம் காய காற்றில் பறந்தது. குங்குமத்தின் சில சிதறல்கள் அவள் புருவத்தின் மேல்பக்கமும் மூக்கின் நுனியிலும் உதிர்ந்திருந்தன. மங்கல உணர்வையும், ஆலிங்கனம் செய்துகொள்ள வேண்டும் என்ற ஆசையையும் பார்ப்போருக்கு எழுப்பும் விதமாய் அவள் தோற்றம் இருந்தது.

"பாப்பாத்தி, வாடீ ராஜாத்தி."

ஒரு காட்டு மிருகத்தின் சப்தம்போல் மற்ற இரைச்சலினின்று தூக்கலாயும் கரகரத்தும் அவ்வார்த்தைகள் சாம்பசிவன் காதில் விழுந்தன.

சாம்பசிவனின் அசைவு நின்றுபோக, அவன் பக்கவாட்டில் பார்த்தான்.

"பாப்பாத்தி, வாடீ ராஜாத்தி."

குரல் கீழ் ஸ்தாயியில் இறங்கி, இம்முறை அதில் இளப்பமும் கொஞ்சலும் கலந்திருந்தது.

டீக்கடை முன் அந்த ஆசாமி நின்றுகொண்டிருந்தான். நாலைந்து சிறுவர்கள் அவன் முன்னால் சிதறியிருந்தனர். மொட்டைக் கைகளை அந்தரத்தில் அசைத்து, பார்வைக்குப் புலனாகாமல் பறக்கும் ஈக்களைச் சாகடிப்பதுபோல் அவன் கைகள் சேர்த்துத் தட்டிக்கொண்டிருந்தான். நாசித்துவாரம் சிதைந்து வாய் மடையில் வழிந்திருந்தது. முகத்தில் பல இடங்களில் இளஞ்சிவப்பு நிறத்தில் ஈரத் தொளைகள் தெரிவதுபோல் தோன்றிற்று. பாதங்கள் வீங்கி அழுகிக்கொண்டிருந்தன. கட்டுப் போட்டுச் சுற்றியிருந்த துணியில் சீழ் பட்டுக் கறை படிந்திருந்தது. கால் விரல்கள் திருகி ஒன்றின் மேல் ஒன்று ஏறிக்கொண்டிருந்தன. கழுத்தில் அழுக்குக் கயிற்றில் தொங்கிய தகரக் குவளை விலாவுக்கும் தொப்புளுக்கும் ஆடிக்கொண்டிருந்தது.

சாம்பசிவத்தின் பார்வையைச் சந்தித்ததும் ஓர் இயந்திரத்தின் முடுக்கல்போல் அவன் சிரித்தான். அச்சிரிப்பு வெட்கம் கெட்டதாய், பரிகாசமாய் எடுத்துக்கொள்ளும்படி இருந்தது.

சாம்பசிவனின் கவனம் லலிதா பக்கம் திரும்பியது. அவன் நின்றபோது அவள் கால்களும் நின்றுபோயிருந்தன. அவள் மனம் அந்தப் பிராந்தியத்தில் இல்லை. அவள் பார்வை கோயில் வாசலில் நுழைவோர் மீது படிந்திருந்தது. லலிதாவின் கவனமின்மை சாம்பசிவனுக்கு ஆறுதல் அளித்தது. நின்றதற்குச் சாக்குப்போல் கோபுரத்தைக் காட்டி, "நியான் போட்டுக்

கெடுத்துவிட்டார்கள்" என்று தேசலாகச் சொல்லிவிட்டுப் புறப்பட்டான். தன் அங்கஹீனத்தை அவன் பயன்படுத்திக் கொண்டதாக சாம்பசிவன் மனதுக்குப்பட்டது. எதற்கு என்பது யோசித்துப் பார்த்தும் அவனுக்குப் பிடிபடவில்லை. லலிதா காதில் விழுந்திருந்தால் அருவருப்பு ஏற்பட்டிருக்கும். அப்படி அவள் காதிலும் விழுந்திருந்தால் என்ன செய்ய முடியும் என்று அவன் யோசித்துப் பார்த்தான். கெட்ட வார்த்தைகளில் தன்னால் அவனை மிஞ்சமுடியும் என்று எண்ண இடமில்லை. மேலும் கெட்ட வார்த்தைகளை ஒன்றின்பின் ஒன்றாய் தடங்கல் இல்லாமலும் விஷ ஊசி போலவும் அக்ஷர சுத்தமாயும் பயன்படுத்தச் சிறுவயதிலேயே பயிற்சி பெற்றிருந்தால்தான் முடியும் என்று அவனுக்குப்பட்டது. அப்படியே சொல்ல முயன்றாலும் கூட தன் உச்சரிப்புகள் தன்னையே நாண வைக்கும் என்று தோன்றியது. தான் மறைத்து வைத்திருந்த வார்த்தைகளை ஏக காலத்தில் லலிதா கேட்க நேர்ந்து தரக்குறைவாய்த் தன்னை எண்ணிவிடுவது அவனைச் சங்கடப்படுத்தும். தான் ஊர்விட்டுப் போவதற்குள், அந்தப் பிச்சைக்காரன் தன்னை மீண்டும் ஒருமுறை அவன்முன் வெளிப்படுத்திக்கொள்வான் என்று சாம்பசிவனுக்கு உறுதியாய்ப்பட்டது. அவ்வாறு நிகழ்ந்தால் மனங்கூசி ஒதுங்காமல் தைரியமாய் அதைச் சமாளிக்க வேண்டும் என்று அவன் நினைத்தான். லலிதா தன்னுடன் இருப்பது சாம்பசிவனுக்கு இடையூறாய்ப்பட்டது. லலிதா மீது வைத்திருக்கும் பிரியத்தை வெளிப்படுத்தவும், அவள் உள்ளூர சந்தேகப்பட்டுக்கொண்டிருப்பதற்கு நேர் மாறாக, நெருக்கடி ஏற்பட்டால் அவனால் அவளுக்குப் போதிய பாதுகாப்புத் தர இயலும் என்பதை நிரூபிக்கவும் இச்சந்தர்ப்பத்தைப் பயன்படுத்திக் கொள்ளலாம் என்ற யோசனை அவனுள் மூண்டது.

லலிதா எத்தனை பிரியத்துடன் தன்மீது ஒட்டிக்கொண்டிருக்கிறாள் என்பதை சாம்பசிவன் நினைக்க ஆரம்பித்திருந்தான். மன ஒதுக்கம் என்பதே அவளிடம் இல்லை. அதுபோல் இறுக்கமாக அவள்மீது கவிய அவனால் முடியவில்லைதான். அவள் இயல்புக்குத் தன் குணம் சமமாய் அமையவில்லை என்று அவனுக்குப்பட்டது. "வார்த்தைகளில் வெளிப்படுத்தத் தெரியவில்லையே தவிர மற்றபடி லலிதா . . . மற்றபடி . . ." என்று சில சமயம் அவளிடம் அவன் இழுப்பான். "சரி, சரி. யாரு இல்லைனு சொன்னா இப்போ . . ." என்று அடக்குவாள் அவள். அது சாதாரண சரியாகவும் இருக்கும். பிரியமாகவும் தெரியும். கேலி மாதிரியும் அர்த்தம் கொடுக்கும். லலிதா தன் மீது கொண்டுள்ள பிரியம் உடல் உறவை மையமாக வைத்து வேர்விட்டு வேறுபல மையங்களைக் கிளை வீசி இணைத்துக் கொண்டுள்ளதாக சாம்பசிவன் எண்ணினான். அவளுடைய வேட்கை மிகுதியானது

என்பதைவிடவும் குருட்டுத்தனமான வெறி என்பதில் அவனுக்குத் திருட்டு சந்தோஷமுண்டு. உடலுறவு கொள்ளும்போது பின்னால் நினைத்துக் கூசும்படி அவளிடம் உணர்ச்சியின் கற்பனைகள் வெடிக்கும். அதிகாலைகளில் அவள்மீது வெட்கம் பல சமயம் கவிந்திருக்கும் என்றாலும் வாய்விட்டு எதுவும் பிரஸ்தாபித்து அவளை அவன் நாண அடித்தது கிடையாது. இது தன்னை ஒத்த கனவானின் இயல்பு என்று அவன் மனதில் கூறிக்கொண்டாலும், உண்மையான காரணம் அதைப்பற்றி பிரஸ்தாபித்தால் அவள் வெட்கம் அடைந்து காதல் விளையாட்டில் தன் உணர்ச்சியைத் தணித்துக்கொண்டு விடுவாளோ என்ற பயம்தான். இவ்வளவு ஆசைகளுக்கும் நடுவில் லலிதாவால் தன் உடற் குறையை மிச்சமின்றி விழுங்கவும் முடியவில்லை என்பதும் சாம்பசிவனுக்குத் தெரிந்திருந்தது. இருவரும் ஒன்றாகத் தெருவில் நடக்கிறபோது (இது போன்ற சந்தர்ப்பங்கள் உருவாவதற்கு முன்னாலேயே லலிதா சாதுரியமாகக் கலைத்துவிடுவதுண்டு) தன் குறையைக் கவனிக்கும் பார்வைகளைத் தவிர்ப்பதற்காகத்தான் அவள் தூரத்தில் பார்வை குத்தி விறைப்புற்றுச் செல்கிறாள் என்பதும் அவனுக்குத் தெரியும்.

சாம்பசிவனை ஒரு விசித்திரப் பிறவி என்று கற்பனை செய்துகொள்ள லலிதாவுக்குப் பிடித்திருந்தது. வேறு யாருக்கும் அடங்காத அவன் தன் மந்திரத்துக்குக் கட்டுண்டு கிடப்பதாக எண்ணம் கொள்வாள். சாம்பசிவனைப்பற்றித் தன் தாயாரிடம் "இரண்டு ஜென்மம் அதுகூட வாழ்ந்தாலும் இன்ன சமயத்தில் அதுக்கு இன்ன மாதிரி மூளை வேலை செய்யும்னு கண்டுக்கவே முடியாதம்மா . . ." என்பாள். இவ்வார்த்தைகளை அப்படியே வெள்ளையாக எடுத்துக்கொண்டு அவள் தாயார் அலுத்துப் பேசும்போது அவளுக்கு உள்ளூர ஒரு சந்தோஷம் கிளம்பும். இதுபோன்ற மன விளையாட்டுகளில் ஈடுபடும் நாட்களாகவே லலிதாவுக்கு வந்துகொண்டிருந்தன என்பதில்லை. சாம்பசிவன் சிறுகச் சிறுக பல மன மாற்றங்களுக்கு உட்பட்டுக்கொண்டிருந்தான். அவனது ஆசையும் கவனமும் ஆத்மீகப் பாதையில் திரும்பிக் கொண்டிருந்தன. பிரம்மச்சரிய நெறியை மிகுந்த வைராக்கியத்தோடு அவன் பின்பற்றினான். இதில் சில சறுக்கல்கள் அவ்வப்போது ஏற்பட்டுப்போயின என்றாலும் அவன் வயதுக்கு அவன் கொண்டிருந்த வைராக்கியங்கள் சாதாரணமானவை என்று சொல்லமுடியாது. இதற்கு அனுசரணையாக வேறு பல மனப் பயிற்சிகளும் உடல் அப்பியாசங்களும் அவன் அன்றாட வாழ்வில் இடம்பெற்று நீண்ட நேரங்களை விழுங்கிக்கொண்டிருந்தன. வீட்டில் தனது ஆத்மீகப் பயிற்சிகளுக்கென மேலும் ஒரு தனி அறை ஒதுக்கிக்கொண்டான். லலிதாவுக்கு அவ்வறையில் பிரவேசனம் கிடையாது என்பது வழக்கத்தில் ஆகியிருந்தது. அவனுடைய ஆத்மீக விசாரம் அவனை முழுசாக ஸ்வீகரித்துக்கொண்டு

தன்னை ஒதுக்கிவிடுமோ என்ற உள்பயம் அவளுக்குத் தட்ட ஆரம்பித்திருந்தது. முதல் குறைப் பிரசவத்துக்குப்பின் அவள் கருவுறவில்லை. "மாசா மாசம் போய் உக்காந்துக்கோ பெத்தேனே பெண்ணை" என்று அவளையே முழுப் பொறுப்பாக்கி அவள் அம்மா நெஞ்சில் தட்டிக்கொள்வாள். அவனுடைய ஆத்மீக வாழ்க்கைபற்றி சிலசமயம் சாம்பசிவனே அவளிடம் மறைமுகமாக அபிப்பிராயம் ஆராய்வான். "உங்க குடும்பத்துக்கு இது புதுசா? பெரிய அண்ணா உங்களை 'இருகிளை வாரிஸு' அப்டீனு சொல்வாராமே" என்பாள் லலிதா.

பெரிய அண்ணா என்று லலிதா குறிப்பிட்டது அவளுடைய மாமனாரை. தெரிந்தவர்கள் எல்லோருக்கும் அவர் பெயர், வித்தியாசம் இல்லாமல், அதுதான். எஸ்.எஸ். அய்யர் என்பது தஸ்தாவேஜுக்களில் இடம்பெற்றிருந்ததோ என்னவோ – ஊரில் தனி கவுரவமும் வித்தியாசமான வாழ்க்கை முறைகளும் பெற்றுப் புகழடைந்த குடும்பம் அது. நிலபுலன்கள் இருந்தன. ஆனால் இரண்டு தலைமுறைகளில் அவர்கள் வீட்டில் யாரும் லௌகீகம் பார்க்கவில்லை. விளைந்துவந்தவரையிலும் சரிதான் என்று விட்டிருந்தார்கள். இந்தக் குடும்பத்தில் தலைமுறைக்கு ஒருவர் சந்நியாசியாகச் சென்றுகொண்டிருந்தார்களாம். பெரிய அண்ணாவின் தகப்பனார் கணபதி அய்யர் தனது நாற்பதாவது வயதில் ஞானவாழ்க்கை தேடி வடக்கேசென்றுவிட்டார். பின்னால் அவரை உறவினர் யாரும் பார்க்கவில்லை. அவரைப் பற்றி யாரோ எழுதிய ஆங்கிலப் புத்தகத்தையும் அதனுள்ளே பழுப்பேறிய ஆர்ட் தாளில் அவர் படத்தையும் லலிதா சாம்பசிவனின் புத்தக அலமாரியில் பார்த்திருக்கிறாள். பெரிய அண்ணா தன் வாழ்நாளின் சத்தான பகுதியைப் பூராவும் காந்தியடிகளைப் பின்பற்றிச் செலவழித்தவர். அவர் குடும்பம் கைதுசெய்து அழைத்துச் செல்லப்படுவதை லலிதா தன் வீட்டில் சாத்தப்பட்ட வாசல் கதவுக்குப் பக்கத்திலுள்ள ஜன்னல் வழி பார்த்திருக்கிறாள்.

பெரிய அண்ணாவின் குடும்பம் தெருக்காரர்களின் மானசீக ஒதுக்குதல்களுக்கு ஆளாகியிருந்தாலும் லலிதாவின் சிறுவயது நினைவுகளில் இக்குடும்பம் விசேஷக் கவர்ச்சி பெற்றிருந்தது. அவளுக்கு அந்த வீட்டுக்காரர்கள் பேரில் ரொம்பவும் ஆசையாக இருந்தது. அவர் குடும்பத்தைச்சுற்றி நடைபெறும் நிகழ்ச்சிகளிலும், அவர்கள் ஒருவருக்கொருவர் கொண்டிருந்த உறவுகளிலும், அந்த வீட்டின் பகுதிகள் மீதும் அவளுக்கு ஆசையாக இருந்தது. பெரிய அண்ணா வீட்டில்தான் லலிதா அத்தனை பெரிய புத்தக அலமாரியைப் பார்த்தாள். படித்துப் படித்து அவர்கள் வீட்டில் எல்லோரும் – மாமியைத் தவிர – சிறுவயதிலேயே குருடாகிவிடுவார்கள் என்று அவள் நினைத்திருந்தாள். பின்னால்,

சாம்பசிவன் அவளை மணந்துகொண்ட பின், அவனுக்குத் தெரியாத – மறைந்துபோயிருந்த – அவன் குடும்பக் காட்சிகளையும் விஷயங்களையும் செய்திகளையும் அவள் நினைவுறுத்தி யிருக்கிறாள். பல காட்சிகளை நடித்தும் காட்டியிருக்கிறாள். பெரிய அண்ணா சிறுவயதில் விதவையாகி விட்ட தன் தங்கை ஜானகியை மேல்படிப்பு படிக்கவைத்துத் தன் கிறிஸ்தவ நண்பருக்குக் கல்யாணம் செய்துவைத்திருந்தார். அவர்கள் இருவரும் திருச்சியில் கல்லூரியில் ஆசிரியர்களாக வேலை பார்த்தனர். விடுமுறை நாட்களில் சாம்பசிவனின் ஜானகி அத்தை அவர்களுடைய காரை அவளே ஓட்டியபடி பெரிய அண்ணாவின் வீட்டுவாசலில் வந்து இறங்குகிறபோது, கூடி வேடிக்கை பார்க்கும் குழந்தைகளில் லலிதாவும் நின்றிருக்கிறாள். ஜானகி மாமியின் உடற்கட்டும், தோற்றமும், காரிலிருந்து திண்ணைக்கு இறக்கப்படும் பெட்டிகளும், தலையணை உறைகளும், மாமியின் கைப்பையும், செருப்பும், சங்கிலி தொங்கும் தண்ணீர்ப் புட்டியும் – ஒவ்வொன்றுமே – லலிதாவிடம் விவரிக்க முடியாத கனவுகளை விரிக்கும். வராண்டாவிலும் நடுக் கூடத்தின் வாசலிலும் குழந்தைகளின் அடைசல் பெரிய இம்சையாகிப் போகிறபோது, உள்ளே இருந்து யாராவது வந்து "போயுட்டு அப்புறமா வாங்கோ" என்று குழந்தைகளை வெளியே நகர்த்தி விடுவார்கள். தான் பார்த்ததை எல்லாம் தாயாரிடம் சொல்ல லலிதா ஓடிப்போவாள். அவள் சொல்ல ஆரம்பித்ததுமே, "போகச் சொல்லு அந்த முண்டையை" என்பாள் லலிதாவின் தாயார். அப்போது தன் தாயாரின் முகம் வெளிப்படுத்திய வெறுப்பையும் வலிப்பையும் லலிதா சாம்பசிவனிடம் நடித்திருக் கிறாள். அதைப் பார்த்து அவன் கடகடவென்று சிரிக்கிறபோது நிஷ்களங்கமான அவன் குணத்திற்காக அவனை அங்கேயே அணைத்துக்கொள்ள அவள் மனதில் ஆசை எழும். நாவிதன் ராமசாமியை பெரிய அண்ணா 'வாங்க, போங்க' என பன்மையில் அழைத்துப் பேசுவதை ஊர்க்காரர்கள் கேலி செய்து பேசுவார்கள். வெற்றிலைப் பெட்டியை அவனுக்கு முன்னால் நகர்த்துவாராம் பெரிய அண்ணா. பெரிய அண்ணாவின் தம்பி சின்னண்ணா தன் தகப்பனாரைப் பின்பற்றி, மேலும் சற்றுத் தீவிரமாக, கல்யாணத்திற்கு முன்பே புதுச்சேரி சென்று அரவிந்த யோகியுடன் இணைந்துகொண்டார். அப்போது சாம்பசிவன் சிறு குழந்தை. சாம்பசிவன் கல்லூரியில் படித்துக்கொண்டிருந்தபோது அவனுக்கும் சின்ன அண்ணாவுக்கும் விட்டுப்போயிருந்த தொடர்பு கடிதம் மூலம் புதுத் துவக்கம் கொண்டது. அவ்வப்போது சின்ன அண்ணா அனுப்பி வைத்த புத்தகங்களும் அவனுக்குத் தபாலில் வந்தன. நாள் செல்லச் செல்ல சாம்பசிவனின் ஈடுபாடு ஆத்மீகத் துறையில் வளர்ந்துவிடவே, சிவராத்திரிதோறும் அரவிந்தர் தரிசனத்துக்கு அவன் புதுச்சேரி போய் வந்தான். ஊர் திரும்பியதும்

சாம்பசிவனிடம், "சித்தப்பாவைப் பார்த்தேளா?" என்று லலிதா கேட்பாள். "இப்போ அவர் எனக்கு சித்தப்பா இல்லேடீ, அசடே" என்று அவன் பதில் சொல்வான். "நான் உன் புருஷன் இல்லேடீ அசடே அப்டீனு என்கிட்டேச் சொல்லக் கத்துத் தந்தாரா?" என்று லலிதா தொடர்ந்து கேட்பாள். அதற்கு அவன், "இது கத்துத் தெரிஞ்சுக்கற சமாசாரம் இல்லேடீ அசடே" என்பான்.

சுதந்திரம் கிடைப்பதற்கு முன்னரே ஓய்ந்து வீட்டோடு ஒதுங்கிவிட்டார் பெரிய அண்ணா. வயோதிகம் கவிந்து உடல் கட்டுவிட்டு ஆட்டம் கண்டிருந்தது. ஒருநாள், வாடிக்கைப் பாலைப் பித்தளைச் செம்பில் வாழை இலைபோட்டு மூடி எடுத்துக்கொண்டு லலிதா பெரிய அண்ணா வீட்டுக்குப் போனாள். ஹாலில் நுழைய முடியாதபடி வழிமறித்து உட்கார்ந்த படி சீட்டுக் கச்சேரி நடந்துகொண்டிருந்தது. பெரிய அண்ணாவும் மூத்த மாட்டுப்பெண் சுசியும் ஒரு கட்சியாகவும், மூத்த பிள்ளையும் கடைசிப் பெண்ணும் மறு கட்சியாகவும் ஆடிக்கொண்டிருந்தனர். தைலம் பூசியிருந்த தன் காலை நீட்டி வைத்துக்கொண்டிருந்தார் பெரிய அண்ணா. மாட்டுப் பெண்ணைச் சமமாக உட்கார வைத்துச் சீட்டு விளையாடும் பெரிய அண்ணா மீது லலிதாவுக்கு மிதமிஞ்சிய பிரியம் கவிந்து அவருக்குப் பணிவிடை செய்வதில் தன்னைப் புகுத்திக்கொள்ள வேண்டும் என்று தோன்ற ஆரம்பித்தது. சாம்பசிவன் ஊஞ்சலில் கவிழ்ந்து படுத்தபடி புத்தகம் படித்துக்கொண்டிருந்தான். அவன் வலது கால் வேஷ்டிக்கு வெளியில் தெரிந்தது. கால் சூம்பியிருந்தது. மற்ற இடங்களைவிடவும் அது பெரிய மறுபோல் கறுத்தும், சொரசொரப்பாகவும் ரோமம் படர்ந்தும் இருந்தது. பாதம் குறுகி சிறு குழந்தையுடையது போலிருந்தது. அவள் வந்து நின்றுகொண்டிருந்தது யாருடைய பார்வையிலும் விழவில்லை, அப்படியே நின்றுகொண்டிருக்கத்தான் அவளுக்கும் ஆசையாக இருந்தது. தன் கற்பனையில் பெரிய அண்ணாவின் பிள்ளையும் மாட்டுப்பெண்ணையும் தள்ளிவிட்டு, தன்னையும் சாம்பசிவனையும் அந்த இடங்களில் இருத்தி அவள் பார்த்துக்கொண்டிருந்தாள். அவள் பெரிய அண்ணா கட்சி. அவளுடைய இறக்கம் ஒன்று வெகு வாய்ப்பாக அமைந்து போக, "சபாஷ்டீ பெண்ணே, இந்தப் பயலைத் தொலச்சுப்புடறேன்" என்று அவர் சாம்பசிவனைப் பார்த்துக் கத்துகிறார். சாம்பசிவனை அடைந்து விட வேண்டும் என்று தான் முடிவுசெய்தது அநேகமாக அந்த நிமிஷமாகத்தான் இருக்கும் எனப் பின்னால் லலிதா நினைத்துக்கொள்வதுண்டு.

சாம்பசிவனும் லலிதாவும் கோயிலிலிருந்து திரும்பி வந்துகொண்டிருந்தனர். சாம்பசிவனுக்கு அவசியமில்லாமல் அந்தப் பிச்சைக்காரன் நினைவாகவே இருந்தது. அவன் மீண்டும்

தன் முன் எதிர்ப்படப் போகிற இடத்தையும் நிமிஷத்தையும் எதிர்பார்த்துக்கொண்டே வந்தான். அவன் மனம் வெளிப் பிரக்ஞை குறைந்து உறைந்துபோயிருந்தது. லலிதா மிகவும் நெகிழ்வாகவும் கலகலப்புடனும் இருந்தாள். நிறையப் பேச ஆசைப்பட்டு சிறு விஷயங்களை விரித்தும் நீட்டிக்கொண்டும் இருந்தாள். நீடித்த குடும்ப வாழ்க்கை தனக்கு அளிக்கப்பட வேண்டுமென்ற பிரார்த்தனையை தெய்வ சந்நிதியில் சமர்ப்பித்த பின், தன் மனச்சுமையைச் சேரவேண்டிய இடத்திற்குத் தள்ளி விட்டோம் என்ற நிம்மதியில் அவள் இலேசாகியிருந்தாள். சாம்பசிவனுக்குக் காதில் ஏதோ சத்தம் விழுந்துகொண்டிருந்ததே தவிர, அதன் பொருளை கிரகித்துக்கொள்ள அவன் மனம் ஒத்துழைக்கவில்லை. தன் கவனக்குறைவு பட்டவர்த்தனமாகாத படி, அவள் பேசி நிறுத்தும்போதெல்லாம், “சரிதான்”; “நீ சொல்வது ரொம்ப சரி”; “இல்லாவிட்டாலும் அப்படித்தானே” என்றெல்லாம் பொதுப்படையாக உளறிக்கொண்டிருந்தான்.

டீக்கடை வாசலில் இப்போது ஒரு சிறுகூட்டம் கூடியிருந்தது. வயது வந்தவர்களும் நின்றுகொண்டிருந்தனர். வியாதிக்காரன் வாய்கிழியக் கத்திக்கொண்டிருந்தான். சில கெட்ட வார்த்தைகள் சாம்பசிவன் காதில் விழுந்தன. அவன் தெருவின் மறுபக்கம் நகர்ந்துவிட உத்தேசித்து குறுக்காகத் தாண்டுவது தோல்வி என்று நினைத்து, இயற்கையாய் நகரும் பாவனையில் சரிவாகத் தாண்டி இடதோரம் சென்றான். அவனும் லலிதாவும் பிச்சைக்காரனுக்கு நேராக எதிர்ப் பக்கம் வந்தபோது, “பாப்பாத்தி ஒதுங்கிப்போறா பாரு . . . ஒதுங்கி போறாப்லே ஒதுங்கிப்போய் . . .” மீதி சாம்பசிவன் காதில் விழவில்லை. கூட்டத்தில் பலர் சிரித்தனர்.

சாம்பசிவன் அறைச் சாவியை லலிதா கையில் கொடுத்து, “நீ போய் ரூமைத் திற, பின்னாலே வறேன்” என்றான். தாண்டி எதிர்ப் பெட்டிக் கடைக்கு அவன் போகப்போவதாக அவள் அனுமானித்து, “பெட்டியிலே சிகரெட் இருக்கு” என்றாள். “இல்லே, நீ போ, வறேன்” என்று சொல்லிவிட்டு அவன் தெருவைத் தாண்ட ஆரம்பித்தான். நடுவில் வந்ததும் திரும்பிப் பார்த்தான். லலிதா லாட்ஜில் நுழைந்துகொண்டிருந்தாள்.

கூட்டத்தின் பின்வரிசையை அடைந்ததும் சாம்பசிவன் தலையை உயர்த்திப் பிச்சைக்காரனின் கண்களைப் பார்த்தான்.

“எப்படி இந்த வியாதி வந்ததுன்னா கேக்றீங்க. இப்பொப் போனா பாரு அதே மாதிரியா ஒரு பாப்பாத்தி ஆசையாக் கூப்பிட்டா . . . போனேன். ஒரே ஒரு நா ராவுதான். இதைத் தந்துப்புட்டா சண்டாளி.”

அவன் தன் மொட்டைக் கைகளை அரைவட்டத்தில் கூட்டத்தினர் முன் நகர்த்திக் காட்டினான். சிரிப்பொலிகள் எழுந்தன. சிலர் பின்பக்கம் திரும்பி சாம்பசிவன் முகத்தைப் பார்த்தனர்.

“தந்தையே தேவிடியா, திரும்ப எடுத்துண்டு போயேன்னு வாற போற பாப்பாத்தி ஒவ்வொருத்தியையும் கொஞ்சிக் கொஞ்சிக் கூப்புடறேன். தேவிடியா தாண்டித் தாண்டிப் போறாளே ஒழிய வரமாட்டேங்கறாளே . . . யாருகிட்டெச் சொல்லி அழ.”

சாம்பசிவன் அறைக்குள் நுழைந்ததும், “எங்கே போனேள் ?” என்று லலிதா கேட்டாள்.

சாம்பசிவன் சட்டையைக் கழற்றி நாற்காலிமேல் போட்டான். கண்ணாடியில் முகத்தைப் பார்த்துக்கொண்டான். முகம் சிவந்து நெற்றியிலும் மூக்கிலும் வேர்வை அரும்பியிருந்தது. மார்பும் கழுத்தும் மிகவும் உஷ்ணமாக இருப்பதாக உணர்ந்தான். துண்டால் முகத்தையும் மார்பையும் துடைத்துக்கொண்டான்.

“என்ன விஷயம் ?”

“என்னது என்ன விஷயம் ? ஒண்ணுமில்லை.”

சாம்பசிவன் நாற்காலியை வராண்டாவில் இழுத்துப் போட்டுக்கொண்டான். அறைப்பக்கம் பார்த்து, “நீ தூங்கற துன்னா தூங்கு” என்றான்.

“நீங்க ராத்திரி கண் கொட்டலியே.”

“தூக்கம் வரலே.”

“படுத்துண்டு ரெஸ்ட் எடுத்துக்கலாமே.”

அவன் பதில் சொல்லவில்லை.

“அங்கே என்ன பாக்கறேள் ?”

லலிதா அறையிலிருந்து வெளியே வந்தாள். டீக்கடை முன் பிச்சைக்காரனுடைய கத்தல் உச்சக்கட்டத்தில் ஏறி களைகட்டிக்கொண்டிருந்தது. கூடியிருந்தவர்கள் நெகிழ்ந்து சிரித்துக்கொண்டிருந்தனர்.

“என்ன சொல்றான் அவன் ?”

“நீ போய்ப் படு” என்றான் சாம்பசிவன்.

அவன் சொன்ன தோரணை அவளுக்கு உறைத்துவிட்டது. தன் எதிர்ப்பைப் பின்திரும்பிச் சென்ற அசைவுகளில் காட்டியபடி

அறைக்குள் நுழைந்தாள். பெட்ஷீட்டைத் தரையில் விரித்து, லைட்டை அணைத்துவிட்டுப் படுத்துக்கொண்டாள்.

திடீரென்று விழிப்புத் தட்டியபோது வெகுநேரம் அடித்துப் போட்டாற்போல் தூங்கிய சுகம் தனக்குக் கிடைத்திருந்ததை லலிதா உணர்ந்தாள். எழுந்திருந்து பாத்ரூம் போய்விட்டு வந்தபோது பாத்ரூம் விளக்கொளியில் கட்டில் காலியாக இருப்பது தெரிந்தது. பரபரப்புடன் அறை விளக்கைப் போட்டாள். கட்டில் மெத்தையில் ஒரு உடல் சரிந்த அடையாளமே இல்லை. மேஜை மீதிருந்த கைக்கடிகாரத்தைப் பார்த்தாள். மணி ஒன்று. சாம்பசிவனின் சட்டையைக் காணவில்லை. கதவுப் பக்கம் நகர்ந்து வந்தாள். அடித்தாழ்ப்பாள் கீழே தள்ளப்பட்டு வெளியே இழுத்து கதவு சாத்தப்பட்டிருந்தது. கதவைத் திறக்கலாமா என்ற தயக்கத்திலேயே சில நிமிஷங்கள் சென்றன. இருமிக் கொண்டே கதவைச் சிறிது திறந்து எட்டிப்பார்த்தாள். வராண்டா விளக்கில் பல்பு பொருத்தப்பட்டிருக்கவில்லை. வீதியில் ஒரு லாறியின் டயரைக் கழற்றி ஏதோ ரிப்பேர் செய்துகொண்டிருந்தனர். ஒரு சிறுவன் குப்பையைக் கூட்டி எரித்து அவர்களுக்கு வெளிச்சம் தந்துகொண்டிருந்தான். காற்றுக்காக சாம்பசிவன் வராண்டாவில் படுத்திருக்கலாம் என்ற நம்பிக்கையும் இப்பொழுது குலைந்து விட்டது. நாலைந்து அறைகள் தாண்டி ஒரு ரூமில் ஜன்னல் வழி விளக்கொளி வராண்டாவில் விழுந்துகொண்டிருந்தது. மன உந்துதலை வரவழைத்துக்கொண்டு அரைச் சுவர் ஓரமாய் ஏணிப்படிகள்வரையிலும் அவள் நடந்து வந்தாள். விளக்கு எரிந்த அறையில் ஒருவன் அண்டர்வெயர் அணிந்து வேஷ்டியின் கிழிசலுக்குத் தையல் போட்டுக்கொண்டிருந்தான்.

ஜன்னல் வழி அவன் லலிதாவை பார்த்தபோது அவள் மனதில் பீதி புகுந்துகொண்டது. விரைவாக நடந்து அறைக்குள் நுழைந்து கதவைச் சாத்தினாள். தைத்துக்கொண்டிருந்தவன் இப்பொழுது தன் அறைக்குள் நின்றுகொண்டிருப்பது தெரிந்தது. விளக்கைப் போட்டு மேஜையைப் பார்த்தாள். மணிபர்ஸ் இரவு வைத்த இடத்திலேயே இருந்தது. தலையணைகளை ஒன்றன்மீது ஒன்றாக வைத்து அதில் சாய்ந்துகொண்டாள். விளக்கொளியில் தனிமையில் அப்படி உட்கார்ந்துகொண்டிருக்கவும் கஷ்டமாக இருந்தது. பலர் பார்க்கத் திறந்த வெளியில் படுத்துக்கிடப்பது மாதிரி இருந்தது. தைத்துக்கொண்டிருந்தவனிடம் போய் விஷயத்தைச் சொல்லலாமா என்று யோசித்தாள். அவன்மீது சந்தேகமாக இருந்தது. தன்னை எழுப்பிச் சொல்லிவிட்டுப் போயிருக்க வேண்டியதுதான் எந்த விதத்திலும் நியாயமாகப்பட்டது. தன்னுடைய உணர்ச்சிகளை அவன் எப்போதுமே மதித்ததில்லை என்று நினைத்துக்கொண்டாள். இதுபற்றிப் பேச்சு எழும்போது

இவ்வாறு கலவரம் அடைந்தது ரொம்பவும் அசாதாரணம் என்று அவனால் ஆக்கிவிட முடியும். அதற்கு அவசியமே இருக்கவில்லை என்று வாதாடவும் அவனால் முடியும். என்ன அவசரம் என்பதை அவளால் யோசித்துத் தெரிந்துகொள்ள முடியவில்லை. அவளால் யோசிக்கவே முடியவில்லை. 'இப்படிச் செய்திருக்க வேண்டாம்' என்ற ஒரு வாக்கியத்தையே அவள் மனம் ஜபித்துக்கொண்டிருந்தது. சாம்பசிவனின் தாத்தாவும், சின்ன அண்ணாவும் ராத்திரியில் காணாமல் போனார்கள். ஆனால் அவர்கள் வீட்டிலிருந்து மறைந்து போனார்கள். வெளியூரில் ஒரு ஓட்டல் அறையில் தன்னைச் சாத்திப்போட்டுவிட்டு அவள் கணவன் மறைந்து போவான் என்று அவளுக்குத் தோன்றவில்லை.

அவளுக்குத் தூக்கம் வந்தது. அது எப்போதும் வரும் தூக்கமல்ல என்றும் மயக்கம்தான் வருகிறது என்றும் அவள் நினைத்துக்கொண்டாள். கதவு சாத்தியிருக்கும் நிலையில் மயக்கம் போட்டுவிட்டாலும்கூட ஆபத்து எதுவுமில்லை என்று அவளுக்குத் தோன்றிற்று. அவளுக்குப் பெரிய அண்ணாவின் நினைவு வந்தது. இன்று அவர் உயிரோடு இருந்து இதுபற்றி அவள் சொல்லியிருந்தால், "மடையன், மடையன் . . . படிச்ச முட்டாள்" என்று சாம்பசிவனைத் திட்டியிருப்பார். அவர் அந்த அறையில் அவளுடன் தன் கண்களுக்குத் தெரியாமல் இருப்பது மாதிரித் தோன்றிற்று. வீட்டு ஹாலிலிருந்த அவருடைய படத்தை மனசுக்குள் கொண்டு வந்து, அவர் உயிரோடு இருந்தபோது எப்படி இருந்தார் என்பதை நினைத்துப் பார்க்க முயன்றாள்.

கதவை விரலால் சுண்டும் ஓசைகேட்டது.

"யாரு?"

"நான்தான்."

சாம்பசிவன் குரல்.

லலிதா கதவைத் திறந்தாள்.

சாம்பசிவன் உள்ளே வந்து தன் ஊன்றுகோலை உயர்த்தி, "இதால் அவனைத் தாக்கினேன்" என்றான்.

லலிதாவுக்குச் சட்டென்று புரிந்தது.

என்ன அசட்டுத்தனம்! ஏன் . . ? எதுக்கு . . ?

சாம்பசிவம் விளக்கை அணைத்துவிட்டு அவளை இறுகத் தழுவியவாறு கட்டிலில் சாய்ந்தான். அவனுடைய அந்த இரவு நடத்தைகள் தன் கணவனுடையதாக அவளுக்குப்படவில்லை. ஒரு தாக்குதலாகவே அது ஆரம்பமாயிற்று. ஒரு முரட்டு

ஜென்மம் அவன் உடலில் புகுந்துகொண்டு வந்திருப்பது மாதிரிப் பட்டது. அவனுள் ஏதோ ஒன்று உடைபட்டது போலிருந்தது. அவனும் அவன் தாத்தாவும் சின்ன அண்ணாவும் கட்டிக்காத்த எல்லா விரதங்களையும் அவன் அவள் உடல் மூலம் கிழித்துக் கொண்டிருப்பது மாதிரிப் பட்டது. மூச்சுத்திணறித் தான் இறந்துபோகக் கூடும் என்று அவளுக்குத் தோன்றியது. தன் உடலில் பல இடங்களில் ரத்தம் கசிந்து கொண்டிருப்பதுமாதிரி அவளுக்குப் பட்டது. தன் கைகளால் அவன் மார்பைப் பலங்கொண்ட மட்டும் பிடித்துத் தள்ள முயன்றாள். அவளால் அவனைத் தள்ள முடியவில்லை.

அறைக் கதவை யாரோ தட்டினார்கள்.

விடிய ஆரம்பித்திருந்தது.

லலிதா எழுந்திருந்து பாத்ரூம் கதவுக்குப் பின்னால் மறைவாக நின்றுகொண்டாள்.

அவன் பாத்ரூம் வாசலில் வந்து நின்றான். அவள் சாரியைச் சுற்றிக்கொண்டிருந்தாள்.

"போலீஸ் ஸ்டேஷனிலிருந்து போன் வந்திருக்கிறதாம். பேசிவிட்டு வறேன்" என்று சொன்னான் அவன்.

அவன் வராண்டா வழி செல்வதைப் பார்த்துக்கொண்டே இருந்துவிட்டு அவன் உருவம் மறைந்ததும் லலிதா அறைக்கதவைச் சாத்திக்கொண்டாள்.

ஞானரதம், 1973

அலைகள்

அன்று இரவு என்னைக் கைதுசெய்து விடுவார்கள் என்று என் பரிச்சயக்காரன் எதிர்பார்த்தான். என்னிடம் அவன் கொண்ட கவர்ச்சி – என் அனுமானம் தான் இது – மிகையான கற்பனையை விரிக்கிறதோ என்று நான் யோசித்தேன். இம்சையற்றுக் கடற்கரையில் திரியும் ஒரு பூச்சி கைதுசெய்யப்பட என்ன இருக்கிறது? "அப்படியல்ல" என்றான் அவன் மீண்டும். இது நடந்து மூன்று நாட்கள் (பின்னிரவும் சேர்த்தால் நான்கு) ஆகிவிட்டிருந்தன.

சரி. மறுபக்கம், எதுவும் நிகழக்கூடிய இருள் கவியும் நாட்கள் உருவாகி வருவதாயும் எனக்குப் பட்டுக்கொண்டிருந்தது. அதன் முதல் தாக்குதல்போல் மிகுந்த சங்கடத்தைத் தரும் அலைக்கழிப்பு நாட்களாகக் கழிந்துகொண்டிருந்தன. மனக்கஷ்டம் ஒருபுறமிருக்க சரீர உபாதைகள் – நாய் அலைச்சலும், பட்டினியும், உடம்பொடுக்கி உறக்கமும் – தாங்க முடியவில்லை. பாதங்களில் வீக்கம் கண்டிருந்தது. காலையில் வற்றி, மாலையில் மீண்டும் பொதியாய் வீங்கும். என் உடன்பாடோ முன்னுணர்வோ இல்லாமல் திடும் திடுமென விரியும் மனக்காட்சி வேறு என்னைத் தொய்ய வைத்துக் கொண்டிருந்தது. இரண்டு மூன்று காட்சிகள் மாறி மாறி ஒரே விதமாய்... சில சமயம், கோலத்தின் வரைகள் மிதிபட்டு அழிந்துபோய் புள்ளிகளும் அரைகுறையாய் மிஞ்சிப்போன மூளித்தனமும் மனதில் விரியும். இதைத் தொடர்ந்து விவசாயிகள் ராப்பகல் பாடுபட்டு நிமிர்த்த பயிரை நடுநிசியில்

பள்ளத்தாக்கிலிருந்து துஷ்ட ஜந்துக்கள் கூட்டம் கூட்டமாய் இறங்கி மிதித்து துவம்சம் செய்துவிட்டு விடியக் கருக்கில் அமைதியாய்த் திரும்பும் காட்சிகளும் மனதில் விட்டு விட்டுத் தோன்றும். இன்னபடி இது என்றில்லாமலும் இதற்காக இது என்றில்லாமலும் எதுவும் நிகழலாம் என்று தோன்றிக் கொண்டே இருந்தது. ஆனால் உருக்கொள்ளும் அலங்கோலம் என்மீதும் கவியும் எனும் எளிமையான உண்மை அப்போது எனக்குத் தெரிந்திருக்கவில்லை.

அன்று நடுநிசி தாண்டியதும் நடக்கத் தொடங்கி வெயில் ஏறும் முன் அடுத்த ஊர் சேர்ந்துவிடவேண்டியது என்று எண்ணியிருந்தேன். அதுதான் தப்பு என்று அடித்துச் சொன்னான் பரிச்சயக்காரன். “பயணம் கிளம்புவது பற்றி முன்கூட்டி யாரிடமும் சொன்னதற்கு ரூஜு இல்லையே” என்றான் அவன். “கைதாவதிலிருந்து தப்பிக்க நழுவியதாகும்” என்றான். அவன் வாதம் எனக்கு உள்ளூர உறைக்கவில்லை என்றாலும் உதாசீனப்படுத்த முடியாத சுட்டல் இருப்பதாகப் பட்டது. அதிசய ரூஜுக்களும், தடயங்களும், சாட்சிகளும் நிரம்பிய உலகம் அதிகாரிகளுடையது. மனதின் கோணங்கியைத் தருக்கத்தில் அளந்து காட்ட வேண்டிய நிர்ப்பந்தத்தில் தோல்வியே நிம்மதியாகிவிடும். தண்டனையும் ஆசுவாசமாகத் தெரியும். பயணம் புறப்படுவதைக் கைவிட்டேன். கைதாகக்கூடும் என்ற செய்தியே நடமாட்டத்தைக் கட்டுப்படுத்திவிட்டதே என்று நினைத்துக்கொண்டேன்.

இவ்வாறு ஒரு சூழ்நிலை உருவாகும் என இரண்டு தினங்களுக்கு முன் யாராவது சொல்லியிருந்தால் சிரித்திருப்பேன். எல்லாவற்றையும் முழுகிவிட்டு அங்கு வந்திருந்தேன். தெரியாத ஊர்களில் மனம் போனபடி திரிந்து, சாவிடம் என்னை ஏற்றுக் கொள்ளும்படி அரற்றியபடி அலைந்துகொண்டிருந்தேன். நினைவுகளை என்னால் சகித்துக்கொள்ள முடியவில்லை. என்மீது அவை கவிந்து பிடுங்காமல் தடுத்துக்கொள்ளவும் தெரியவில்லை. தூக்கம்தான் ஒரு இடை வெளியை, ஓய்வை, விடுதலையைத் தந்து கொண்டிருந்தது. என்றாலும் தூக்கத்தில் நினைவுகளின் பிடுங்கல் அற்ற விச்ராந்தி எனக்குத் தெரியாமல் கழிந்துபோய் மீண்டும் பிடுங்கல் ஆரம்பிக்கும்போதுதான் கழிந்துபோனதே தெரிகிறது. உண்மையில் விச்ராந்தியை எனக்குச் சில கணங்களேனும் பிரக்ஞையுடன் சுவாசிக்க ஆசையாக இருந்தது. என்னதான் வேண்டித் தவம் கிடந்தாலும் அது எனக்கு லபிதமாகாது என்றும் பட்டது. மலபார் கோயில் பிரகாரத்தில் தற்செயலாய்ச் சந்தித்த ஆத்மஞானி சொன்னார்: “வேஷ்டியைக் காவியில் முக்கி எடுத்துவிடலாம் க்ஷணப்பொழுதில். க்ஷணப்பொழுதில் மனதை

முக்க? பரமேச்வரா!” என்று தன் இரு கரங்களையும் வானத்தை நோக்கி விரித்தார். மனதை வெகு நன்றாகக் காவியில் முக்கப் போகிறேன் என்று நம்பிக் கொண்டிருந்தபோது பதுங்கியிருந்து தாக்குவது மாதிரி இச் சம்பவம் நிகழ்ந்திருக்கிறது.

வழக்கம்போல் அன்று சாயங்காலமும் மணல் மேட்டில் உட்கார்ந்துகொண்டிருந்தேன். அது கடற்கரையின் ஊர் தாண்டிய பகுதி. கும்பலின் சலசலப்பு இராது முன்னெல்லாம். சமீபமாக அந்த இடத்துக்கு சூரியனைப் பார்க்கத் தோது என்ற திடீர் மவுஸு ஏற்பட்டுக் கூட்டத்தை ஆகர்ஷிக்க ஆரம்பித்திருந்தது. இப்போது அங்கும் கசகசவென்று கூட்டம். அன்று மேகம் குறைந்த வானம், வழக்கத்தைவிடவும். இருந்தாலும் நம்ப முடியாது. கடைசி நிமிஷத்தில் ஒரு துண்டு மேகம் புறப்பட்டு வந்து மறைத்துக்கொண்டு நிற்கும். சதிக்கு ஏவிவிட்டது போலிருக்கும். சில சமயம் குழந்தைகள் கைப் பொருளை மறைத்துக்கொள்வதுபோல் மேகத்தின் மறைவும் வெகுளித்தனமாகவும் அழகாகவும் இருக்கும். மறைக்கப்பட்டுத் தெரிவதும் சூரியனுக்கு அழகாகத்தான் இருக்கிறது. ஒரே விதமாய் இருதடவை இதுநாள்வரை சூரியன் அஸ்தமித்ததில்லை என்பதை ஒரு வாக்கியமாக நினைத்துச் சந்தோஷப்பட்டுக் கொண்டேன்.

சூரியன் மறைந்தது. மறுகணம் கூட்டம் பிசுபிசுத்துக் கலைய ஆரம்பித்தது. சூரியன் அற்ற வானத்தைப் பார்ப்பது பாவம் என்பது போலவும், அடுத்து முக்கியமான வேலையைச் செய்து முடிக்கக் கணமும் பொறுக்க முடியாது என்பது போலவும் கூட்டம் பிசுபிசுக்க ஆரம்பித்தது. மணல் மேட்டின் கடல் நோக்கிய சரிவில் நான் இறங்கிக்கொண்டிருந்த இடத்திலிருந்து பார்ப்பதற்குக் கும்பலின் அசைவு வேடிக்கையாக இருந்தது. ஒரு பெரிய மேடையில் அனைவரையும் திணித்து நிற்கவைத்துக் கயிற்றால் கட்டியிழுப்பது போலிருந்தது.

சூரியன் மறைந்த பின்பு கடற்கரையில் மிஞ்சியிருக்கும் வெளிச்சத்துக்கு ஆயுள் சொற்பம். கணத்துக்குக் கணம் இருள் ஊடுருவிக் கறுத்துக்கொண்டிருக்கும்; வெளியிட முடியாத பெரும் துக்கத்துக்கு ஆட்பட்டுக் கலங்கும். மானசீகமாக அந்தத் துக்கத்தில் பங்கெடுத்துக்கொண்டு நிற்பது எனக்குப் படிந்து போயிருந்தது.

கடலின் ஆழத்திலிருந்து ராக்ஷஸத் தடி உருண்டைகளை மேலே உதைத்துத் தள்ளுவதுபோல் நீரோட்டம் திமிறியெழும். மேற்பரப்பு குலுங்கி அதிரும். காற்றுப் பிடித்து உன்னியெழும் அலைகள் கரைநோக்கி வரும். சர்ப்ப வீரர்களின் குதிரைப் படை குதித்துக்குதித்து நம்மை நோக்கி நெருங்கும். பக்கவாட்டுக்களி லிருந்து நாம் எதிர்பாராத இடத்தில், எதிர்பாராத நிமிஷத்தில் வேறு படைக்கலங்களின் நீள் வரிசை இணைந்து, மேலும்

கம்பீரம் பெற்றுக் குதித்து முன் நகர்ந்தோடிவரும். இவ்வாறான ஒரு ஆக்கிரமிப்புக்கு இந்த அசட்டு ஈர மணல்கரை எப்படிப் பதில் சொல்லப்போகிறது என்று நாம் யோசிக்கும்போது, கரையோரம் படைகள் சின்னாபின்னப்பட்டுச் சிதறிப் பின் திரும்பி ஓடும். இதைவிட அழகானது எதுவுமில்லை. இந்த அலைகளைவிட, இவற்றின் எழுச்சியும், ஆர்ப்பாட்டமான சொற்ப நேர வாழ்வும், மண்டை மோதிச் சின்னாபின்னப்பட்டு உருத்தெரியாமல் வீழ்ச்சி அடைவதையும்விட. இன்ன உயரத்தில் எழுந்து ஆர்ப்பாட்டத்துடன் வரும் அலை, கரையில் இவ்வளவு தூரம் ஏறி ஈரம் பண்ணும் என்று கணக்குப் போட்டு எப்போதும் அதில் தோற்றுக்கொண்டிருப்பேன். இவ்வாறு மீண்டும் மீண்டும் தோற்பது மிகுந்த சந்தோஷத்தைத் தரும்.

அப்போது மணல் மேட்டிலிருந்து அதட்டல் கேட்டது. அடி வயிற்றை எக்கிக்கொண்டு கத்தினால்தான் இந்தக் காற்றில், இந்த அலை இரைச்சலில் இவ்வளவு சத்தத்தை வெளியே தள்ள முடியும். என் காதில் வார்த்தைகள் எதுவும் தெளிவாய் விழவில்லை. என்னைப் போலவே ஈரமணலில் நின்றபடி பாதங்களைக் கடல் அலைகளில் நனைத்துக்கொண்டிருந்த புதுத் தம்பதிகள் அவசரமாய்த் திரும்பி மேலேறிச் சென்றனர். மீண்டும் சத்தம் கேட்டது. அப்பெண் தன் கையைக் கணவன் கையிலிருந்து விடுவித்து முன்னால் அசைத்து, “உங்களைத்தான்” என்று காட்டினாள். திரும்பிப் பார்த்தேன். மணல் மேட்டில் காக்கி உடை அணிந்த காவல்துறை அதிகாரிகள் நாலைந்து பேர், “கரை ஏறு, கரை ஏறு” என்று கத்தியபடி கைகளை மித மிஞ்சிய வேகத்துடன் வீசிச் சைகை செய்தார்கள். அவர்களைப் பார்த்தபோது எனக்கு உள்ளூறச் சிரிப்பு வந்தது. ஒரு நாட்டிய மேடையின் பின்னாலிருந்து எட்டிப் பார்க்கும் கோமாளிகள் போலவும், பள்ளிச் சிறுவர்களின் நாடகத்துக்குச் சிறுவர்களே சிப்பாய்கள் வேஷம் போட்டுக்கொண்டு நிற்பதுபோலவும், போலீஸ்கார மண்பொம்மைகளுக்கு ஒருமணி நேரம் ஆயுள் கொடுத்ததில், நழுவி வந்து இங்கு நிற்பதுபோலவும் பலவாறாகத் தோன்ற ஆரம்பித்தது. “ஏன் சிரிக்கிறே? கரையேறு” என்று ஒருவன் கத்தினான். கரையில் நிற்கும் நான், கரையேறுவது எப்படி என்று வேண்டுமென்றே மிகையாக விழித்துக்கொண்டு நின்றேன். அப்படி நின்றுகொண்டிருந்தபோதே திடீரென்று என் மனதில் விசனம் கவிந்தது. முப்பது முப்பத்தைந்து வருஷங்களுக்கு முன்னால் என் தாயார் என்னை முதன்முதலாவதாக இங்கு அழைத்து வந்ததும், கடல் ஏற்படுத்திய பயமும் திக்பிரமையும் அழுகையும் நினைவுக்கு வந்தன. பின்னர் இந்நாள்வரையிலும் எத்தனையோ தடவை கடலோரம் நின்றதும் எதிர்பாராத வேளைகளில் அலை கீழே தள்ளியதும் நனைந்ததும், ஈரத்தில் ஒட்டிக்கொண்ட மணலைக்

கையிலும் தொடையிலும் தட்டிக் கொண்டதும் நினைவுக்கு வந்தன. அன்றிலிருந்து இன்றுவரையிலும் மானசீக உறவுகொண்டு என்னுடன் பிணைந்துபோய் விட்ட இந்தக் கடலுக்கு என் பாதத்தைத் தந்து நிற்கும் எளிமையான சந்தோஷம்கூட . . . சட்டை போட்டிராத என் முதுகில் ஒரு குத்தலை உணரவே திரும்பிப் பார்த்தேன். காக்கி உடை அணிந்த சேவகன் ஒருவன் கைத்தடியுடன் நின்றுகொண்டிருந்தான். 'ஏன் குத்தினாய்?' என்று எனக்குக் கேட்கத் தெரிவதற்குள் "காது மந்தமா?" என்று அவன் கேட்டான்.

"இல்லை" என்றேன்.

இந்த நேர் பதில் அவன் மண்டையில் ரத்தத்தை ஏற்றியது அவன் முகத்தில் தெரிந்தது. மற்ற சேவகர்களும் என்னைச் சூழ்ந்துகொண்டார்கள். நான் பயப்பட மறுத்துக்கொண்டு நின்றதில் மிகுந்த கஷ்டம் அடைந்த அத்தனை பேரும் இமைக்காமல் என்னையே விழித்துக் கோபத்தை வெளியே தள்ளிக் கொண்டிருந்தனர். இன்னும் ஐந்தாறு நிமிஷங்களுக்குள் பொழுது தீர்ந்து அவர்கள் மீண்டும் மண்பொம்மைகள் ஆகிவிடுவார்கள் என்ற கற்பனை மனதில் விரியவே என் முகத்தில் சிரிப்பின் குறிகள் படர்ந்தன.

என் எதிரே நின்ற சேவகன் தலையை உயர்த்தி இரு கை விரல்களையும் வாயோரம் குவித்துக்கொண்டு, மணல் மேட்டைப் பார்த்து, "கரையேற மறுக்கிறான்" என்று கத்தினான்.

அதிகாரிகள் மணலில் இறங்கிவர ஆரம்பித்தார்கள். அழகான பூட்ஸ் தடங்களைப் பின்னால் தள்ளிக்கொண்டு, அவசரத்தின் தள்ளாட்டத்துடன் மணல் சரிவில் வந்துகொண்டிருந்தார்கள். அவர்கள் எத்தனைபேர் என்பது இப்போது நினைவில்லை. நாலு பேருக்குமேல் என்று ஒரு சித்திர உணர்வு இருக்கிறது. அவர்களில் தலைமை அதிகாரி சற்று ஸ்தூலமாகத் தள்ளாடும் உடலுடன் இருந்தார். அவருடைய தொப்பி வித்தியாசமாக இருந்தது. கைகளையும் கைத் தடியையும் அதிகமாக அசைத்துக்கொண்டு மிகுந்த சிரமத்துடன் உடலைத் தூக்கி நாட்டி வந்துகொண்டிருந்தார். அவர் அதிகமும் நாற்காலியில் புதைந்து, மின் விசிறி நின்றால் தவித்து, சிவப்பு மையால் தாளில் வெட்டியும், சுழித்தும், போனில் கத்தியும் தன் பதவிக்கு ஈடுகொடுத்துக்கொண்டிருப்பவர் என்பதும், மிகவும் விசேஷமான காரணத்தை முன்னிட்டே இன்று கிளம்பியிருக்கிறார் என்றும் தோன்றிற்று.

சற்றுதூரத்தில் நின்றவாறே என்னைப் பார்த்து அவர் "என்ன..? என்ன . . ? என்ன . . ?" என்று கத்தினார். ஒவ்வொரு 'என்ன'வுக்கும் முன்னதைவிடக் குரலை உயர்த்த, சிப்பாய்கள் விறைப்புற்று என்

முகத்தைப் பார்த்தபடி நின்றனர். என் பதிலுக்குப்பின் அதிகாரி பிறப்பிக்கக்கூடிய ஆணையை நொடிப் பொழுதில் நிறைவேற்றத் துடிப்பது அவர்களுடைய விறைப்பில் வெளிப்பட்டது.

"ஒன்றுமில்லை" என்றேன்.

"பின் ஏன் கரையேற மறுப்பது?"

"கொஞ்சம் நிற்க ஆசை."

"பிடித்துத் தள்ளு அவனை" என்று அதிகாரி கத்தினார். சேவகர்கள் என்னை விரைந்து சூழ்ந்து குண்டுக்கட்டாகத் தூக்கி பத்துப் பதினைந்து அடிகள் மணல்மீது ஏறி மண்ணில் தொப்பென்று போட்டார்கள்.

நான் எழுந்திருந்து கைகளிலும் வலது கன்னத்திலும் காதிலும் படிந்திருந்த மணலைத் தட்டியவாறு மணல் மேட்டைப் பார்த்து நடக்க ஆரம்பித்தேன். சுரணை கெட்டதனம் என் உடம்பிலிருந்து வழியும்படி மிகவும் சாவதானமாக அசைந்தேன். பின், வானத்தைப் பார்த்து, வியப்பதுபோல் பாவித்து, சிப்பாய்கள் பக்கம் திரும்பி, "என்ன அற்புதமான நிலா" என்றேன். ஒரு அதிகாரி ஓடிவந்து என் முதுகில் ஓங்கிக் குத்தினார். "கொல்லு அவனை" என்று ஆங்கிலத்தில் மற்றொரு அதிகாரி கத்தினார்.

மணல்மேடு தாண்டி, கடற்கரை தார் ரோட்டை அடைந்தபோது அந்த இடம் சற்றுமுன் காட்சியளித்ததற்குக் கொஞ்சமும் சம்பந்தமில்லாததுபோல் இருந்தது. நாடகத்தின் புதிய காட்சியில், பின் திரை ஜோடனை, பாத்திரங்கள் எல்லாம் மாறியது போலவும், களேபரமாகவும் இருந்தது. ஆங்காங்கு பல சேவகர்கள் காக்கி உடையணிந்து குண்டாந்தடியுடன் நின்றுகொண்டிருந்தனர். கார்களும், ஜீப்புகளும், கண்ணாடி ஜன்னல்களுக்குப் பட்டுத்திரை போட்டிருந்த உயர் அதிகாரிகளின் வாகனங்களும் நின்றுகொண்டிருந்தன. இரண்டு நிமிஷங்களுக்கு ஒன்று என்று நினைக்கும்படி ஜீப்புகள் அதிவேகமாய்ப் பாய்ந்து வந்து, சர்ரென்று தூசி கிளப்பி ஓரம் கட்டி நிற்கவும், நின்று முடிப்பதற்கு முன்னரே பின்பக்கம் வழியாக அதிகாரிகள் மாறி மாறிக் குதித்து, குதித்த இடத்தில் விரைப்புற்று சல்யூட் செய்தார்கள். எல்லாம் வேறு யாராலோ இயக்கப்படும் எந்திர பொம்மைகளின் இயக்கம்போலவே பட்டது. சுமார் நாற்பது வயது மதிக்கத்தகுந்த ஒரு அதிகாரி மிக உயரமாக நின்று – மிகப் பெரிய புராதன முன் முகப்புக்கொண்ட ஓட்டலின் முன்பக்கப் பாதை தார்ரோட்டில் இணையும் இடம் அது – சிப்பாய்களின் வணக்கங்களை மிகுந்த தோரணையோடு பெற்றுக்கொண்டிருந்தார். அவரைச்சுற்றி வேறு அதிகாரிகளும் நின்றுகொண்டிருந்தனர். ஏதோ விதமான

ஒழுங்கு முறையில் சிப்பாய்கள் இடம் மாறித் தங்களுக்குரிய ஸ்தானங்களைப் பிடித்துக்கொண்டிருந்தனர். அவர்களுடைய மனக்கணக்கின் கூறு என்ன என்பதை என்னால் அனுமானிக்க முடியவில்லை. இருந்தாலும் ஒவ்வொருவருடைய மனசிலும் இருந்த வரைபடத்துக்கு அனுசரணையாக இயங்கியதால்தான் இத்தனை விரைவாகத் தங்களுக்குள் மோதிக்கொள்ளாமல் ஒழுங்காவது சாத்தியமாயிற்று என்பது தெரிந்தது. ஒரு உயர்மட்ட அதிகாரியின் வருகைக்கு எல்லோரும் ஆயத்தம் கொள்ளுவதாய்ப்பட்டது. ஏனெனில் எல்லோருடைய பார்வையும் மணல்மேட்டில் எதிர்பார்க்கும் தன்மையுடன் குத்திட்டு நின்றது. விறைப்பும் நிசப்தமும் கூடி நிலைத்ததில் சிறு சத்தம்கூட பெரிய அபஸ்வரமாய் முனைக்க ஆரம்பித்தது. பூட்ஸின் அடியில் மணல் நெரியும் ஓசைகூட நின்றுவிட்டது. இனிமேல் யாராலும் தங்களுடைய தொண்டையைக் கனைத்துக்கொள்ளவோ, வசக்கேடாய் ஊன்றப்பட்டுவிட்ட பாதத்தைச் சரி செய்துகொள்ளவோ முடியாது. அப்படிச் செய்யத் தேவையுள்ளவர்கள் இரண்டு மூன்று நிமிஷங்களுக்கு முன்னாலேயே அதைச் செய்து முடித்திருக்க வேண்டும். இல்லாதவரையிலும் கொஞ்சநேரம் பொறுத்துக் கொண்டுதான் ஆக வேண்டும்.

இப்போது மணல் மேட்டிலிருந்து ஒரு சிறு கூட்டம் முன்னால் நகர்ந்து வருவது தெரிந்தது. முதலில் தலைகள் மேலெழுந்து பின்னால் முழு ஆகிருதிகளும் தெரிய ஆரம்பித்தன. ஏழெட்டு பேர் வடிவமற்ற ஒரு ஒத்திசைவோடு அழகாக, வேகமாக, தங்கள் உடல் பாரங்களைக் காற்றின்மீது நகர்த்தி விட்டதுபோல் ஆயாசமற்று வந்துகொண்டிருந்தார்கள். நடுநாயகமாக வந்துகொண்டிருந்தவர்தான் உயர்மட்ட அதிகாரி என்பது வெகு சுலபமாகத் தெரிந்தது. ஒரு பெரிய நடிகன் போல் மிகவும் வசீகரமாக இருந்தார் அவர். படிப்பாளியின் களையை வெளியே தள்ளும் மூக்குக் கண்ணாடி. அடர்த்தியான கேசம். வெள்ளை வெளேரென்று மிக மெல்லிய ஆடைகள். சிறுவயதிலேயே உயர்மட்டப் பதவியில் நேராக ஏறிவிட்டதாலோ என்னவோ முகத்தில் பெருமிதம் வழிந்துகொண்டிருந்தது. இச்சிறு கூட்டம் நெருங்க நெருங்கக் காத்துக்கொண்டிருந்த சிப்பாய்கள் மேலும் விறைப்புற்று, முறுக்கேற்றும் நரம்புகள் அறுபட்டுத் தெறித்துவிடும் என நம் மனம் பயந்து துடிக்கும் நிமிஷத்தில் பட்டென பூட்ஸ்காலால் தட்டி சல்யூட் அடித்தனர். ஆக்ஞை கோஷம் அடங்கிப்போன பின்பும் வெகுநேரம் ரீங்கரித்துக் கொண்டிருந்தது. இந்த ஓசையின் முரட்டு ஒலியிலும் பூட்ஸ் ஓசையிலும் மரங்களிலிருந்து ஆயிரக்கணக்கான பறவைகள் மேலெழுந்து பறந்ததுபோல் கற்பனைக் காட்சி என் மனதில்

எழுந்தது. உண்மையில் அங்கு மரங்களும் இல்லை; பட்சிகளும் இல்லை.

அப்போது கடலோரத்திலிருந்து என்னை விரட்டிய அதிகாரி, பாதையோரம் நின்றுகொண்டிருந்த பெரிய அதிகாரியிடம் சென்று என்னைக் காட்டி ஏதோ சொன்னார். பெரிய அதிகாரி என்னைக் கை காட்டி அழைக்கவும் அருகே சென்றேன்.

"இப்போது போனவர்தான் எங்கள் துறையிலேயே உயர்ந்த பதவியில் இருப்பவர். பெரிய மேதை" என்றார்.

"சந்தோஷம்" என்றேன். ஒரு அசட்டு வார்த்தை உச்சரிக்கப்பட்டதில் நாணம் ஏற்பட்டது.

தன் கீழ் அதிகாரிகள் அவர்களுடைய விவேகக் குறைவால் எனக்கும் அவர்களுக்குமான உறவைச் சிடுக்காக்கி வைத்திருப்பார்கள் என்ற முன்தீர்மானமும், பக்குவமாக அணுகினால் அநேக முடிச்சுக்களை அவிழ்த்துவிடலாம் என்ற நம்பிக்கையும் அவருடைய பீடிகையில் வெளிப்பட்டன.

"ஒரு வாரம் முன்னால் ஒரு பெண்ணை கடல் கொண்டு போய்விட்டது. மேலதிகாரி வந்திருக்கும் வேளையில் அனர்த்தம் எதுவும் நிகழக்கூடாது என்பதற்காகத்தான் . . ."

நான் எதுவும் பேசவில்லை.

"உங்கள் நடவடிக்கைக்கு வருந்துகிறீர்கள் அல்லவா? அதுதான் விஷயம். எனக்குப் பெரிசுபடுத்துவது பிடிக்காது."

நான் பதில் சொல்லவில்லை.

"எங்களிடம் மன்னிப்புக் கேட்பது அவமானமல்ல. சட்டத்துக்குத் தலை வணங்கும் பெருமிதமான விஷயம் அது."

நான் கல்தூண் மாதிரி நின்றுகொண்டிருந்தேன்.

"நான் கணித்ததுபோல் நீர் எளிமையான மனிதர் அல்ல." அவருடைய குரலும் முகபாவமும் மாறிற்று.

ஒரு சிப்பாய் இரண்டு அடி முன் நகர்ந்து விறைப்புற்று, சல்யூட் அடித்து, பூட்ஸுகால் தட்டி ஓசையெழுப்பி மேலும் விறைப்புற்றான். முகத்தைப் பார்த்தபோது அவன் உறைந்து போய்விட்டான் என்றும், மீண்டும் உயிர்க்களை ஏற்படுத்துவது சாத்தியமில்லை என்றும் தோன்றிற்று.

முகத்தை மேலே அசைத்துக் கேள்விகுறி எழுப்பினார் அதிகாரி.

"நேற்று இவர் என்னை எதிர்த்துப் பேசினார். நீச்சலடித்து மரணப்பாறைக்குச் சென்றதைக் கண்டித்ததற்குக் கேலி செய்தார்."

"உண்மையா?"

"உண்மைதான். சிரித்துவிடக்கூடிய வார்த்தைகள்தான், நகைச்சுவை உணர்ச்சி இருந்தால்."

"எங்களுக்கு நகைச்சுவை உணர்ச்சி இல்லை என்கிறீர்களா?"

"பொதுப்படையாகச் சொல்லத் தெரியவில்லை. இருந்தாலும் நீங்கள் – அதாவது உங்கள் துறையினர் – சிரிக்கப் பயப்படுகிறீர்கள். மெய்யாகவே உங்களுக்கு அதற்கான சுதந்திரம் இல்லையா? சிரிப்பும் கட்டுப்பாடும் ஏககாலத்தில் ஜீவிக்க இயலாது என இன்னும் நம்பிக்கொண்டிருக்கிறீர்களா?"

"மரணப் பாறைக்கு ஏன் சென்றீர்கள்?"

"சங்கிலித்துறையில் குளித்துக்கொண்டிருந்தேன். மரணப் பாறையின் மறுபக்கம் பள்ளத்தாக்கு போலிருக்கும். நண்பன் சொல்லியிருந்தான். அங்கு அலைகளும் சுழிப்புகளும் பாறை மேலிருந்து வழியும் நீரின் அழகு, பாறையின் இடுக்குகளில் அவை நிகழ்த்தும் ஜாலங்கள் ... சொல்ல முடியாது. அற்புதம், இனம் கூற முடியாத துக்கம் மனதில் வியாபித்து, நாம் பொருட்படுத்துவதெல்லாம் அற்பம் என்ற எண்ணம் ஏற்பட்டு, மாசுமறுவற்ற ஆகாசம் மனவெளியில் விரிந்துவிடும். ரொம்பவும் லேசாக இருக்கும். பாறை இடுக்கில் முளைத்திருக்கும் சிறு தாவரங்களைக் குனிந்து முத்தமிடத் தோன்றும்."

"அது தடை செய்யப்பட்ட இடம் என்பது தெரியுமா?"

"தெரியாது."

"தடுத்த பின்?"

"வெறும் கெடுபிடி என்று எடுத்துக்கொண்டேன். கடலில் நீச்சலடிப்பதைச் சட்டம் தடுக்குமா?"

அதிகாரி என் முகத்தையே வெறிக்க, அந்த நிமிஷங்கள் எல்லோருடைய நெஞ்சிலும் கனத்துக்கொண்டிருந்தது.

"போங்கள், இந்த இடத்தைவிட்டு" என்று அதிகாரி ஆங்கிலத்தில் கத்தினார்.

நான் அந்த இடத்தைவிட்டு நகர்ந்தேன்.

பரிச்சயக்காரனின் சந்தேகம் சரிதான் என நினைக்கும்படியான காரியங்கள் அன்று அதிகாலையிலிருந்தே தொடங்கியிருந்தன.

அவ்வப்போது யாராவது வந்து என்ன ஏது என்று என்னிடம் விசாரித்துக்கொண்டிருந்தார்கள். ஏன் எதற்கு என்று கேட்டார்கள். அவர்களுக்கு அர்த்தமாகிற மாதிரி என்னால் பதில் சொல்ல முடியவில்லை. எல்லாம் யாரோ ஏவிவிட்ட மாதிரிப் பட்டது. வெறும் பிரமைகள் தானோ என்றும் சந்தேகப்பட்டுக்கொண்டேன்.

மத்தியானச் சூடு தணிந்துகொண்டிருந்தது. சங்கிலித்துறை மண்டபத்தில் படுத்தபடி கடலைக் கவனித்துக்கொண்டிருந்தேன். கடல் தூங்குவது மாதிரியும், விழிப்புற்றுச் சோம்பல்பட்டு காலை அசைத்தபடி படுத்துக் கிடப்பது மாதிரியும் தோன்றிக் கொண்டிருந்தது. படியோரம் பதுங்கியிருந்தவன் நிமிர்ந்த மாதிரி ஒரு சேவகன் தோன்றிக் கைத்தடியினால் கல்படியில் தட்டினான். அந்த உயர் அதிகாரி என்னைக் கூப்பிடுவதாகச் சொன்னான். அவர் மணல்மேட்டில் தீர்க்கதரிசிபோல், காற்றில் மிதந்தபடி, ஆடைகள் பறக்க, முகத்தில் பிரகாசத்துடன் நகர்ந்து வந்த உருவம் என் மனதில் விரிந்தது. அவரை மீண்டும் சந்திக்கப் போகிறோம் என்பதில் சந்தோஷம் ஏற்பட்டது. ஏன் எதற்கு என்றெல்லாம் கேட்டுக்கொண்டேன். மன அமைதியைக் கெடுப்பதற்கான சமாசாரம் தயாரிக்கப்பட்டு வருவதாகத் தோன்றிற்று.

என்னைக் கண்டதும் உறைந்து போயிருந்த பெரிய அதிகாரியின் முகம் விளக்கை தூண்டியதுபோல் பிரகாசப் பட்டது. அவருடைய பற்களிலிருந்த ஒரு வெளிர்த்தன்மை முகம் எங்கும் பரவுவதாகத் தோன்றிற்று. அறையின் பின்வாசலில் நின்று கொண்டிருந்த பட்லரை அவர் பார்த்ததும், அவன் மறைந்து தேநீர்க் கோப்பையுடன் தோன்றி என் முன் வைத்தான்.

“சாப்பிடுங்கள்” என்றார் அதிகாரி என்னைப் பார்த்து. “நீங்கள் ஏன் நிறுத்திவிட்டீர்கள்? ரொம்பவும் ரசமாய் இருக்கிறது” என்று எதிரே அமர்ந்திருந்த சந்நியாசியிடம் சொன்னார்.

அதிகாரியால் மனம் நிறைந்து பாராட்டப்பட்டதில் எங்கு நிறுத்தினோம் என்பதை மறந்து தத்தளித்துக்கொண்டிருந்தார் சந்நியாசி. தலை ஒட்டச் சிரைக்கப்பட்டிருந்தது. அநேகமாக முந்தின நாள். சிறு பிராயம்தான். சிவப்பாகவும், அழகாகவும், பொம்மைத்தனத்துடனும் – அந்த தளதளப்பான உப்பிய கன்னங்கள்! – இருந்தார். இடது கண்மணி சொல்லுக்கு நகர்ந்திருந்தது அசட்டுத்தனத்தை–முக்கியமாக தன்முன் சொல்லப் படுவதைக் கிரகித்துக்கொள்ளமுடியாத மந்தத்தை – அவருக்கு அளித்துக்கொண்டிருந்தது.

“ஸ்வாமிஜி இங்கு வந்து சேர்ந்ததைப்பற்றிச் சொல்லிக் கொண்டிருந்தீர்கள் . . .” என்று அடியெடுத்துக் கொடுத்தார் அதிகாரி.

"ஆமாம் ஆமாம்" என்று தலையை அதிகமாக அசைத்தபடி உற்சாகமாய் ஆரம்பித்தார் சந்நியாசி. "எனக்கு வருஷம் ஞாபகமில்லை. அப்போது அவருக்கு என்ன வயசு இருக்கும்... 25? 26? சின்ன வயசு. கால்நடையாகவே இந்தியா பூராவும். கிடைத்த இடத்தில் படுக்கை. கிடைத்த ஆகாரம்... பிச்சை எடுத்து அலைச்சல். ஊர் ஊராய் அலைச்சல். ஒரே அலைச்சல்..."

"எத்தனை உருக்கமான விஷயம்" என்றார் அதிகாரி.

"எத்தனை நாட்கள் இங்கு தங்கினார்... எங்கு, யாருடன், எப்படி... ஒன்றும் தெரியவில்லை. பாறையில் தியானம் மூணுநாள். இல்லை, இரண்டு நாள். இரவு பகல் அன்ன ஆகாரமில்லாமல். எப்படிப் போனார் அங்கே? தோணியிலே – ஒரு கட்சி. இல்லை நீச்சலடித்துத்தான் – இன்னொரு கட்சி."

"இல்லை இல்லை. நீச்சலடித்துத்தான் போனார். நீச்சலடித்துத் தான் போனார்..." என்று உற்சாகமாகப் பெரிய குரலில் முஷ்டியை மேஜைமீது குத்திக்கொண்டே சொன்னார் அதிகாரி. "நான் படித்திருக்கிறேன். எனக்கு நன்றாக ஞாபகம் இருக்கிறது" என்று கத்தினார்.

அதிகாரி படித்திருக்கும் செய்தியில் மிகுந்த ஆச்சரியம் அடைந்த சந்நியாசி, "அப்படியா படித்திருக்கிறீர்கள்? அப்படியா? அப்படியென்றால் சரி, நீச்சலடித்துத்தான் போயிருக்கிறார்" என்றார். "என்ன தைரியம், என்ன சாகசம்!"

நிசப்தமாகியதில் அறையின் சூழ்நிலை கனத்துக்கொண் டிருந்தது. அதிகாரி தொண்டையைக் கனைத்துக்கொண்டே என் பக்கம் திரும்பினார்.

"தங்களைப் பார்த்தால் படித்தவர் மாதிரி தெரிகிறது. எதற்கு அதிகாரிகளுடன் அவசியமில்லாத மோதல்..?"

"மோதவில்லை" என்றேன்.

அதிகாரி சாமியாரைப் பார்த்து, விரலை என் எதிராகச் சுட்டிக்கொண்டே, "மரணப் பாறைக்கு நீச்சலடித்துப் போயிருக் கிறார். நம் ஆட்கள் தடுத்ததற்கு எதிர்த்துப் பேசியிருக்கிறார்" என்றார்.

"மரணப் பாறைக்கு நீச்சலடித்துச் சென்றார்" என்று பிரகடனம்போல் சொல்லிவிட்டு கடகடவென்று சிரித்தார் சந்நியாசி. அதிகாரியும் சிரித்துக்கொண்டார். திடீரென்று, நான் சற்றும் எதிர்பாராத ஒரு நிமிஷத்தில் சந்நியாசியின் முகம் அதிகாரியின் முகம்போல் மாறிக் கடுகடுப்படைந்து சிவந்தது.

அழைப்பு ❋ 69 ❋

"அது சரியில்லை ... சரியே இல்லை" என்று சந்நியாசி ஆங்கிலத்தில் சொன்னார். அவர் தன் குரலில் அவசியமற்ற வலு ஏற்றுவதுபோல் இருந்தது. பின் குரலைத் தணித்துக்கொண்டு கண்டிப்புக்காட்டும் தன்மையுடன், "சட்டத்தையும் ஒழுங்கையும் காப்பாற்ற நீங்கள் ஒத்துழைத்திருக்கவேண்டும். அதுதான் உங்களிடம் எதிர்பார்த்திருக்கக்கூடியது."

"எனக்கு நம்பிக்கை இல்லை."

"எதில்?"

"உங்கள் சட்டத்தில் ... உங்கள் ஒழுங்குகளில்."

"சரி, உங்கள் நம்பிக்கைதான் என்ன? அவரவர் விருப்பம் போல் அவரவர் நடந்துகொள்ளும் ..."

"தயவு செய்து என்னை எதுவும் கேட்காதீர். நான் ஒரு குழப்பம் ... எனக்கு எதுவும் தெளிவில்லை. உங்கள் இருவருக்கும் வெவ்வேறு மட்டத்தில் அது சரி இது தப்பு, இது சரி அது தப்பு என்பது தெரிந்திருக்கிறது. ரொம்பவும் தெளிவாக இருக்கிறீர்கள். உங்கள் தெளிவு ரொம்பவும் ஆபாசமாக இருக்கிறது ... எப்படிச் சந்தேகமில்லாமல், தெளிவாய் கூச்ச மில்லாமல் பேச முடிகிறது!"

"நீங்கள் மிதமிஞ்சிப் பேசுவதாக எனக்குத் தோன்றுகிறது" என்றார் அதிகாரி. "தனக்குத்தான் எதுவும் தெரியும் என்ற அகந்தையுடன் பேசுவதாகப்படுகிறது."

"இல்லை. எனக்கு அகந்தையில்லை. நான் வெறும் ஓட்டை. சூன்யம். தக்கவைத்துக்கொள்ள என்னிடம் எதுவும் இல்லை. என் வழியாக எல்லாம் வெளியே ஒழுகிக்கொண்டிருக்கிறது. என்னை அலைய விடுங்கள். தொந்தரவு செய்யாதீர்கள். தயவு செய்து ... தயவு செய்து ..." நான் மிகப்பெரிய குரலில் கத்த ஆரம்பித்தேன்.

"இவர் மனநிலை சரியில்லை" என்றார் சந்நியாசி. "இவரை வைத்திய சோதனைக்கு அனுப்பவேண்டும்."

"வேண்டாம் வேண்டாம்" என்று கத்தினேன். "அலைவது ஒன்றுதான் எனக்கு சந்தோஷத்தைத் தருகிறது. அதையும் இல்லாமல் ஆக்கிவிடாதீர்கள்."

"உங்களை நான் கைது செய்திருக்கிறேன்" என்றார் அதிகாரி. மேஜை மணியின் பித்தானை அவர் கட்டைவிரல் அழுத்திற்று.

கொல்லிப்பாவை, 1976

ரத்னாபாயின் ஆங்கிலம்

தில்லியிலிருந்த தன் உற்ற சிநேகிதியான அம்புஜம் ஸ்ரீனிவாசனுக்கு வழக்கம்போல் ரத்னாபாய் ஆங்கிலத்தில் ஒரு கடிதம் எழுதினாள். அதன் கடைசிப் பாராவை "அம்பு, இந்தப் பட்டுப்புடவையை நீ பார்த்தால் என் கையிலிருந்து அதைப் பிடுங்கி உன் நெஞ்சோடு சேர்த்துக்கொண்டு, 'எனக்கு, ஐயோ எனக்கு' என்று குதிப்பாய். சந்தேகமே வேண்டாம். ராதையின் அழகையும் கண்ணனின் வேணுகானத்தையும் குழைத்து இதைப் படைத்திருப்பவனைக் கலைஞன் என்று நான் கூசாமல் அழைப்பேன். வண்ணக் கலவைகளில் இத்தனை கனவுகளைச் சிதறத் தெரிந்தவன் கலைஞன்தான்" என்று முடித்திருந்தாள். அந்தக் கடிதத்தைத் தபாலில் சேர்க்கும்போது அதனுள் வினையின் விதைகளும் அடங்கியிருந்தன என்பதை ரத்னாபாய் ஊகித்திருக்கவில்லை. அம்புவிடமிருந்து வந்த பதிலில், "ரத்னா, உனது ஆங்கிலம்! எத்தனை தடவை அதை வியந்தாயிற்று! வியந்ததைச் சொல்லத் தெரியாமல் விழித்தாயிற்று! ஒன்றாய்த்தானே படித்தோம்? எங்கிருந்து கிடைத்தது உனக்கு மட்டும் இப்படி ஒரு பாஷை? கடிதங்கள் மனப்பாடம் செய்யப்படுவதுண்டோ? செய்கிறேன். சில சமயம் மறு பாதியை அவர் திருப்பிச் சொல்லுகிறார். பரதநாட்டியம் மனக்கண்ணில் வருகிறது, உன் பாஷையின் நளினத்தை உணரும்போது. நானும் கல்லூரி ஆசிரியை, அதுவும் ஆங்கிலத்தில். நினைக்கவே வெட்கமாக இருக்கிறது . . . ஆமாம் அப்படி என்ன அதிசயம் அந்தப் புடவையில்? வாங்கி

வை எனக்கும் ஒன்று. அதே மாதிரி. என் சக ஆசிரியைகளுக்கு இரண்டு. வெட்கப்படட்டும் அவர்களும் என எண்ணி உன் கடிதத்தைக் காட்டப்போக–பயப்படாதே. முழுவதுமல்ல; சில பகுதிகளைத்தான்–இப்படி ஒரு கோரிக்கை வந்து சேர்ந்தது. தொந்தரவுதான் உனக்கு” என்று எழுதியிருந்தாள்.

“தொந்தரவுதான்” என ரத்னாபாய் கடிதத்தைப் படித்து முடித்ததும் முணுமுணுத்தாள். “அம்பு, என் கண்ணே. நீ நினைப்பதைவிடவும் பெரிய தொந்தரவு” என்று கற்பனையில் அம்புவின் வாட்டசாட்டமான முழு உருவத்தையும்–இடது கைவிரல் நுனிகளால் அடிக்கொரு தரம் மூக்குக்கண்ணாடியின் இரு ஓரங்களையும் தொட்டு அசைத்துக்கொள்ளும் அவளுடைய தன்னுணர்வற்ற செய்கையோடு–கண்முன் நிறுத்திச் சொன்னாள். “சிக்கலான பொறி, சிக்கலான பொறி” என்று அவள் வாய் ஆங்கிலத்தில் முணுமுணுத்தது.

மில்டன் நழுவிவிட்டிருந்தான். ஒவ்வொரு தடவை உணவுக்குப் பின்னும் இப்போதெல்லாம் இப்படி ஒரு நழுவல். இன்னும் பதினேழு வயது முடியவில்லை. அதற்குள் இந்தப் பழக்கம். வசதியாக புதுப் பெட்டிக்கடையும் பக்கத்திலே வந்தாயிற்று. ஆமாம் . . . எங்கிருந்து காசு? பப்பாவிடமிருந்து திருடிக்கொள்வான் போலிருக்கிறது. பப்பா, மம்மியிடமிருந்து திருடிக்கொள்ளும்போது இதில் என்ன தப்பு? ரோஸியும் மேரியும் தையல் வகுப்புக்குப் போயிருந்தார்கள். இருவருக்குமே படிப்பு வரவில்லை. பள்ளிக் கூடத்தில் ரத்னாபாய் டீச்சரின் பிள்ளைகளா என்ற கேலியை வாங்கிக்கட்டிக்கொண்டதுதான் மிச்சம். ஒவ்வொரு வருடமும் அக்காவும் தங்கையும் மாறிமாறித் தோற்றுக்கொண்டிருந்தார்கள். “அவமானம் . . . அவமானம்” என்று ரத்னாபாய் ஆங்கிலத்தில் முணுமுணுத்தாள், “என் குழந்தைகளா இவை? இல்லை. இல்லவே இல்லை. ஜாண்சனின் குழந்தைகள். வேட்டைக்காரனின் குழந்தைகள். வலிக்கிற பல்லை, ஊசிபோட்டு உணர்வு இழக்கச் செய்யாமல், வலியோடு பிடுங்குகிறவனின் குழந்தைகள். அவனுடைய சதா ரத்தச் சிவப்பேறிய கண்களும், முரட்டுக் கைகளும், கைகளிலும் மார்பிலும் கரடிக்கு முளைத்திருப்பது போல் கரு மயிரும் . . . கடவுளே, ஏன் என் மனத்தில் வசையைப் புகுத்துகிறாய்?” என்று வாய்விட்டு அரற்றினாள் ரத்னாபாய். ஏன் இவ்வாறு துரதிருஷ்டம் பிடித்துப்போனேன்? அம்மா சொல்வாள் உலகம் வயிறெரிந்துவிட்டது என்று . . .

ரத்னாபாயைச் சிறுவயதில் அவளுடைய தாயார் மீராபாய் டீச்சர் வெளியே அழைத்துச் செல்லும்போது, அவளைப் பார்த்த

ஒவ்வொரு ஆணும் பெண்ணும் வயிறெரிந்துவிட்டார்களாம். ரத்னாபாயின் அழகு அவர்களிடத்தில் தாங்க முடியாத பொறாமையை ஏற்படுத்திற்றாம். மீராபாய் டீச்சரின் வாதம் இது.

அம்புவுக்குப் பதில் எழுத எத்தனை நாட்கள் கடத்துவது? மீண்டும் கடிதம் வந்துவிட்டது. "மறந்துவிட்டாயா ரத்னா? லீவுதானே? மசக்கையோ? டூவா..?"

ரத்னாபாய் எழுந்திருந்து மாடிக்குச் சென்றாள். மொட்டை மாடியில் தரையில் ஒரு கிழவர் உட்கார்ந்துகொண்டிருந்தார். வழுக்கைத் தலை. அழுக்குத் துண்டால் கன்னங்களைச் சுற்றிக் கழுத்தில் கட்டிக்கொண்டிருந்தார். கன்னம் வீங்கிய வீக்கத்தில் கண்கள் இடுங்கிப் புதைந்துகிடந்தன. முகம் 'ஜிவ் ஜிவ்'வென்று சிவந்துகிடந்தது. ரத்னாபாய் எதிர்ப்பட்டதும் கிழவர் சாத்தியிருந்த மாடி அறைக் கதவைச் சுட்டிக்காட்டி 'கவனிக்கச் சொல்லுங்கள்' என்று சமிக்ஞை காட்டினார். ரத்னாபாய் முகம் கோபத்தில் கடுகடுத்தது. விரல் நுனியால் மிகுந்த நாசுக்குடன் கதவைச் சுண்டினாள். கதவு திறக்கப்படவில்லை. பலமாகத் தள்ளிக்கொண்டு உள்ளே நுழைந்தாள். நோயாளிகளை உட்கார்த்தும் நாற்காலிக்குப் பக்கத்தில், பல்லை ராவும் கருவியின் பெரிய இரும்புச் சக்கரத்தினடியில் தலை வைத்து லுங்கி விலகிக் கிடக்க அலங்கோலமாகத் தரையில் கிடந்தான் ஜாண்சன். "அசிங்கம், வெட்கமாய் இல்லையா?" என்று கத்தினாள் ரத்னாபாய். "காலால் உதைப்பேன்" என்றாள். லேசாக ஒரு முனகல் கேட்டது. "எனக்குக் கொஞ்சம் பணம் வேணும். அவசரம். பத்துப் பதினைந்து நாட்களில் திருப்பிக் கொடுத்துவிட முடியும்" என்றாள். மீண்டும் முனகல் எழுந்தது. "உங்களிடம் ஒரு உதவியை நாடி வந்திருக்கிறேன். எனக்குப் பைத்தியம். எப்பொழுதாவது நீங்கள் எனக்காக உங்கள் சுண்டுவிரலை அசைத்திருக்கிறீர்களா?" என்று ஆங்கிலத்தில் பேசினாள். நாடகத்தில் ஒரு கதாபாத்திரம் பேசுவதுபோல் இருந்தது. வெளியே கிழவர் தன் இருப்பிடத்தை விட்டு எழுந்திருந்து கதவுக்குப் பின்னால் வந்து நிற்பதாக ரத்னாபாய்க்குத் தோன்றிற்று. 'சாத்தியிருக்கும் கதவுக்குப் பின்னால் ஏன் இவ்வாறு நிகழ்ந்திருப்பதாக எனக்குத் தோன்ற வேண்டும். அதிக உணர்வுகள் வேலை செய்வதாலா? கற்பனையின் திமிறினாலா? என்னுடைய நுட்பமும், நகாஸும், பதவிசும், லளிதமும் முரட்டுத்தனத்தால் சூறையாடப்பட்டு விட்டதா?' கதவைத் திறந்து பார்க்கிறபோது கிழவர் அங்கு நின்றுகொண்டிருந்தால், தனது காரியங்கள் சுமாரான வெற்றிக்குத் திரும்பும் என்றும், அப்படியில்லாத வரையிலும் இப்போது இருப்பதுபோலவே இருக்கும் எனவும் கற்பனை செய்துகொண்டு கதவைத் திறந்தாள். கிழவர் இருந்த இடத்திலேயே உட்கார்ந்துகொண்டிருந்தார். ரத்னாபாய் மீண்டும்

உள்ளே நுழைந்து, "நான் சொல்வது காதில் விழுகிறதா?" என்று உரக்கக் கத்தினாள். மீண்டும் முனகல் கேட்டது. முகம் லேசாகத் திரும்பியதும் கடைவாயிலில் எச்சில் வழிவது தெரிந்தது. "மிருகம், மிருகம். மிருகத்திலும் கேவலம்" என்று அவள் வாய் முணுமுணுத்தது. சிறு சுவர் அலமாரியைத் திறந்து இரண்டு மாத்திரைகளை ஒரு புட்டியிலிருந்து எடுத்துக்கொண்டு கிழவர் முன்னால் வந்தாள். "இதை விழுங்கிவிட்டு உட்கார்ந்து இரும்" என்று சொல்லிவிட்டுப் படியிறங்கிக் கீழே வந்தாள்.

இப்போதே போய், காரியத்தை முடித்துவிட்டால் என்ன என்று ரத்னாபாய்க்குத் தோன்றியது. இன்று இரவு எப்படியும் அம்புவுக்குப் பதில் எழுதவேண்டும் என்பதும், அந்த அந்த இடத்திற்கு என்ன என்ன வார்த்தைகளை உபயோகிக்கவேண்டும் என்பதும் அவள் மனதில் உருவாகியிருந்தன.

வாசல் கதவைச் சாத்திவிட்டு உள்ளே வந்தாள் ரத்னாபாய். மாடியிலிருந்து ரேழிக்கு வரும் மாடிப்படிக் கதவையும் சாத்தினாள். இப்போது உள்ளே ஒரே இருட்டாகி விட்டது. விளக்கைப் போட்டாள். இரண்டு கைகளிலும் சோப்பை நுரைத்துக் கை வளையல்களைக் கழற்றினாள். முகத்தைக் கண்ணாடியில் பார்த்தாள். முன் நரையை உள்ளே தள்ளிக் கருமயிரை மேலே இழுத்துவிட்டாள். "காலம் குதிரைமீது ஏறிவந்து என்னைத் தாக்குகிறது" என்று ஆங்கிலத்தில் சொல்லிக்கொண்டாள். "இருபத்தைந்து வருடங்களுக்கு முன் நான் ஒரு பேரழகி என்பது உங்களுக்குத் தெரியுமா?" என்று ஒரு சபையைப் பார்த்துக் கேட்பதுபோல் கற்பனை செய்துகொண்டு கேட்டாள். வளையல் களைக் கைப்பையில் வைத்துக்கொண்டு தெருவில் இறங்கினாள்.

இருபது இருபத்தைந்து வருடங்களுக்கு முன்னர், ரத்னாபாய் தன் தாயார் மீராபாயுடன் தெருவழியாக நடந்து செல்வது இளைஞர் உலகில் ஒரு முக்கியமான சம்பவம். இந்த வாய்ப்பை எதிர்பார்த்து அவர்கள் ஏமாறுவதும், எதிர்பாராத நேரங்களில் கிடைத்துவிடுவதும் இளைஞர் உலகின் முக்கியமான செய்திகள். 'என்னுடைய பொக்கிஷம் எப்படி?' என்று பெருமிதம் வழியும் முக பாவத்துடனும், 'என் பொக்கிஷத்தை எப்படி உங்களிடமிருந்து காப்பாற்றப் போகிறேனோ?' என்ற கவலை தெரியும் முகத்துடனும் மீராபாய் ரத்னாபாயுடன் இடைவெளிவிடாமல் நடந்து போவாள். தன் பெண்ணைக் கல்யாணம் செய்துகொள்ளச் சில டாக்டர்களும் இன்ஜினியர்களும் முன்வந்துள்ளனர் என்றும், தான் இன்னும் எந்த முடிவும் எடுக்கவில்லையென்றும் மீராபாய் அடிக்கடி சொல்லிக்கொண்டிருந்தாள். இது உண்மையா இல்லையா

என்பது தெரியாது. ஆனால், தபாலில் ரத்னாபாய்க்குக் காதல் கடிதங்கள் வந்தன. அக்கடிதங்களை ரத்னாபாயின் தாயாரே தபால் சேவகனிடமிருந்து பெற்று, படித்து, சந்தோஷப்பட்டு அவற்றை மறைவாக வைத்துக்கொண்டாள். எங்கள் ஊரில் அந்தக் காலத்திலிருந்த பெரிய வீட்டுப் பிள்ளைகளில் அநேகர் அவளுக்குக் காதல் கடிதங்கள் எழுதியிருக் கிறார்கள். ரத்னாபாய் ஒரு ஆங்கிலப் பிரியை என்ற செய்தி அப்போதே அடிபட்டுக் கொண்டிருந்ததால், ஒவ்வொருவரும் தங்களுக்குத் தெரிந்த கடுமையான ஆங்கில வார்த்தைகளை எல்லாம் தாங்கள் எழுதிய காதல் கடிதங்களில் திணித்து, அதற்குமேல் தங்களுக்குத் தெரிந்த ஆங்கிலக் கவிதைகளையும் சேர்த்திருந்தார்கள். இவ்வாறு காதல் கடிதங்களை எழுதியுள்ள பையன்களில் எந்தப் பையனைத் தேர்ந்தெடுப்பது புத்திசாலித்தனமானது என மீராபாய் டீச்சர் தனது மனத்தில் ஓயாமல் கணக்குப் போட்டு வந்தாள். அவள் மனத்தில் தன் பெண்ணுக்குத் தெரியாத பெரிய பிரச்சினையாக இது வளர்ந்து வந்திருந்தது. நாள் போகப்போக இந்தப் பிரச்சினையின் தீவிர நிலை தளர்ந்தது. இதற்குக் காரணம், ரத்னாபாய்க்குக் காதல் கடிதங்கள் எழுதிய பையன்களில் அநேகர் தங்கள் படிப்பை முடித்துக்கொண்டு தங்கள் மாமன் மகளையோ அல்லது அத்தைப் பெண்ணையோ அல்லது தாய் தகப்பன் தேடிச் சேர்த்த வேறு உறவுப் பெண்ணையோ கட்டிக்கொண்டு பம்பாய், கல்கத்தா என்று மறைந்தார்கள். இந்த இளைஞர்களில் யாரையாவது, விடுமுறை நாட்களில் எங்கள் ஊர் திரும்பும்போது மனைவி சகிதம் மீராபாய் டீச்சர் பார்த்துவிட்டால், அன்று இரவு ரத்னாவிடம், “அந்த மயில் வீட்டுக்காரர் பிள்ளை அவன் பெண்டாட்டியைக் கூட்டிக்கொண்டு போகிறான், பார்த்தேன். இதைவிட அவன் ஒரு கருங்குரங்கைக் கட்டிக்கொண்டிருக்கலாம்! வெட்கம் கெட்ட பயல்” என்று திட்டுவாள். “அம்மா, அவர் பெண்டாட்டி எப்படி இருந்தால் நமக்கு என்ன? எனக்கு வம்பு பிடிக்காது” என்பாள் ரத்னாபாய். “உன் புத்திக்குத்தான் யாரும் உன்னைக் கட்டிக்கொள்ள வரவில்லை” என்று கொதிப்பாள் தாயார். “அது உன்னுடைய பிரச்சினை அல்ல; என்னுடையது” என்று ஆங்கிலத்தில் பதில் சொல்லுவாள் ரத்னாபாய்.

ரத்னாபாய்க்கு அவளுடைய நெருங்கிய தோழிகள் பலரைப் போல் ஆங்கிலம் எடுத்து எம்.ஏ. சேர முடியாமல் போயிற்று. “நாங்கள் படித்து எதற்குடீ? நீ அல்லவா படிக்க வேண்டும்” என்றார்கள் தோழிகள். “கடன்காரங்க கத்துவதை நீ ஏன் பொருட்படுத்த வேண்டும்? கத்துவாங்க; நீ படி. நான் படிக்க வைக்கிறேன் உன்னை” என்றாள் மீராபாய் டீச்சர். பிடிவாதமாய் பி.டி. படித்து ஆசிரியை ஆனாள் ரத்னாபாய்.

'எம்.ஏ. படிக்க முடியாமற்போனதுதான் எனது கேடு காலத்தின் ஆரம்பம்.' இந்த ஆங்கில வாக்கியத்தைப் பல தடவை ரத்னாபாய் பின்னால் சொல்ல நேர்ந்தது. ரத்னாபாய்க்கு வயதாகிக்கொண்டிருப்பது இப்போது அவள் முகத்தில் தெரிந்தது. "என்ன, ஏதாவது பார்த்தாயா?" என்று தெரிந்தவர்கள் கேட்பதைச் சகித்துக்கொள்ள முடியாமல் மீராபாய் டீச்சர் வெளியே போவதைக் குறைத்துக்கொண்டாள். இந்த விசாரிப்புகளில் லேசான பரிகாசம் கலந்திருப்பதையும் இப்போது அவளால் உணர முடிந்தது. "எந்த டாக்டருக்கும் அதிருஷ்டம் அடிக்கவில்லையா இன்னும்?" என்று மீராபாயிடம் சக ஆசிரியைகள் கேட்டுக்கொண்டிருந்தனர். "எனது திருமணத்தை ஒரு சமூகப் பிரக்ஞையாக்கிவிட்டாய். இது நீ எனக்கு இழைத்த மாபெரும் தீங்கு" என்றாள் ரத்னாபாய் தன் தாயாரிடம். "இப்போதெல்லாம் நீ பேசுவதே எனக்குப் புரியமாட்டேன் என்கிறது. நீ வேறு யாரோ மாதிரி பேசுகிறாய்" என்றாள் மீராபாய் டீச்சர்.

அநேகமாக ஒவ்வொரு நாளும் ரத்னாபாய் பள்ளிக்கூடம் போகும் வழியில் ஜாண்சனைப் பார்ப்பது வழக்கம். பல் ஆஸ்பத்திரி முன்னால் லுங்கியைக் கட்டிக்கொண்டு அவன் சந்தோஷமாக நின்றுகொண்டிருப்பான். காலையில் அவள் பள்ளிக்குப் போகும்போது, அவன் தன்னுடைய பழைய மாடல் குட்டிக்காரைக் கிளப்ப முயன்றுகொண்டிருப்பான். நாலைந்து கூலிச் சிறுவர்கள் பின்னாலிருந்து தள்ளுவார்கள். கார் கிளம்பியதும் அத்தனை சிறுவர்களும் கார் கதவைத் திறந்துகொண்டு உள்ளே சாடி ஏறி விழுவார்கள். கார் ஒரு ரவுண்டு சுற்றிவிட்டு வந்து ஆஸ்பத்திரி முன் நிற்கும். "அந்தச் செய்கை – அதில் நான் கண்ட எளிமை – அந்த ஏழைச் சிறுவர்களும் உங்களை அன்னியோன்னியமாக பாவித்த விதம் – அதற்காக உங்களை நேசித்தேன்" என்று ஆங்கிலத்தில், திருமணம் முடிந்த அன்று இரவு ஜாண்சனிடம் சொன்னாள் ரத்னாபாய். "உன்னைவிடவும் அழகாக இருக்கிறது உன் ஆங்கிலம்" என்றான் ஜாண்சன்.

ஜாண்சனுடன் வாழ்க்கையைப் பகிர்ந்துகொள்ளுவது சாத்தியமில்லை என்பது ஒரு சில வாரங்களிலேயே ரத்னா பாய்க்குத் தெரிந்துபோயிற்று. அன்றாடம் அவன் குடித்தான். கிடைக்கும் சந்தர்ப்பங்களில் எல்லாம் நண்பர்களுடன் வேட்டைக்குச் சென்றான். மனைவி, வீடு எனும் உணர்வுகள் அவன் ரத்தத்தில் கிஞ்சித்தும் கிடையாது என்பது ரத்னாபாய்க்கு உறுதியாயிற்று. "நான் ஒரு பொறுக்கி. என்னை நீ கட்டுப்படுத்த முடியாது. நீ சீமாட்டி என்றால் உன் அம்மாவிடம் போய் இரு" என்று குடிவெறியில் கத்துவான் ஜாண்சன். "நீர் ஒரு எளிமையான

மனிதர் என்று நினைத்து நான் ஏமாந்துபோய்விட்டேன். வாழ்க்கை எவ்வளவு பயங்கரம்" என்றாள் ரத்னாபாய். "உன் ஆங்கிலத்தை நான் வெறுக்கிறேன்" என்று கத்துவான் ஜாண்சன்.

அன்று பேங்கில் அவள் எதிர்பாராத செய்தி கிடைத்தது. புதன்கிழமை மட்டும்தான் தங்கத்தின் பேரில் பணம் கடன் கொடுப்பார்களாம். ரத்னாபாய் ஜவுளிக்கடைக்குச் சென்றாள். பட்டுச்சேலைகளை எடுத்து வைத்துவிட்டு, கையிலிருக்கும் சிறு தொகையை முன் பணமாகக் கொடுத்துவிட்டுப் போனால், பின்னால் பேங்கிலிருந்து பணம் பெற்றுப் பாக்கியை அடைத்து, சேலைகளையும் எடுத்துச் சென்றுவிடலாம் என்று எண்ணினாள். கடைப்பையன்கள் முன்னால் வந்து நின்றதும், "அன்று நான் எடுத்துக்கொண்டு போன மாதிரி சேலை வேண்டும்" என்றாள். அவள் மனம் குறுகுறுத்தது. "கடவுளே, எதற்காக இப்படி நான் சொல்கிறேன்? எனக்கும் புத்தி பேதலித்து விட்டதா" என்று மனதிற்குள் முணுமுணுத்துக் கொண்டாள். பையன்கள் விழிக்க ஆரம்பித்தார்கள். ஒவ்வொருவராய் வந்து அவளைப் பார்த்துவிட்டுப் போனார்கள். "யார்ரா அண்ணைக்குக் கொடுத்தது?" என்று முதலாளி அதட்ட ஆரம்பித்தார். 'நான் எடுக்காத சேலையை எப்படி இவர்கள் காட்ட முடியும்? இதற்கு மேலும் இவர்களை தண்டிப்பது என்னைப்போன்ற ஒரு ஸ்திரீக்கு அழகல்ல' என்று ரத்னாபாய் ஆங்கிலத்தில் நினைத்துக்கொண்டே, "நல்லதா எதையாவது காட்டுங்கப்பா!" என்றாள். 'எனக்கு புத்தி பேதலித்துவிட்டது. கற்பனையே நிஜம் என்று நம்ப ஆரம்பிக்கிறேனா?' பையன்கள் பட்டுச்சேலையை எடுத்து வர அறைக்குள் சென்றார்கள். "உண்மையில் அப்படி எழுதியிருக்க வேண்டிய அவசியமில்லை. அதிலும் என் அருமை அம்புவுக்கு" என்று ரத்னாபாய் மனத்திற்குள் சொல்லிக்கொண்டாள். அகஸ்மாத்தாய்ப் படிக்க நேர்ந்தது அந்த ஆங்கிலக் கவிதையை. அற்புதமான கவிதை. ஒவ்வொரு வார்த்தையும் வைரத் தோட்டில் பதித்த கற்கள் மாதிரி இருந்தது. அதில் சில வார்த்தைகள் ரத்னாவிடம் ஏதோ விதமான மயக்கத்தை ஏற்படுத்திற்று. அந்த வார்த்தைகளைப் பயன்படுத்தி ஒரு பட்டாடையை வருணித்தால் வர்ணனை மிக அற்புதமாய் அமையும் என்று அவளுக்குத் தோன்றிற்று. அந்த வருணனையை அன்றே – அப்போதே – அம்புவுக்கு எழுதுவதை அவளால் கட்டுப்படுத்த முடியவில்லை. "பொல்லாதபொறிதான் அது" என்று ரத்னாபாய் முணுமுணுத்தாள். "அது சரி, எடுக்காத சேலையை எடுத்ததாக இப்போது நான் ஏன் சொல்லுகிறேன். எதற்காக? ரத்னா, சொல்லு, எதற்காக?" என்று ரத்னா கேட்டுக்கொண்டாள். சேலைகளைக் கவுண்டரில் பரப்பிவிட்டார்கள். "எதைத் தேர்ந்தெடுப்பது? அம்பு, உனக்கு எது பிடிக்கும்? உன் சிநேகிதிகளுக்கு எது பிடிக்கும்? உன் சிநேகிதி

ஆங்கிலத்தில் ஒரு மேதை; ஒப்புக்கொள்கிறோம். ஆனால் புடவை தேர்ந்தெடுப்பதில் அவள் ஒரு அசடு என்று அவர்கள் உன்னிடம் சொல்லும்படி ஆகுமா? அல்லது ஆங்கிலத்தில் வெளிப்பட்ட ருசி புடவைத் தேர்வில் அழுத்தம் பெறுகிறது என்பார்களா? பின்வாக்கியத்தை அவர்கள் சொல்லவேண்டுமெனில் நான் தேர்ந்தெடுக்க வேண்டிய சேலை எது? எனக்கு ஏன் இன்று ஆங்கில வார்த்தைகள் அதி அற்புதமாய் ஓடிவருகின்றன? அம்புவுக்கு ஒரு நீண்ட கடிதம் எழுதுவதற்கான வேளை நெருங்கிவிட்டதா?" மூன்று சேலைகளைத் தேர்ந்தெடுத்தாள் ரத்னாபாய். புதன்கிழமை காலையில் மீதிப் பணம் தந்து எடுத்துக் கொள்வதாய்க் கடைமுதலாளியிடம் சொல்லி, சிறிது முன்பணமும் கொடுத்துவிட்டு வெளியேறினாள்.

அன்று இரவு ரத்னாபாய் அம்புவுக்கு ஒரு நீண்ட கடிதம் எழுதினாள். அதன் கடைசி பாராவில் "சேலைகள் எடுத்து அனுப்பிவிட்டேன். உனக்கும் உன் சிநேகிதிகளுக்கும். நீயும் உன் சிநேகிதிகளும் அதைக் கட்டிக்கொண்டு கல்லூரி முன்னால் (அதன் வெளிச்சுவர், கல்லால் எழுப்பப்பட்டது) நிற்பதாய் கற்பனையும் பண்ணியாயிற்று. ஒன்று சொல்லிவிடுகிறேன். நீ உன் சேலைக்குப் பணம் அனுப்பினால் எனக்குக் கெட்ட கோபம் வரும். எனக்குத் தரவேண்டியது உன் புகைப்படம், அந்தப் புடவையில். ஐயோ! என் சிநேகிதிக்கு என்னால் நஷ்டம் என்று இளைத்துப்போய்விடாதே. இங்கு பிள்ளைகள் தோற்றுக் கொண்டுதான் இருக்கிறார்கள். பல்வலிக்கும் குறைவில்லை" என்று எழுதியிருந்தாள்.

தான் எழுதிய கடிதத்தை ஏழெட்டுத் தடவை படித்துப் பார்த்தாள் ரத்னா. அவளுக்கு ரொம்பவும் பிடித்திருந்தது. "பாஷை ஒரு அற்புதம். கடவுளே உனக்கு நன்றி" என்றாள். "இதைவிட்டால் எனக்கு வேறு எதுவுமில்லை" என்றாள். மீண்டும் கண்ணாடி முன் நின்று சிறு அபிநயத்துடன் அந்தக் கடிதத்தைப் படித்தாள்.

புதன்கிழமைக் காலையில் பேங்குக்குப் போகவேண்டும் என்ற சிரத்தையே ரத்னாபாய்க்கு ஏற்படவில்லை.

அஃக், 1976

குரங்குகள்

குரங்குகளின் துஷ்டத்தனம் பொறுத்துக் கொள்ள முடியாததாகிவிட்டது. ஒவ்வொரு நிமிஷமும் அவற்றின் இருப்பை பிரக்ஞையில் வைத்துக்கொள்ள வேண்டும் என்றாகிவிட்டது. அசந்தால் போச்சு. ஒரு கணம் தப்பினால் போச்சு. இரவாவது நிம்மதியாகத் தூங்குமா அதுகள்? நேரம் வீணாகிவிடுமே. எவ்வளவு விஷமங்கள் பாக்கி கிடக்கு!

சமீப காலமாகத்தான் இப்படிக் கிளம்பி விட்டன இவை. எல்லாம் கூடிப் பேசிக் கொண்டு, ஊர்க்காரர்களை விரட்டிவிடலாம் என்ற தீர்மானத்திற்கு வந்துவிட்ட மாதிரி, விஷமங்களில் இறங்கிவிட்டன. கொடியில் துணி உலர்த்த முடியாது. பற்றுப் பாத்திரத்தை வெளியே போட முடியாது. வாளியையும் கயிறையும் ஒவ்வொரு தடவையும் உள்ளே கொண்டு வைக்க வேண்டும். ரொம்பவும் இம்சைதான். “எங்கள் ஞாபகத்தில் ஒருபோதும்

இந்தத் தொந்தரவு இருந்ததில்லை” என்று வயதானவர்கள் சொன்னார்கள். அப்போது அவை இப்படிப் பெருத்திருக்கவும் இல்லையாம்.

தங்கள் கீர்த்திக்கு ஹானி வந்துவிடக் கூடாதே என்ற கவலையில் செய்வது மாதிரி, அப்போதெல்லாம் சின்ன விஷமங்கள் செய்துவைக்குமாம்.

குரங்குகள் விஷமங்கள் செய்ய வேண்டியவை தாம். விஷமங்களைப் பூராவும் விட்டுவிட்ட தென்றால் ஒவ்வொன்றும் வைதவ்யத்திற்கு

ஒப்புக்கொடுத்தமாதிரி ஆகிவிடும். அவற்றைப் பார்க்கவே சங்கடமாய்ப் போய்விடும். 'விஷமம் செய்' என்றுதான் கடவுள் அவற்றிடம் சொல்லியிருக்கிறார். இல்லையென்றால் அதன் உறுப்பின் ஒவ்வொரு பகுதியும், இப்படி விஷமத்தைக் கடைந்தெடுத்த சாரத்தால் செய்திருக்க வேண்டியதில்லை.

ஆனால் எதற்கும் ஒரு வரன்முறை இருக்கிறது. கொஞ்சம் பொறுத்துக்கொள்ளலாம். அவையும் ஜீவன்கள். கூடக் கொஞ்சம் பொறுத்துக்கொள்ளலாம். லபக்கென்று பிடுங்கிக்கொண்டோ எடுத்துக்கொண்டோ ஓடுவதிலிருந்தும், எதிர்பாராத நிமிஷத்தில் குதித்து இறங்குவதிலிருந்தும், ஊர்வாசிகளை அற்பமாய் நினைத்து வலித்துக் காட்டுவதிலிருந்தும் அவற்றை இப்போதைக்கெல்லாம் பின்திரும்பச் செய்ய முடியாது. அவை அவற்றின் காரியங்களில் ஊறிப்போய், அக்காரியங்களிலிருந்து செய்யப்பட்டவை.

இந்த அழகில் குரங்குகள் அவற்றின் கோணல்களை விருத்தி செய்ய வேறு ஆரம்பித்துவிட்டால் விபரீதம்தான். அபாய எல்லைகளைத் தாண்டிச் சென்றுகொண்டிருந்தன விஷமங்கள். குளிக்கும் பெண்களை அவை எட்டிப் பார்ப்பதாக ஒரு பேச்சு கிளம்பிற்று. முதலில் இதை யாரும் நம்பவே இல்லை. தற்செயல் நிகழ்ச்சியைக் காரணபூர்வமாக்கி விட்டார்கள் என்றுதான் எண்ணினார்கள். குளிக்கும்போது வயசுப்பெண்களுக்கு யாரோ பார்த்துவிட்டதுபோல் சந்தேகம் தட்டுவது சகஜம் என்றார்கள். ஆனால் இந்தச் சமாதானங்கள் ஒருசில நாட்களில் குலைய ஆரம்பித்துவிட்டன. கிராமத்திலேயே மிக அழகான பெண் ஸ்நான அறையிலிருந்து அம்மணமாக ஓடிவரும்படி ஏற்பட்டுவிட்டது. பளிங்கும் கனவும் குழைத்துச் செய்யப்பட்டிருந்த அவளுடைய சிறிய முலைகளில் சிறிய நகப்பிராண்டல்கள் இருந்ததாம்.

ஊரின் மொத்த ரத்தமும் கொதிக்க ஆரம்பித்துவிட்டது. 'இப்படியும் உண்டா? கேள்விப்பட்டதே இல்லையே' என்று கொதித்தார்கள். பிராணிகளின் பழக்கஇயல் பற்றி வாசித்திருந்த இளைஞர்கள், விலங்கியலில் இதற்கு ஆதாரம் இல்லை என்றார்கள். குரங்குகளுக்கு இக்குணம் ஏற்படும் என்றும் வடமொழியில் ஒரு பெரிய கவி இதுபற்றிப் பாடி இருக்கிறான் என்றும் பண்டிதர் சொன்னார். "அறிஞர்களுக்கு அல்ல; கவிஞனுக்கே இந்த நுட்பம் தெரியும்" என்றார் அவர். குரங்குகளின் இயற்கையான குணம் அல்ல இது என்றும், நீண்டகால மனித சகவாசத்தால் அவற்றின் மனத்தில் ஊறும் புதிய ரசம் இது என்றும் கவிஞன் நேராகச் சொல்லாமல் தொனித்திருப்பதாக அவர் சொன்னார். அப்படியானால் பெண்களைக் குரங்குகள் பிடுங்கிக்கொள்ளும் காலம் வருமோ என்ற சந்தேகம் ஆண்கள் மனத்தில் ஊசலாட ஆரம்பித்தது.

உண்மையில் அவற்றிற்கு இந்தப் புத்தி ஏற்பட்டிருக்க வேண்டியதில்லை. அவை கூடிவாழ்ந்த இடம் மனோரம்மிய மானது. பழையாற்றின் கரை. கட்டைவிரல் போல் நகரைவிட்டு விலகியும் ஒட்டியும் இருந்த இடம். தட்பவெட்பநிலைகள் வெகு இதமாக இருந்தன. சிவன் கோயில் பின்புறம் அரளிக்காடு, பலாமரங்கள். சன்னதித்தெருவின் ஒரு வரிசையின் பின்பக்கம் தென்னந்தோப்பு. அதன்பின் வாய்க்கால். அதன்பின் மிஷன் ஆஸ்பத்திரி வரையிலும், அப்பால் மலையடிவாரம் வரையிலும் வயல்வெளிகள். பரவசத்தால் குனியும் பயிரின் தலையைக் கோதிக்கொண்டு காற்று ஓடுவதை எப்போதும் பார்க்கலாம். தெருவோரம் நீராழி, அதையடுத்துச் சில காலிமனைகள். பின் மீண்டும் மரக் கூட்டம். ஆற்றின் கரை வரையிலும், வெகு அழகான செழிப்பான ஊர். அங்கு சில்லறை விஷமங்களுடன் சில்லறைத் திருட்டுக்களுடன் அவை சந்தோஷமாக வாழலாம். அப்படித்தான் வெகுகாலமாக வாழ்ந்துவந்து கொண்டிருந்தன. சந்தோஷத்தின் ஒரு பகுதியாக, லாவக அசைவுகள் மூலம் மனித மனத்திற்கு எப்போதும் ஒரு கிளுகிளுப்பைத் தரக்கூடியவைகளாக, அசௌகரியத்தின் ஒரு பகுதியாக அவற்றை ஊர் ஏற்றுக்கொண்டுதான் இருந்தது. அவைகளும் அங்கு வந்து களித்துக்கூடி விருத்தியாகி, எத்தனையோ காலம் ஆகிவிட்டது. அப்படியே தொடர்ந்து போயிருக்கலாம்.

ஊர்வாசிகளை மனவருத்தம் கொள்ளும்படிச் செய்து விட்டன அவை. இவ்வளவு ஆழ்ந்த வருத்தத்திற்கு அவர்களை ஆளாக்கிவிட்டோம் என்பதுகூட அவற்றிற்குத் தெரியும் என்று தோன்றவில்லை. தங்கள் விஷமம் அவற்றிற்குத் தெரியாதது போலவே பிறர் வருத்தமும் அவற்றிற்குத் தெரியவில்லை. ஒருக்கால், ஊர்வாசிகள் அவற்றால் படுத்தப்பட்டுக்கொண்டிருந்ததுபோல், விஷமங்களால் அவையும் படுத்தப்பட்டுக்கொண்டிருந்தனவோ என்னவோ!

இதுவரையிலும் என்ன என்ன செய்யும் என ஊர்வாசிகள் புரிந்துவைத்திருந்தார்களோ, அநேகமாய் அவற்றையே அவை செய்துவந்தன. தற்காத்துக்கொள்ளவும், விட்டுக்கொடுக்கவும், சிலபோது எதிர்க்கவும்கூட இப்புரிதல் அவர்களுக்கு உபயோக மாய் இருந்தது. இப்போது இந்த வாழ்க்கைநெறியிலிருந்து அவை சரிய ஆரம்பித்துவிட்டன. சரிவுகள், சரியும் நேரத்தில் உணரத்தக்கவை அல்ல போலும். எந்தப் பண்டத்தை அவர்கள் இறுகப் பற்றிக் கடைவாயில் சதா எச்சில் வழியும்படித் தின்று கொண்டிருந்தார்களோ, அந்தப் பண்டத்தில் கைவைக்கும் பயங்கரம் தங்களுக்குள் வளர்ந்துகொண்டிருப்பது அவைகளுக்குத் தெரியவில்லை. இளம்பெண்கள் ஒரு கோயில் குளம் என்று போய் வருவது நிம்மதிக் குறைவான காரியம் ஆகிவிட்டது. அசைவில்

மார்புத் துணி சற்றே விலகும்போதுகூட அவை உற்றுப்பார்க்க ஆரம்பித்துவிட்டன. அம்மணத்தை ஆண்களுக்குக் காட்டியிருந்த பெண்கள், அந்நேரத்திய மனிதப் பார்வையைக் குரங்குகளின் கண்களில் கண்டு திடுக்கிட்டார்கள். தங்களை ஆடைகளைத் தவிர்த்து அவை பார்க்கும் பார்வையின் பச்சை அவர்களுக்கு நிச்சயமாகி விட்டது.

குரங்குகளை ஒழிப்பதற்கான அந்த உபாயம் எப்படி அவர்களுக்குத் தெரியவந்தது என்பதை இப்போது யாருக்குமே சரியாகச் சொல்லத் தெரியவில்லை. யாரோ ஒரு பைராகி – சிவன்கோவில் மண்டபத்தில் சோம்பிக்கொண்டிருந்தவன் – தன்னிடம் சொன்னான் என நாலைந்து பேர்கள் உரிமை கொண்டாடினார்கள். பைராகி அல்ல, பாம்பாட்டி என்றும் ஒரு பேச்சு இருந்தது. எப்படி இருப்பினும், மிக அவசியமான ஒரு உபாயம், மிக நெருக்கடியான நேரத்தில் அவர்களை வந்தடைந்துவிட்டது. அதைப் பயன்படுத்திப் பார்க்கவேண்டும். பயன்படுத்தினால் வெற்றி கிடைக்குமா என்று பார்க்க வேண்டும்.

இதற்கு முன்னும் சில நாடோடி உபாயங்களையும் ஆயுதங்களையும் தந்திரங்களையும் அவர்கள் கையாண்டு பார்த்துதான் இருந்தார்கள். சொல்லும்படிப் பிரயோசனம் ஒன்றிலும் கிடைக்கவில்லை. குளுவர்களைக் கொண்டு கல்கட்டி நாண் எறியச் செய்தார்கள். சிறுவர்களும் இவர்களுடன் சேர்ந்துகொண்டு கல்லெறிந்தார்கள். பயங்கர வெறியுடன், அட்டகாசத்துடன், பசி வருத்தும் பிரக்ஞைகூட அற்று, ஓட ஓட எறிந்தார்கள். விஷமம் எனச் சிறுவர்கள் ஒளிந்துசெய்த ஒரு காரியத்திற்கு, பெரியவர்களின் வெளிப்படையான ஊக்கம் பெற்ற சந்தோஷத்தில் மதி மயங்கி, அவர்கள் குரங்குகள் மீது கற்களை வீசினார்கள். “ஜீவ ஹிம்சை வேண்டாண்டா” என்று ஒரு பாட்டிகூட பிரலாபிக்கவில்லை. சிறுவர்கள் கத்திப் பின் தொடர, குளுவர்கள் தென்னந்தோப்புகளிலும் வாழைத் தோட்டங்களிலும் புகுந்து குரங்குகளைக் கற்களால் தாக்கினார்கள். ஊர் பார்த்துக்கொண்டிருந்தது. இந்தக் கூட்டத் தாக்குதலில் அதிர்ச்சியடைந்து, காயங்களில் ரத்தம் கசிய, கத்தி, சபித்து, பின் திரும்பி வலித்துக்காட்டிவிட்டு ஓடின குரங்குகள்.

அவை வெகுகாலத்திற்கு முன்னால் உலக்கை அருவியிலிருந்து இறங்கி, சிற்றூர்கள்தோறும் பரவி, இங்கும் வந்து சேர்ந்தவை. காலத்தால் மறைந்துபோன வந்த பாதையின் உள்ளுணர்வுகள், நெருக்கடியில் மீண்டும் தளிர்த்தது போல், வந்த பாதை நோக்கி அவை ஓடின. அவற்றின் முன்னோர்கள் வந்த அப்பாதை வழி

அவை மிகுந்த கோபத்துடன், ஆக்ரோஷத்துடன், மனிதனின் சில அங்க அசைவுகளைப் போலிசெய்து கேலிகாட்டி, நின்று, பின் திரும்பி மீண்டும் வலித்துக்காட்டிவிட்டுச் சென்றன. வயல்வெளிகளில் அடிவானத்தைப் பார்த்து அவை விரைந்து கொண்டிருந்ததைத் தென்னந்தோப்பில் நின்று ஆண்களும் பெண்களும் பார்த்தபோது, கம்பிளிப் போர்வையின் பெரிய சுருட்டுகள் உருண்டு போவதுபோல் தோன்றின. அக்காட்சி சிறுத்த பின்பும், அந்த சந்தியா சமயத்தில் அவற்றின் கோபமும் கேலியும் கலந்த குரல் காற்றில் மிதந்துவந்துகொண்டிருந்தது. தோப்பில் இருள் கவிழ்ந்தபோது, "இனிமேல் இங்கு இருக்க முடியாது என்பதை அவை தெரிந்துகொண்டுவிட்டன" என்று அவர்கள் பேசிக்கொண்டார்கள்.

ஆனால், அவர்கள் எதிர்பார்ப்பு வீணாகிவிட்டது. ஒருசில நாட்களில் இரண்டொன்று தென்பட ஆரம்பித்தன. சத்தங்களும் கேட்டன. அவ்வப்போது கூரையின் மேல்புறமும் மரங்களின் பச்சை இலை இடுக்குகளிலும் அவை வெளிப்பட ஆரம்பித்தன. சிலநாட்கள் வரையிலும் பதுங்கியும் ஒளிந்தும் அவை ஊரைச் சுற்றி வந்தன. ஊர்வாசிகளை, அவை தங்கள் விரோதிகளாகப் பாவித்து விட்டது வெகு தெளிவாகத் தெரிந்தது. அவைகளின் உடம்புக் காயங்களும் சீழ்கட்டிப் புண்ணாகியிருந்தன.

ஆனால் அவர்களுடைய சங்கடத்தைக் கண்டு வருந்தி இயற்கை அளித்த பரிசு போல், ஒரு உபாயம் அவர்களைத் தேடி வந்துவிட்டது. வெற்றி தரும், நிச்சய பலனை ஏற்படுத்தும் உபாயம் இது. இப்போது அவை ஓடி ஒளிவது சாத்தியமில்லை. திரும்பி வருவதும் சாத்தியமில்லை. பூண்டோடு அழிந்துவிடப் போகின்றன அவை. ஊர்ப் பெரியவர்கள் கூடி யோசித்தார்கள். அமுல்படுத்தும் நேரத்தில் பிழைகளைத் தவிர்க்கும் காரியத்தை அவர்கள் நன்றாக யோசித்தார்கள். நேர்த்தியாக அவர்களால் செய்துவிட முடியும். எத்தனையோ சோதனைகளைத் தாண்டி வந்தவர்கள்தானே அவர்கள். ஆமாம், சோதனையில் வெற்றி கண்டவர்கள். அதிலிருந்தே பலம் பெற்றவர்கள்.

அன்று அதிகாலையில் இருந்தே வேலைகள் ஆரம்பமாகி விட்டன. ஊருக்குள்ளிருந்தும் சுற்றுப்புறங்களிலிருந்தும் நீராழி, குளங்கள், ஓடைகள் சகல நீர் நிலைகளிலிருந்தும் எங்கெங்கிருந்து கிடைக்குமோ அங்கிருந்தெல்லாம் தண்ணீர்ப் பாம்புகளைப் பிடித்தார்கள். இந்தப் பாம்புகளைக் காகிதப் பொட்டலங்களாக, வெகுநேர்த்தியாக மடித்துக் கொண்டார்கள். கோவிலின் பின்னால் அரளிக் காட்டில், சன்னதித் தெருவின் பின்னால் தென்னந்தோப்பில், வாய்க்கால் ஓரங்களில், மிஷன் ஆஸ்பத்திரியின் முன்பக்கம் பரந்துகிடந்த வயல்வெளிகளின் வரப்புகளில், நீராழிக்

கரையில், அதையடுத்த புளியந்தோப்பில், பழையாறுக்கு இட்டுச் செல்லும் பாதையோரங்களில், வாழைத் தோட்டங்களில் அவர்கள் நின்றுகொண்டிருந்தார்கள்.

குரங்குகளின் மனித ஆவலுக்கு ஒரு எல்லையே இல்லை. பொட்டலங்களில் அவை பார்வைகள் குத்தி விட்டன. அவற்றுள் என்ன? இனிமேல் தாண்டிப்போகவோ அலட்சியப்படுத்தவோ மறக்கவோ அவற்றால் முடியுமா? கண்களில் ஆவலின் ஒளி பொங்க, மிகுந்த ஜாக்கிரதை உணர்வுடன், அவை மனிதர்களை நெருங்கி வந்தன. மரங்களிலிருந்து மண்ணில் இறங்கின. ஊர் கூடி எறிந்த கற்களின் காயங்கள் அவற்றின் உடம்பில் நன்றாகத் தெரிந்தன. மோசமான இடங்களில் கூட சீழ் கட்டிப் புண்ணாகியிருந்தது. கண்ணோரங்களிலும் மர்ம உறுப்புகளிலும்கூட காயம் பட்டுப் புண்ணாகியிருந்தது. அக்காயங்களுடன் அவை மனிதர்களை நெருங்கி வந்து இருகால்களில் நின்று கெஞ்சும் பாவனையை முகத்தில் மிகையாகக் காட்டி அப்பொட்டலங்களைக் கை நீட்டி வாங்கிக்கொண்டன. கிட்டத்தட்ட ஏக காலத்தில் என்று சொல்ல வேண்டும். எல்லா இடங்களிலும் இந்த விநியோகம் நடைபெற்றது. இது முதல் வெற்றி. உபாயத்தின் பிற அம்சங்களும் அவர்கள் எதிர்பார்த்தது போலவே நடந்தன.

பொட்டலம் கைக்குக் கிடைத்ததும் யாருக்கும் அதைத் தரக் கூடாது என்ற எண்ணத்துடனும், யாரேனும் அதைப் பிடுங்கிவிடுவார்களோ என்ற பயத்துடனும், வெகு அவசரமாக மரக் கிளைகளில் தாவி ஏறிப் பொட்டலத்தை மனிதனைப் போலவே விரல்களை அசைத்துப் பிரித்தன. பிரித்த நிமிஷத்தில் உடம்பில் மின்சாரம் ஊடுருவித் தாக்கிற்று. மறுகணம் வெடுக்கென்று பாம்பின் வாயை விரல்களால் அள்ளிப் பிடித்துக்கொண்டு கத்த ஆரம்பித்தன. உபாயம் பூரண வெற்றி அடைந்துவிட்டது.

அன்று காலை எட்டு மணிக்கெல்லாம் தோப்பிலிருந்தும் அரளிக் காடுகளிலிருந்தும் வயல்வெளிகளிலிருந்தும் பழையாற்றுக்குப் போகும் பாதைகளிலிருந்தும் குரங்குகளின் கூட்டக் கத்தல்கள் எழுந்தன. மூன்று நாட்கள் அக்கத்தல்கள் ஓயவில்லை. அந்த ஊர் கொஞ்சம் கலங்கத்தான் செய்தது. அடிவயிற்றைத் திருகும் கத்தல் அது. அவை ஒரு நிமிஷம் ஓயாமல், நிலை கொள்ளாமல் கிளைக்குக் கிளை தாவின. அவற்றின் அலைக்கழிப்பை யாராலும் நின்று பார்க்க முடியவில்லை. வீட்டுக்குள் எல்லோரும் ஒடுங்கிக்கொண்ட மாதிரி இருந்தது. அறியாது விழுங்கிவிட்ட கண்ணாடித் துகள்கள் ஜீரண உறுப்புகளைக் கிழிப்பது மாதிரி அவை கத்தின. ஆனால் அப்போதும் பிடி தளரவே இல்லை. கைப்பிடிப்பை மீண்டும் ஒரு தடவை அவை பார்க்கக்கூட இல்லை. கண்களை இடுக்கிக்கொண்டு, வானக்

கூரையைப் பார்க்க முகத்தை உயர்த்தியபடிக் கத்தின. நாலாவது நாள் அநேகக் கத்தல்கள் ஓய்ந்திருந்தன. ஒருசில கத்தல்கள் மட்டும் ஹீனசுரத்தில், வயோதிக நோயாளியின் அந்திம காலத்தில் வெளிப்படுவது போல் கேட்டுக்கொண்டிருந்தன.

சன்னதித் தெருவில் தென்னந்தோப்புகளைக் கொல்லையில் கொண்ட வலது பக்க வரிசையில், கோவிலோரம் மூன்றாவது வீட்டில் பண்டிதர் குடியிருந்தார். அவருக்கு வயோதிகம். அதோடு, மூச்சுப் பேச்சில்லாமலும் அன்ன ஆகாரம் இல்லாமலும் நாட்கணக்கில் படுக்கையில் விழுந்து கிடப்பார். சுவாசம் மட்டும் சீராக ஓடிக்கொண்டிருக்கும். அவருடைய வீட்டுக்காரர்கள் உள்ஜுரம் என்றார்கள். அன்று காலையில் அவர் கண் விழித்தார். வெகு இதமாக இருந்தது அவருக்கு. மூளை வெகு குளிர்ச்சி யாக, மனம் அகண்ட பள்ளத்தாக்கின் மூலையில் தேங்கிய சிறு குட்டையாக ஜில்லென்றிருந்தது. அப்போது அவர் காதில் அந்த ஹீனசுரம் கேட்க ஆரம்பித்தது. அவர் எழுந்திருந்து மெதுவாக நகர்ந்து கொல்லையில் இறங்கினார். சத்தமே இல்லை – அந்த ஹீனசுரத்தைத் தவிர. இரண்டு எட்டுகள் நடந்ததும் அதிர்ச்சியுற்று நின்றார். ஒரு குரங்கு இறந்து கிடந்தது. சிறிது பார்வையைத் திருப்பியபோது, தொலைவில் மற்றொன்று. பின் அங்கும் இங்குமாகப் பல குரங்குகள். “அட ஜீவன்களா, உங்களுக்கு என்ன ஆச்சு?” என்று அவர் வாய்விட்டுக் கேட்டார். அந்தக் கேள்விக்குப் பதில் சொல்ல அங்கு காற்றுக்கூட இல்லை. அந்த ஹீனசுரத்தின் ஊற்றைத் தேடி, அலங்கோலங்களைத் தாண்டியவாறே, அவர் கோவிலின் பின்பக்கம் சென்றார். வெளிப் பிரகாரத்தில், கல் தளத்தின் ஓரத்தில், அரளிச்செடியின் அடியிலிருந்து அந்த ஹீனசுரம் வந்துகொண்டிருந்தது. அந்தப் பெரிய குரங்கை அவருக்கு நன்றாகத் தெரியும். பத்துப் பதினைந்து வருடங்களாகவே தெரியும். அவர்களுக்குள் ஒரு அன்னியோன்னியம் ஏற்பட்டிருந்தது. “என்னாச்சு உனக்கு? என்னாச்சு?” என்று கிழவர் கேட்டார். தன் பெரிய உடம்பின் முதுகு பூராவையும் மண்ணில் பரப்பி, அடிவயிற்றின் பூ மயிரில் ஒளிக்கிரகணங்கள் படும்படிக் கால்களை ஆகாசத்தைப் பார்க்கத் தூக்கிக்கொண்டிருந்தது அது. வால், ஈர நாடாபோல் மண்ணில் பதிந்துகிடந்தது. அதன் தொண்டை நரம்புகள் அறுந்துவிட்டன. வாய் ஓரங்களிலும் நாசித் துவாரத்திலும் ரத்தம் வழிந்து உறைந்திருந்தது. இடது கையில், முறிந்த வாழைத்தண்டு போல், ஒரு தண்ணீர்ப்பாம்பின் குறை உருவம் ஆடிக்கொண்டிருந்தது. கிழிந்து, துண்டு துண்டாக அறுபட்டுக் குறைந்து, பல்லியின் வால் அளவு தொங்கிக்கொண்டிருந்தது அது.

"அப்பா, உனக்கு எவ்வளவு பலம், எவ்வளவு அறிவு! இந்த சின்ன விஷயம் உனக்குத் தெரியலையா? பகவானே, என்ன மாயை!" என்று பிரலாபித்தார் கிழவர்.

சில வினாடிகளில் அந்த ஹீனசுரமும் ஓய்ந்தது. விறைப்புத் தளர்ந்து, உடம்பு குழைந்தது. கை விரல்கள் நிமிர்ந்தன. பாம்பின் சிதைந்த உருவம் நழுவிக் கீழே விழுந்தது.

யாத்ரா, 1978

பள்ளம்

அன்று எங்கள் கடைக்கு விடுமுறை. வாரத்தில் ஒரு நாள். ஆனால், அன்றும் போக வேண்டி வந்தது. அடக்கமில்லாத முரட்டுச் சாவியைத் தூக்கிக் கொண்டு புறப்பட்டேன். மனத்திற்குள் அழுது கொண்டே தெருவில் இறங்கி நடந்தேன்.

இந்த ஒருநாளையாவது எனக்கே எனக்கென்று வைத்துக்கொள்ள வேண்டுமென்று ஆசை. நாட்களை எண்ணி, பொறுமை கெட்ட பின், சாவகாசமாக வரும் ஏழாவது நாள். நான் ஒத்திப் போட்டவை களையும், செய்ய ஆசைப்பட்டவைகளையும் தன்னுள் அடக்கிக்கொள்ள முடியாமல் திணறும் நாள். மொட்டைமாடிப் பந்தலின் சாய்ப்பில், வெறுந்தரையில், எதுவும் செய்யாமல், எதுவும் செய்ய இல்லை என்ற சந்தோஷத்துடன் வானத்தைப் பார்த்தபடி மனோராஜ்யத்தில் மிதப்பது. வேலை, அல்லது அப்பா, அல்லது வாடிக்கை என்னைத் தீர்மானித்துக்கொண்டிருக்க, தீர்மானமே அற்ற சுதந்திரத்தில் திளைக்க ஒரு நாள். பகற்கனவு என்கிறார்கள். ஆனால், ஆசைகள் லட்சியங்கள் அங்குதானே வர்ணச் சித்திரங்களாக மிளிர்கின்றன. அதுவும் வேண்டாம் என்றால் எப்படி?

மொட்டைமாடி வெறுந்தரையில் கிடந்து வானத்தைப் பார்க்க ஆரம்பிக்கிறேன். பின் எப்போது என்று தெரியாமல், வானமும் மொட்டைமாடியும் செடிகொடிகளும் என் ரத்தபந்தங்களைச் சுற்றி உழலும் நினைவுகளும் அற்றுப்போய் மனக்காட்சியில் நான் கதாநாயகனாகச் சுழல, என்னைச் சுற்றி சூரிய

சந்திர மண்டலங்கள் கும்மியடிக்கின்றன. பூத்துச் சொரிகின்றன ஆசைகள். மாலை தொடுக்க மெல்லிய மேகங்களை உடுத்திக் கொண்டிருக்கும் பெண்கள் மிதந்து வருகிறார்கள். பின்னால் நினைத்துப் பார்த்தால் வெட்கமாய் இருக்கும். இப்படிக் கேவலப்பட்டுப் போய்விட்டோமே என்றிருக்கும். சிலசமயம் வருத்தம் பொத்துக்கொண்டு வரும். நல்லவேளை, என் பகற்கனவுகள், அந்த வர்ணத் திரைக்காட்சிகள், வேறு யாருக்கும் தெரிவதில்லை. அதில் ஒரு 'ரீல்' பார்த்தால்கூட எல்லோரும் என்னைக் காறி உமிழ்ந்து விடுவார்கள். பத்து சட்டம் பார்த்தால் போதும், "இந்த நாயை வீட்டில் வைத்துக்கொண்டிருக்க யோக்யதை இல்லை" என்பார் அப்பா.

"நீங்கள் நினைப்பது சரிதான் அப்பா, சரிதான். என் கற்பனைகள் ஒன்றும் நிறைவேறமாட்டேன் என்கிறதே. நான் என்ன செய்யட்டும்? ரொம்ப வேண்டாம்; கால்பங்கு நிறைவேறி னால் போதும் ... அப்புறம் ஒரு வார்த்தை சிணுங்கமாட்டேன். உங்களைப்பற்றியோ, அம்மாவைப் பற்றியோ, கடவுளைப் பற்றியோ – நான் வேலை செய்யும் போது சந்தோஷமாக இருந்தால், கடவுள் இருந்தால் என்ன, இல்லாமல் போனால் என்ன – ஒரு வார்த்தை முணுமுணுக்க மாட்டேன். எந்த நுகத்தடிக்கு வேண்டுமென்றாலும் புன்னகையுடன் தோள் கொடுப்பேன். கால்பங்கு நிறைவேறினால் போதும் அப்பா, வெறும் கால்பங்கு!"

ஒருநாள் முழுசாக என் கையில் வந்து விழுவது; அதைக் கொஞ்சம் கொஞ்சமாக, தீர்ந்துவிடுமே என்ற கவலையில் நான் கொறித்துக்கொண்டிருப்பது. பொறுக்குமா அப்பாவுக்கு? விடுமுறை நாளில் இரத்தமும் சதையுமாய் அவர் வீட்டில் உட்கார்ந்துகொண்டிருப்பதற்கு ஒரு அர்த்தம் வேண்டாம்? "போடா, போய் அந்த சேலம் கட்டை உடைத்து விலை போடு" என்றார் அவர்.

எனக்கு மிகவும் கஷ்டமாக இருந்தது. அது ஒன்றும் அப்படி பெரிய வேலை இல்லை. அந்த உருப்படிகள் விற்பனைக்கு அவசரமாகத் தேவையுமில்லை. மறுநாளோ அதற்கு மறுநாளோ கூட போட்டுக்கொள்ளலாம். அரைமணி நேரத்தில் – சரியான கையாள் நின்றால் இன்னும் குறைவாகக் கூட – செய்துவிடக் கூடிய வேலை. அது போதும் என்று வைத்துக்கொண்டால் நான் வீட்டில் அல்லவா இருப்பேன். சும்மா இருந்துவிட்டால் கூடக் குற்றமில்லை. சும்மாவும் இருக்கமாட்டேன் என்கிறேனே. அதுதான் கஷ்டமாக இருக்கிறது அப்பாவுக்கு. என் புத்தக அலமாரியை அடுக்க ஆரம்பிக்கிறேன். தரை பூராவும் பரந்துகிடக்கும் புத்தகங்கள் அப்பாவை என்னென்னவோ செய்துவிடுகின்றன. என்ன செய்வது? இவ்வளவு பெரிய துன்பத்துக்கு அவரை

ஆளாக்குகின்றன என்பதைக் கண்டுபிடிக்கவும் முடியவில்லை. இலக்கிய நண்பன் என்னைத் தேடிக்கொண்டு வந்துவிடுகிறான். அறைக்குள்ளேயே அடைந்துகிடந்து இருள் சூழ்ந்த பின்பும் விளக்குப் போட்டுக்கொள்ளாமல், மிதமிஞ்சிய லகரியுடன், வெறியுடன் பேசிக்கொண்டிருக்கிறோம். அவ்வப்போது நண்பன் வெளியேபோய் 'தம்' இழுத்துவிட்டு வருகிறான். பேச்சு. பேச்சு. என்னதான் பேசிக்கொள்கிறார்களோ என்று அப்பா அம்மா முதல் கைக்குழந்தைவரை கேட்டிருக்கிறார்கள். யாரும் இந்தக் கேள்விக்குச் சரிவரப் பதில் சொல்லவும் மாட்டேன் என்கிறார்கள். அப்படியே என் நண்பன் வரவில்லை என்றாலும் – அவன் அநேகமாக வராமல் இருப்பதில்லை – அம்மாவைத் தேடிக் கொண்டு போகிறேன். அவளுடைய கட்டிலின் ஒரு மூலையில் ஒண்டிக்கொண்டு, நோபல் பரிசைப் பிடுங்கிக்கொள்ளப்போகிற என் நாவலின் கதையை நான் சொல்ல, அவள் சுவாரஸ்யமாகக் கேட்க, அந்த இடத்தில் அக்காக்கள், தங்கை, அக்கா குழந்தைகள் எல்லோரும் கூட, பேச்சும் சிரிப்பும் கலகலப்புமாகி, அங்கு நான் ஒரு கதாநாயகன் மாதிரி ஜொலித்துக்கொண்டிருக்கும்போது, அப்பா தனியறையில் தனிமை வதைக்க படித்துமுடித்த 'ஹிந்து' பத்திரிகையை மாறிமாறி மடித்துக்கொண்டு, நாற்காலியில் உட்கார்ந்துகொள்வதும் மீண்டும் வராண்டாவில் உலாவுவதும் ... அப்பப்பா. ஒரு விடுமுறை நாள் என்னென்ன பிரச்சனைகளைக் கிளப்புகின்றன!

"டேய் போ. போய் சேலம் கட்டை உடைத்து விலை போடு" என்கிறார் அப்பா. "கூட?" என்கிறேன். "மதுக்குஞ்சுவை வரச்சொல்லியிருக்கிறேன்" என்கிறார். இதைக்கேட்க கேட்க எனக்கு மிகச்சங்கடமாக இருக்கிறது. இது ஒரு தந்திரம். எனக்குத் தெரியாமல், வேண்டாம் என்று சொல்லக்கூட சந்தர்ப்பம் தராமல், மதுக்குஞ்சுவை வரச் சொல்லியிருக்கிறார். வீட்டுக்கு வரச்சொல்லியிருந்தால் இப்போதுகூட வேண்டாம் என்று நான் அவனை அனுப்பி வைக்கமுடியும். இது தெரியாதா அப்பாவுக்கு? அதனால்தான் நேராகக் கடைக்கு வரச் சொல்லியிருக்கிறார். இப்போது அவன் வந்து காத்துக்கொண்டிருப்பான். இனிமேல் ஒன்றும் செய்ய முடியாது – சேலம் கட்டை உடைப்பதைத் தவிர.

தெருவழியே உடம்பையும் சாவியையும் தூக்கிக் கொண்டு, மனத்திற்குள் அழுதுகொண்டு, என் வாழ்க்கையை உருவாக்கிக் கொள்ளத் தெரியாத என்னையே நிந்தித்துக் கொண்டு, என்னை இப்படித் தொடர்ந்து சங்கடப்படுத்தும், யாரென்று தெரியாத எதிரியைச் சபித்துக்கொண்டு போனேன்.

வெளிப் பிரக்ஞை ரொம்பவும் மங்கிப்போனதில், மற்றொரு அசையும் பொருளில் என் உடலேறி உட்கார்ந்துகொண்ட

மாதிரி நகர்ந்துகொண்டிருந்தேன். ஒரு கல்தூணைக் காலால் உதைத்து எலும்பை முறித்துக்கொண்டு விழுந்துகிடக்க வேண்டும் போலிருந்தது.

வெள்ளிக்கிழமைகளில்தான் புதுப் படங்கள் போடுகிறார்கள். பதின்மூன்று கொட்டகைகளிலும் புதுப் படங்கள். காலை ஒன்பது மணிக்குக்களை கட்டியாயிற்று. பெண்களையும் குழந்தைகளையும் தெருவில் வாரிக் கொட்டியாயிற்று. இடுப்புக் குழந்தைகளுடன் விரைகிறார்கள். இவர்கள் உடம்பில் இந்த நேரங்களில் ஏறும் விறுவிறுப்பைப் பார்த்தால், வருடக்கணக்கில் சிறையிலிருந்துவிட்டு விடுதலை பெற்றுவரும் கணவன்மார்களைக் கொட்டகைகளில் சந்திக்கப்போவது மாதிரிதான் இருக்கிறது. வெளியே காட்டிக்கொள்ள முடியாத நாணத்தால் அமுக்கப்படும் சந்தோஷத்தில்தான் முகத்தில் இந்தப் போலிக் கடுகடுப்பு ஏற முடியும். இந்த ஒன்பதுமணிக்கு, தங்கள் வேலைகளைப் பரபரக்கப் பாதி முடித்தும், போட்டது போட்டபடியும் தெருக்களில் குதித்து விரைகிறார்கள். தெரிந்தவர்களைக் குறுக்கிட்டுத் தாண்டும்போது, பார்த்தும் சரியாக பார்க்காதது போல் சிரித்துக்கொண்டு விரைகிறார்கள். வெயில் விளாச ஆரம்பித்துவிட்டது. இப்போதே இப்படி அடித்தால் நண்பகலுக்கு அதன் கைச்சரக்கை நினைத்துப் பார்க்க முடியவில்லை. கழுத்துகளிலும் கன்னங்களிலும் வியர்வை வழிந்துகொண்டிருக்கிறது. குங்குமப் பொட்டுகளின் ஓரங்கள் கலங்கிவிட்டன. இடுப்புக் குழந்தைகளின் தலைகள், பெண்களின் அவசர உடல் அசைவுகளில் குரங்காட்டம் ஆட, நெற்றிப் பொட்டுகளிலும் தாடைகளிலும் வியர்வை வழிகிறது. குழந்தைகளின் முகங்கள் ரொம்பவும் வாடிவிட்டன. பெண்கள் தங்கள் இயற்கையான வேகத்தில் நகராதது மாதிரியும், உருத்தெரியாத ஒரு லகரியைக் கடைவாயில் ஒதுக்கிக்கொண்டு அதிலிருந்து ஊறும் ஒரு ரசத்தை விழுங்கித் தங்கள் நாளங்களில் பரப்பிக்கொள்வதால் தான் இவர்களால் இத்தனை அமானுஷ்ய வேகம் கொள்ள முடிந்திருக்கிறது என்றும் தோன்றுகிறது. அவர்கள் மூளையில் ஊறப்போகும் இன்ப உணர்வுகளுக்குப் பாஷை இல்லை.

நானும் சிறுவயதிலிருந்தே இவர்களைப் பார்த்துக் கொண்டிருக்கிறேன். இவர்கள் எல்லோரையும் எனக்குத் தெரியும் – அவர்களுக்கு என்னைத் தெரியாவிட்டாலும். காலத்தாலும், நாகரிகங்களாலும், நான் அறியாது அவர்கள்மீது சரியும் கஷ்டங்களாலும், சிலசமயம் சந்தோஷங்களாலும் இவர்கள் அடையும் மாற்றங்களை நான் மிக உன்னிப்பாக மிகுந்த ஆசையுடன் கவனித்து வந்திருக்கிறேன். நான் சிறுபையனாக

இருக்கும்போது வெள்ளிக்கிழமைகளின் மகோன்னதக் காலைக் காட்சிகளுக்கு, தங்கள் தாயார்களின் அவசரத்துக்கு ஈடுகொடுக்கப் பதறிக்கொண்டு, பாவாடையைச் சுருக்கிக்கொண்டு ஓடிய குட்டிகள், வயிற்றுக் குழந்தையுடனும் இடுப்புக் குழந்தையுடனும் இப்போது ஓட, அன்று இவர்கள் இருந்ததுபோலவே இப்போதிருக்கும் இவர்களுடைய குழந்தைகள் இவர்களை எட்ட விரைகின்றன. காலங்கள், எத்தனை வருடங்கள். இன்னும் எத்தனை வருடங்களுக்கு இவர்கள் இப்படி ஓடிக்கொண்டிருப்பார்களோ?

வித்தியாசத்திற்காக, வேண்டுமென்றே பாதையை மாற்றுகிறேன். ரொம்பவும் சுற்று இது. அப்பாவுக்குத் தெரியாத சந்துகள். கண்களைக் கட்டி இதில் எதிலாவது ஒன்றில் கொண்டு அவரை விட்டால், "இது எந்த ஊர்?" என்று நிச்சயம் கேட்பார். அவருக்கு, கடைக்கு ஒரு பாதைதான் உண்டு. அந்தப் பாதை வழியாகத்தான் அவர் இருபத்தி மூன்று வருடங்களாக – அதற்கு மேலும் இருக்கும் – போய்க்கொண்டிருக்கிறார். நான் சுற்றிப் போகிறேன். சந்துகள் வழியாக, மோசமான சந்துகள் வழியாக. இந்தச் சந்திலுள்ள குடியிருப்புகள், ஆட்கள் – முக்கியமாகப் பெண்கள் – இந்தத் தெருக்களிலுள்ள வேசிகள், அரை வேசிகள் – அவர்கள் ஒவ்வொருவருடைய முகங்களும் – அவர்களுடைய குழந்தைகளின் முகங்களும் – எனக்குத் தெரியும். இந்த வீடுகள், முன்வாசல்கள் (அன்னம்மை நாடாத்திக்கு ஒரு கோலம்தான் தெரியும். மூன்று ஜிலேபிகள் பிழிந்துவைத்துவிடுகிறாள், கோலப் பொடியில்), சண்டைகள், சச்சரவுகள், கெட்ட வார்த்தைகள் – அவர்களுடைய முகங்கள் எனக்கு அலுக்கவே இல்லை. இவர்களுடைய ஒழுங்கற்ற தன்மையை நம்பித்தான் நான் என் ஜீவனைச் சுமந்துகொண்டிருப்பதாக, அப்பாவுடைய ஒழுங்கிலிருந்து என்னைத் தற்காத்துக்கொண்டு வருவதாகப் படுகிறது.

அப்பா காலையில் ஐந்துமணிக்கெல்லாம் எழுந்து நடக்கப் போய்விடுகிறார். ஏழுமணிக்கெல்லாம் காலைக்கடன்கள், குளியல், காலை உணவு எல்லாம் முடிந்துவிடும். ஹாலின் நடுவில், வெளிவாசல் கதவை யாரேனும் திறந்தால் தெரியும்படி, சம்மணங்கூட்டித் தரையில் உட்கார்ந்துகொள்கிறார். காலையில் முதலில் எழுந்த ஒரு கைக்குழந்தை அவசரமாகத் தலை சீவி பவுடர் போட்டு, கண்ணுக்கு மையிட்டு, சட்டைக்குள் திணித்து ரெடி பண்ணப்பட்டிருக்கும். அக்கா அல்லது தங்கை, அல்லது சமையல் மாமி, கதவின் பின்பக்கம் காத்துக்கொண்டிருந்து குழந்தையை அவர் மடியில் கொண்டுவந்து போடுகிறார்கள். குழந்தையுடன் கொஞ்ச ஆரம்பித்து, அந்தக் கொஞ்சலில் ஒரு வெறி ஏறி, லகரி பிடித்து, தன்னை மறந்து தன் உடம்பை மறந்து தன் பெயரை

மறந்து, கொஞ்சுகிறார். எத்தனையோ விதமான சப்தங்களை அவர் எழுப்புகிறார் – தோள் துண்டு நழுவி விழுந்துவிட்டால் கூசிக் குறுகி உள் வருத்தம் கொள்கிறவர். மணி எட்டு அடிக்கிறது. அவருடைய சந்தோஷம் கலைகிறது. விரல்களை நீட்டி மணி சரியாக அடிக்கிறதா என்று சரிபார்க்கிறார். ஒவ்வொரு காலத்துக்கு ஒவ்வொருத்தன் என்றாலும் எப்போதும் ஒரு சிஷ்யன் அவருக்குக் கனகச்சிதமாக அமைந்துகொண்டிருக்கிறான். கேட்டைத் திறந்து கொண்டு அவன் உள்ளே வருகிறான். இப்போது யாராவது அவசரமாகப் போய்க் குழந்தையை வாங்கிக்கொள்ள வேண்டும். அப்பா சாவியை எடுத்துக்கொள்கிறார். எட்டரை மணிக்குக் கடை திறக்கப்படுகிறது. சிஷ்யன் பின்னறையைச் சுத்தப்படுத்துகிறான். அந்தப் பின்னறைக்குள் நுழைந்து அவருடைய நாற்காலியைப் போய் அடைந்ததும், அவருக்கு ஒரு இதம் ஏற்படுகிறது. அந்த அறையில் அவர் வேலை பார்க்கும்போது, பேரேடுகளைத் திருப்பும்போது, ஃபைல்களைப் புரட்டும்போது, கடிதங்கள் எழுதும்போது, கவலையில் ஆழ்ந்திருக்கும்போது, கோபத்தில் கொதித்துக்கொண்டிருக்கும்போது, எத்தனையோ தடவை அவரை மிகக் கூர்மையாகக் கவனித்திருக்கிறேன். எந்த மனநிலையிலிருந்தாலும் அந்த அறை அவருக்கு மிக அவசியமான ஒரு பாதுகாப்பைக் கொடுப்பது மாதிரி எனக்குத் தோன்றுகிறது. அங்கு வந்து சேருவதற்கும், அந்த அறையின் சூழ்நிலையில் தன்னை முடிந்தமட்டும் கரைத்துக்கொள்ளவும்தான் மற்ற சகல காரியங்களையும் அவசர அவசரமாகவும் படபடப்புடனும் அவர் செய்து முடிப்பதாக எனக்குத் தோன்றுகிறது. அந்த அறைக்கு அவருக்கு வர முடியாமல் போகும் நாளை என்னால் நினைத்துப் பார்க்க முடியவில்லை. அதுதான் அவருடைய உண்மையான மரணமாக இருக்கும். அப்பாவுக்குத் தெரியாத சந்துகள் வழியாகப் போகும்போது எனக்கு மிகவும் சந்தோஷமாகத்தான் இருக்கிறது. இங்கிருந்துதான், இதுபோன்ற சந்துகளிலிருந்துதான், பெண்கள் ஒழுக ஆரம்பிக்கிறார்கள். ஒழுகி, தெருமுனைகள் தாண்டி, வேறு பலரையும் சேர்த்துக்கொண்டு வீங்கி, ரஸ்தாக்களில் வழிந்து கட்டி தட்டியும், திராவகத் தன்மையுடனும், சேறும் குழம்புமாக இரு கரைகளையும் பிடுங்கிக்கொண்டு ஓடும் பிரவாகம்போல் அவர்கள் விரைகிறார்கள். இந்தச் சந்தின் கடைசியில்தான் ரஸ்தாவைப் பார்க்கத் தாலுகா ஆபீசின் பழைய கட்டிடம் இருக்கிறது.

இந்தக் கட்டிடத்தின் வினோதமான தன்மையை வார்த்தை களில் விவரிப்பது கடினம். அவ்வளவு விசித்திரமானது. பொறியியல் கணக்குப்படி இந்தக் கட்டிடம் பத்தொன்பதாம் நூற்றாண்டின் பின்பாதியில் – தேசிகவிநாயகம் பிள்ளை கைக்குழந்தையாக இருந்தபோது – சரிந்து விழுந்திருக்க வேண்டும். சுவாசகோசங்கள் முற்றிலும் பழுதாகிவிட்ட ஒரு காச நோயாளி, வேப்பமரத் தடியில்

தலைசாய்ந்துகிடப்பதான சித்திரமே இந்தக் கட்டிடத்தைப் பார்க்கும்போது ஏற்படுகிறது. இந்தக் கட்டிடத்தில்தான் அந்தக் காலத்தில் அபின் கொடுப்பார்கள். ஒவ்வொரு மலையாள மாதத்திலும் முதல் சனிக்கிழமை பிற்பகல் மூன்று மணிக்கு. தாலுகா ஆபீசின் வெளிச்சுவரின் உட்பக்கம் போதிய உயரம் கொண்டது. வெளிப்பக்கமும், அதாவது ரஸ்தாவைப் பார்க்க இருக்கும் முன்பக்கம், போதிய உயரத்துடன் இருக்கும். இடது பக்கம் மட்டும் – வெளிப்பக்கம் – ஒரு பெஞ்சுபோல் மிகவும் குட்டையாக இருக்கும் பக்கவாட்டுக் காலிமனை மிகவும் மேட்டுப்பாங்கானது. அபின் வாங்க வருகிறவர்கள் – நான் பார்த்த காலங்களில் அநேகமாகப் பஞ்சடைந்த கிழவர்கள் – எல்லோரும் ரஸ்தாவிலிருந்து செம்மண் ஓடையில் இறங்கி, கவனமாகக் கீழே பார்த்துக்கொண்டே திடலில் ஏறி – எங்களூரிலுள்ள மூன்று திறந்தவெளி கக்கூசுகளில் இது மிக உபயோகமானது – காம்பௌண்டு மதிற்சுவர் பெஞ்சில் வரிசையாகக் கழுகுகள்போல் உட்கார்ந்துகொண்டிருப்பார்கள். தாலுகா ஆபீசின் பின்னாலுள்ள கக்கூஸ் சுவரில் சாய்ந்தபடி வேப்பமரத்தடி நிழலில் சிலபெண்கள் – சில கிழவிகள் – யாரையும் முகமெடுத்துப் பார்க்காமல், ஆழ்நிலைத் தியானத்தில் ஈடுபட்டிருப்பதுபோல் உட்கார்ந்துகொண்டிருப்பார்கள். நான் ஒரு சைத்திரிகனாக இருந் திருந்தால் இந்தக் காட்சிகளைப் பல ஓவியங்களாகச் சேமித்திருப்பேன். அங்கு வருபவர்களின் முகங்களிலிருந்தும் உடம்பின் ஒவ்வொரு பகுதியிலிருந்தும் அங்கங்களிலும் கசிந்து, வராண்டாவின் ஓரங்களிலும் படிகளிலும் வேப்ப மரத்தடிகளிலும் வழியும் தள்ளாமையை, இயலாமையை, அனைத்தும் ஒடுங்கிய பின்பும் அபினை நம்பிக் கொடுக்கில் கொஞ்சம் ஜீவனை வைத்துக்கொண்டிருக்கும் பிடிவாதத்தை, முக்கியமாக, பஞ்சடைந்து பீளைசாடிப் போதையில் மயங்கி மிதக்கும் கண்களையெல்லாம் வரைந்து காட்டியிருப்பேன்.

    கடையைத் திறந்தேன். கடையின் எதிர்ப்பக்க, சற்றே கோணலான, சினிமாக் கொட்டகையின் வாசலிலிருந்து மதுக் குஞ்சு வெளிப்பட்டான். முன்பக்கம் காட்சிக்கு வைத்திருந்த புகைப்படங்களைப் பார்த்துக்கொண்டிருந்தான் போலிருக்கிறது. எனக்காகக் காத்துக்கொண்டிருந்தது அவனுக்கு அலுப்பைத் தந்திராது. எனக்காக வர நேர்ந்ததே என்னைப் பார்த்த பின்புதான் அவன் நினைவில் துளிர்த்திருக்கும். நான் அவசரப்பட்டு வந்துவிட்டதுபோல் அவனுக்குத் தோன்றியிருக்கலாம். நான் வந்து சேராத அந்த இடைவெளியை, பள்ளத்தை, பொறுமையின்மையை, எரிச்சலை, அந்தப் புகைப்படங்கள், துடைகள், முலைகள், பிருஷ்டங்கள், முத்தமற்ற தமிழ் முத்தங்கள் அனைத்தும் மிக நன்றாக நிரப்பிக்கொண்டிருந்திருக்க வேண்டும்.

தகரப் பட்டைகளை வெகுலாகவமாகக் கிழித்து, பண்டிலைப் புரட்டி உடைக்கிறான் மதுக்குஞ்சு. கைதேர்ந்தவன். எந்த இடத்தில் அடி விழ வேண்டும் என்பது எத்தனை துல்லியமாக அவனுக்குத் தெரிகிறது! சற்றுமுன், காலத்திற்கும் அசைந்து கொடுக்காது என்ற எண்ணத்தை ஏற்படுத்திய பண்டில், இதோ பரிதாபமாகச் சிதறிக்கிடக்கிறது. நான் பட்டியலையும் கணக்குப் பார்க்க ஒரு பக்கம் எழுதாத தாள்களையும் எடுத்துவைத்துக்கொண்டேன். அவன் ஊசி, நூல், விலைச்சீட்டு முதலியவற்றை எடுத்துக் கொண்டு வந்தான். உருப்படிகளை கவுண்டரில் வைத்து, மொத்த எண்ணிக்கையைச் சொல்லி ஒத்துக்கொண்டுவிட்டு – எண்ணம் முதல் தடவையே சரியாக வந்துவிட்டது – தரம் பிரிக்க ஆரம்பித்தான். நான் ஒருபக்கத் தாளில் விற்பனை விலையைக் கணக்குப் பார்க்க ஆரம்பித்தேன். மதுக்குஞ்சு ஆர்டர் ஃபைலிலிருந்து ஆர்டரைத் தனியாக எடுத்து, சரக்கு சரியாக வந்திருக்கிறதா என்று பார்த்துக்கொண்டிருந்தான். காதில் சொருகியிருந்த ஆட்டுப்புழுக்கைப் பென்சிலால் ‘டிக்’ போட்டு க்கொண்டு வந்தான். நான் விலைச் சீட்டுகளை எழுதி அவனிடம் தந்தேன்.

மின்சாரம் இல்லை. எங்கோ பழுதுபார்க்கும் வேலை நடக்கிறது போலிருக்கிறது. காலைத் தூக்கி நாற்காலியில் வைத்துக் கொஞ்சம் இதப்படுத்திக்கொண்டேன். தலையைத் திருப்பி ‘ஷோ கேஸ்’ கண்ணாடியின் பின்னால் தொங்கிக்கொண்டிருந்த சேலைகளின் இடைவெளி வழியாகத் தெருவைக் கவனித்தேன். நெரிசல் தளர்ந்துவிட்டது. எல்லோரையும் இழுத்து, தன் அடிவயிற்றில் அமுக்கிக்கொண்டுவிட்டன இந்தக் கொட்டகைகள். உடல் பூராவும் எண்ணற்ற முலைகள் கொண்ட மலைபோல் விழுந்து கிடக்கும் ஒரு ராட்சசியின் உடம்பில் லட்சக்கணக்கான மூஞ்சூறுகள் கொசுகொசுவென்று ஒன்றின் மேல் ஒன்று புரண்டுகொண்டு பால் குடிப்பதுபோல் தோன்றிற்று. மடக்கு நாற்காலிகளை ஓரத்தில் ஒதுக்கி, தூசி தட்டிய இடத்தில் வாகன முண்டை ஒற்றையாக விரித்தான் மதுக்குஞ்சு. சேலை எடுத்து வாகன முண்டில் பரப்பி, விலைச்சீட்டைத் தைப்பதற்கு வசதியாக வைத்துக்கொண்டிருந்தான். சம்மணங்கூட்டி உட்கார்ந்து தைக்க ஆரம்பித்தான்.

“நீ நம்மகிட்ட வந்து எத்தனை வருஷம் இருக்கும் டேய், மதுக்குஞ்சு” என்று கேட்டேன்.

“வருஷம் தெரியலே. பத்து வருஷம் இருக்கும். ஒரு சித்திர மாசம் இருபத்தியொண்ணாம் தேதி.” மதுக்குஞ்சு லேசாகச் சிரித்தான். அவன் ஏன் சிரித்தான் என்பது எனக்குப் புரியவில்லை. அவனே சொன்னான்:

“அண்ணைக்குத்தான் பெரிய சாமிக்குப் பொறந்த நாளு. வீட்டிலேருந்து கடைப் புள்ளைகளுக்குப் பாயாசம் வந்தது. நான் காலையிலே வந்தேன். ராகு காலம் போயுட்டு பத்தரை மணி தாண்டி வானு பெரிய சாமி சொன்னா. நான் வந்து பாயாசம் குடிச்சேன்.”

அவன் சொன்ன விஷயங்கள் எல்லாம் சரிதான். தேதி வருஷம் ஒன்றும் எனக்கு நினைவில்லை. ஆனால், ஒரு சம்பவம் நினைவுக்கு வந்தது. எல்லோரும் சேர்ந்து உட்கார்ந்து சாப்பிட்டுக் கொண்டிருந்தோம். அப்பா சொன்னார்: “இன்னிக்கு ஒரு சின்னப் பயல வேலைக்கு எடுத்தேன். என்னடா பேர்னு கேட்டேன். முருகன்னு சொன்னான். ஏற்கனவே ரெண்டு முருகன்கள் இருந்துண்டு, இவனைக் கூப்பிட்டா அவன் வரதும், அவனைக் கூப்பிட்டா இவன் வரதும், ரெண்டு பேருமே தன்னை இல்லைன்னு வராம இருக்கறதும் போறாதா, நீ வேறயானு கேட்டேன். அப்பொத்தான் இசக்கி, மில் பெயிலை உடைச்சு, மதுக்குஞ்சு 7 பீஸ்னு ஒத்துண்டான். இந்தப் பயலுக்கு, நம்மகடையிலே மதுக்குஞ்சுனு பேர் அப்படீன்னேன்.” அப்பா தனக்குத்தானே சிரித்துக்கொண்டது இப்போதும் என் மனத்தில் தெரிகிறது.

“மதுக்குஞ்சுவா! பெயர் ரொம்ப ஜோரா இருக்கப்பா” என்று நாங்கள் சொன்னோம்.

“அப்படீன்னா அந்தப் பேரை எனக்கு ஏன் வைக்கலை?” என்று கேட்டான், என் மூத்த அக்காளின் சின்னப்பிள்ளை.

எல்லோரும் சிரித்தோம்.

இந்த ஞாபகங்கள் மனத்தில் ஓடவே மதுக்குஞ்சுவைப் பற்றி அப்பா சொல்லியிருந்த மற்றொரு விஷயம் என் மனத்தில் ஓடிற்று. ரொம்பவும் அதிர்ச்சி தரும் வித்தியாசமான விஷயம் என்பதாலேயே என் மனத்தில் பதிந்து போயிருந்தது. இப்போது அந்த விஷயத்தை மதுக்குஞ்சுவிடம் கேட்கலாமா? அப்படிக் கேட்பது அவன் மனத்தைச் சங்கடப்படுத்துமா? எப்படி ஆரம்பிப்பது? நான் அப்பா சொல்லியிருந்த விஷயத்தைப் பூசி மெழுகிச் சொல்ல ஆரம்பித்தேன்.

“சாமி சொன்னது சரிதான். என் வலது கண் எங்க அம்மாவோடதுதான்” என்றான் மதுக்குஞ்சு.

“இப்படிச் சொல்றான் அந்தப் பயல். அதுக்கு மேலே எப்படிக் கேக்கறது? அதுக்கு மேலே எப்படிக் கேக்கறது?” என்று அப்பா திரும்பத் திரும்பக் கேட்டது என் நினைவுக்கு வந்தது.

கேட்கக்கூடிய விஷயம் இல்லைதான். இருந்தாலும் இந்த மாதிரி விஷயங்களைத் தெரிந்துகொள்ளத்தானே மனம் துடிக்கிறது.

“என்ன மதுக்குஞ்சு, ஏதேனும் விபத்தா?” என்று கேட்டேன்.

“சின்ன வயசிலே நடந்தது. கிராமத்திலே சொல்லக் கேள்விதான். எங்கம்மா ஒரு சினிமாப் பைத்தியம். ஆத்து மணல்லே உக்காந்து சினிமாப் பாத்துக்கிட்டு இருக்கா. நான் மடியிலே படுத்துக்கெடக்கேன். கீள கெடக்கற கூழாங்கல்லே எடுத்து வாயிலே போட்டுக்கறதும் அவ விரலைப் போட்டு நோண்டி எடுக்கறதுமா இருந்திருக்கு. ஒரு தவா கண்ணை நோண்டிட்டா தெரியாம, அப்டினு சொல்றாங்க” என்றான்.

மதுக்குஞ்சு, மிகவும் அமைதியாக முகத்தை வைத்துக் கொண்டிருந்தான். இருந்தாலும் முகம் உறைந்துபோனது போலிருந்தது. அவன் மனத்தில் ஓடும் எண்ணங்களை அனுமானிக்கத் தெரியாமல் குழம்பிக்கொண்டிருந்தேன்.

“செலவங்க சொல்றாங்க, அவங்க உடனே செத்துப் போயுட்டாங்கனு சொல்றாங்க. செலவங்க சொல்றாங்க, நான்னுக்கிட்டாங்கனு. அண்ணைக்கே அவங்க கண்ணை நோண்டி எனக்கு வச்சுட்டாங்களாம், ஆஸ்பத்திரியிலே” என்றான் மதுக்குஞ்சு.

“உனக்கு ஏதாவது கஷ்டமிருக்கா அதனாலே” என்று கேட்டேன்.

“ஒண்ணுமில்லே. ஆனா பார்வை இல்லே. பள்ளம்தான் ரொம்பிச்சு” என்றான் அவன்.

போன் மணி அடித்தது. ரிசீவரைக் காதில் வைத்துக் கொண்டேன். அப்பாதான்.

“வேலை முடிஞ்சுதா? என்ன சேத்துப் போட்டே?”

***சுவடு*, 1979**

கொந்தளிப்பு

அந்த நாளை நினைக்கும்போது, எனக்கு நடுக்கம்தான் ஏற்படுகிறது. அன்று என் கபோலம் சிதற, என் கபோலத்தால் ஒரு விரோதியின் கபோலம் சிதறிற்று. மரணத்தைத் தேர்ந்தெடுத்துக்கொண்ட விதத்தில் முழுவாழ்வுக்குமே ஒரு அர்த்தம் கிடைத்துவிட்டது. அன்று நடந்ததை எல்லாம் ஏதோ அரைகுறையாகச் சொல்ல முடியுமே தவிர, தெளிவாக வர்ணிக்க முடியும் என்று தோன்றவில்லை. அன்றைய விடியலே அதற்கான விடியல் மாதிரிதான் பட்டது. வானத்து மூட்டம் எங்கும் கவிந்து பூமியை நோக்கிப் படர்ந்துகொண்டிருந்தது. ஒரு முகத்துக்கு மறுமுகமோ, ஒரு மரத்துக்கு மறு மரமோ தெரியவில்லை. மண்ணை ஒட்டிக் கொஞ்சம் வெளிச்சம் புழுப்போல் நெளிந்து கொண்டிருந்தது. கட்டிடங்களும் தாவரங்களும் உள்ளூர உருகிக்கொண்டிருந்தன. பறவைகள், மிகுந்த கலவரம் கொண்டிருந்தன. மின்னல் வீச்சுகளில் வரவிருக்கும் காலத்தின் துணுக்குப் பயங்கரங்கள் அவற்றிற்குப் புலப்பட்டனவோ என்னவோ? அவற்றிற்குப் புலனாகும் ஒன்று எனக்கு ஆகவில்லை என்று தோன்றியபோது கலவரம் என்னையும் பிடித்து ஆட்டத் தொடங்கிற்று. புலப்படுபவைகூட மங்கிப்போகட்டும் எனச் சோர்வுகொள்ளும்படி இருந்தது சூழல்.

பேரெழுச்சி பற்றிய செய்திகள் காலங்கால மாக என் காதில் விழுந்துகொண்டிருந்தன. என் முன்னோர்களும் அவர்களின் முன்னோர்கள் இதுபற்றித் தங்களிடம் கூறியிருப்பதாகச்

சொன்னார்கள். என் காலத்தைச் சேர்ந்தவர்களும் இப்படியே நம்பினார்கள். ஆனால் இதுகாறும் பொதுமையாக இருந்தது இப்போது முனைப்பு தட்டிவிட்டது என்று தோன்றிற்று. காலங்காலமாகக் கொண்ட பிரயாசைகளின் அவ்வளவு முகங்களும் இப்போது ஒன்றுசேர்ந்துவிட்டன என்றார்கள். ஆனால், அப்போதும் எழுச்சி இன்னவிதம் என்று யாருக்கும் கூறத் தெரிந்திருக்கவில்லை. கற்பனையால் பார்த்துக்கொண்டிருந்ததை வார்த்தைகளால் வர்ணித்துக்கொண்டிருந்தார்கள். விவேகிகளுக்கு அப்போதும் சந்தேகம் ஏற்பட்டது. இதற்குமுன் குறித்திருந்த நேரங்களில் எல்லாம் பிசுபிசுத்துப் போனதுபற்றி அவர்கள் சரித்திர ஞானத்துடன் பேசினார்கள். ஆனால், மனுஷர்களில் பலரும் வரும் என்றுதான் நம்பினார்கள். மனுஷிகளும் நம்பினார்கள். இன்றும் துக்கம், இனிமேலும் துக்கம் என்பதை அவர்களால் ஏற்றுக்கொண்டு தொடர முடிந்திருக்கவில்லை. அவர்களுடைய துக்கங்கள் விளிம்பு கட்டிவிட்டன.

நான் ஊர்விட்டுக் கிளம்பும்போது உள்ளூரப் பயந்து கொண்டே கிளம்பினேன். மனித உள்ளங்களிலிருந்து பீறிடும் நெருப்பு என்னைப் பொசுக்கிவிடுமோ என்ற அச்சம் என்னை வாட்டிக்கொண்டிருந்தது. எனக்கு இன்னும் பார்க்க வேண்டும் என்றிருந்தது. பார்த்துப் பதிவுசெய்ய வேண்டும் என்றும் இருந்தது. கொந்தளிப்பில் நானும் ஆவேசம் பெற்று என்னை அழித்துக்கொள்ளும் தருணம் கூடும் எனில், அப்படியே நடக்கட்டும். புற எழுச்சியில் ஆவேசம் பெற்று மோசமான கோழைகளும் துணிச்சலான காரியங்களை ஆற்றியிருக்கிறார்கள். அன்று நிகழ இருப்பவற்றை மிக நுட்பமாக மூளையில் பதித்துக் கொள்ள வேண்டும் என எண்ணி, பிரக்ஞையால் மூளையை உருட்டிவிட்டுக்கொண்டிருந்தேன். என் ஜாக்கிரதைகள் இன்னும் சில கணங்களில் குலைந்து போய்விடும் என அப்போது என்னிடம் யாரேனும் கூறியிருந்தால் நம்பியிருக்கமாட்டேன். என் உடைமைகள் என் பையிலிருந்து பறிபோய்விட்டன. உடையில் உரசி, உடம்பில் உரசாமல் என்ன கள்ளத்தனமான விரல்கள்! விழிப்பு நிலையை நான் முற்றாக இழந்திருந்தேன் என்பதற்கு இது நிரூபணமாயிற்று. அப்போது வாகனத்தின் இரும்போசைகளும் எனக்குக் கேட்கவில்லை. மனிதச் சந்தடிகள் ஏதும் என் காதில் விழவும் இல்லை.

நான் ஏறிய வாகனங்களும் சரியில்லை. சரியான போதைக் கூட்டம் அங்கு – அட, பாவிகளா! இவ்வளவு பகிரங்கமாகவா? – குடித்து, கஞ்சா அடித்து தலைசுற்றிச் சுழலும்போது, மீண்டும் கஞ்சா அடிக்கும் கூட்டம். பெண்கள் வேறு இடங்களுக்கு நழுவியிருந்தார்கள். நான் சரியாக மாட்டிக்கொண்டு சரிய

சுந்தர ராமசாமி

ஆரம்பித்துவிட்டேன். ஒருநாளும் நான் அவ்வளவு குடித்ததில்லை. என் உடைமைகளைத் திருடிக்கொண்ட கள்ள விரல்கள் என்னை ஒரு பூச்சிபோல் மாற்றிப் புட்டிகளில் இறக்கிக் குலுக்கியெடுத்து வெளியே வீசிவிட்டன. என் கடிவாளங்கள் எல்லாம் அறுந்துபோய்விட்டன. அதுகாறும் நான் அவற்றை இழுத்துப்பிடித்துக்கொண்டிருந்ததற்கு எந்தப் பொருளும் இல்லை என்றாயிற்று. தடை பழுதுற்ற வாகனம் பள்ளங்களில் உருளுவது போல் நான் சரிய ஆரம்பித்தேன். இனி நடக்க இருப்பவற்றைப் போதைப் பொறிகள் என்ன பதிவு செய்யும்? இந்தப் போதைப் பொறிகள் அளிக்கும் செய்திகளை, இந்தப் பிரக்ஞை இனி எப்படித் தொகுக்கும்? இதற்கு முன்னர் நடந்ததுபோலவே இப்போதும் நடந்துவிட்டதே. பொறிகளில் கசியும் போதைகளை முற்றாகத் துடைக்க எண்ணி நான் எடுத்துக்கொள்ளும் பிரயாசைகளும் பொறிகளைப் போதையில் முக்கும் காரியங்களாகச் சரிகின்றன. இதனால் எனக்கு ஏற்படும் மன ஆயாசம் கொஞ்ச நஞ்சமல்ல. இவ்வாறு மனமுறிந்த ஒருநேரத்தில், “தற்கொலை தவிர வேறு மார்க்கமில்லை எனக்கு” என நான் கூறியபோது நீங்கள் என்னிடம் மிகுந்த கோபம் கொண்டீர்கள். கயிற்றிலிருந்து விடுபட்ட பம்பரத்தின் துக்கத்தை நான் சொல்ல முற்படும்போது, சொல்லச் சொல்ல பம்பரத்திற்கும் கயிற்றுக்குமான உறவைப் பற்றியே சொல்லிக்கொண்டிருக்கிறேன். இந்தத் துக்கமும் சேர்ந்ததில்தான் நான் தற்கொலையைப் பற்றிச் சொன்னதே.

நான் எதிர்பார்த்ததைவிடச் சீக்கிரமாகவே அந்த ஊருக்கு வந்துசேர்ந்துவிட்டேன். தெருவிளக்குகள் எரிந்துகொண்டிருந்தன. அவை விடிந்தும் எரியும் விளக்குகளா? அல்லது வரப்போகும் இருட்டை விரட்டவா? நான் எப்போது கிளம்பினேன்? எல்லாக் காலங்களிலும் நடந்திருந்த காரியங்கள் அப்போதும் நடந்துகொண்டிருந்ததால், காரியத்தை வைத்துக் காலத்தை எப்படி நிர்ணயிப்பது? அந்தக் கற்கட்டிடத்தின் படிகளில் மூன்று பெண்களைக் காவல் வீரர்கள் பிரம்பால் அடித்துக் கொண்டிருந்தார்கள். இவ்வாறு இவர்கள் பிரம்பால் அடிப்பதை வெவ்வேறு இடங்களிலும் வெவ்வேறு காலங்களிலும் நான் பார்த்திருக்க, இங்கு இவர்கள் இப்போது அடிப்பதை வைத்து இது எந்த இடம் என்றோ, எந்தக் காலம் என்றோ, எப்படிச் சொல்வது? அந்தப் பெண்களைப் போலவே இந்தப் பெண்களும் அசையாமல் உட்கார்ந்து கொண்டிருக்கிறார்கள். இருந்த இடத்தில் இருந்தே உடம்பை நெளிக்கிறார்கள். ரவிக்கையின் கீழே ஒருத்திக்கு தோல் உரிந்து ரத்தம் துளிர்த்திருந்தது. சுற்றிவர மனிதர்கள் நின்றுகொண்டிருந்தார்கள். ஆடை அணிந்திருந்தார்கள். தாடி மீசை இருந்தன. முகங்கள் இறுகிப்போயிருந்தன.

எனக்கு மயக்கமும் வயிற்றுப் புரட்டலும் வந்தன. ஒரு ஆவேச வாந்தி ஆரம்பம்கொள்கிறது என்று நினைத்தேன். குப்பைத் தொட்டியைப் பிடித்தவாறே நின்றுகொண் டிருந்தேன். அப்படியானால் என் சாட்சியம் என்ன? என் பதிவுகள் எவ்வாறு? என் பங்களிப்பு எப்படி? சரித்திரம் எனக்காக எவ்வளவுதான் கதறித் துடித்தாலும், குப்பைத் தொட்டிப் பிடியைத் தளர்த்த முடியாது. அங்கு நின்று வாந்தி எடுத்தவாறு, வாந்தியெடுப்புகளின் இடைவேளைகளில் என்னென்ன பார்க்கமுடியுமோ அவற்றைப் பார்த்து என்னென்ன புரிகிறதோ அவற்றைப் பதிவு செய்யலாம். குப்பைத் தொட்டியை விட்டுத் தெருவில் குதித்து, தெருத் தெருவாக வாந்தியெடுத்து, வாந்தி எடுத்ததையெல்லாம் சரித்திரம் என்று சொல்லக்கூடாது என்று நினைத்தேன். நான் குடிக்காமல் இருந்திருந்தால் இன்னும் தெளிவாக இருந்திருக்க முடியும்.

அடர்த்தியான காடு ஊருக்குள் புறப்பட்டு வருவது போல் ஜனக்கூட்டம் வந்துகொண்டிருந்தது. தேனீக்களின் எண்ணற்ற கூடுகள் ஏக காலத்தில் கலைக்கப்பட்டது போல் பரவெளியில் ஹுங்காரம். போர் முழக்கத்தின் பீதியை விரோதிகளின் மனத்தில் ஆழப் பாய்ச்சும் ஹுங்காரம் அது. மிகப்பெரும் சாகஸம்கொள்ள இருப்பதைச் சரித்திரம் எவ்வளவு வலுவாக வெளிப்படுத்திவிட்டது. திட நிச்சயம் கொண்டிருக்கவில்லையெனில் அது இவ்வளவு பெரிய ஹுங்காரத்தை எடுத்த எடுப்பில் எழுப்பியிருக்க முடியாது. ஆக, இதற்கு முன் எப்போதும் வராமல் போன எழுச்சியல்ல இது. உருத்திரண்டு வந்துகொண்டிருக்கும் எழுச்சி. சரித்திரத்தில் மிகப் பெரிய கொந்தளிப்புக்குச் சாட்சியம் அளிக்கும் பாக்கியம் எனக்குக் கிடைத்திருக்கிறது.

நான் வாந்தி எடுக்க ஆரம்பித்தேன். இதுபோல் ரோஷம் கெட்டு நான் ஒருபோதும் வாந்தி எடுத்ததில்லை. என் குடல்கள் புறஉலகில் இழுக்கப்பட்டு, கண்ணுக்குப் புலப்படாத எந்த அசுத்தத் தொட்டிகளுடன் இணைக்கப்பட்டிருக்கின்றன? என்ன இது! இவ்வளவு அசுத்தங்களைக் குடலுக்குள் வைத்துக்கொண்டு சரித்திரத்தை எப்படிப் பதிவு செய்யப் போகிறேன்? ஜனக் கூட்டம் என்ன இப்படித் திரள்கிறது! ரோகிகள் இலட்சக்கணக்கில் கூடிவிட்டார்கள். மருத்துவர்களுக்கு எதிராக அவர்கள்தானே கலகத்தை முதலில் ஆரம்பித்தார்கள். ஆமாம். துக்கத்தின் எரிவாயுக் கிடங்குகளில் அவர்கள்தான் முதல் நெருப்பு கிழித்தார்கள். நாற்றிசையும் பரந்துபிடித்துவிட்டது ஜ்வாலை. கடல் அலைகள் ஜ்வாலைகளாக மாறிக் கரையேறி வருகின்றன. தென்னந்தோப்புகள் பற்றி எரிந்தன. என்னைச் சுற்றி எங்கும் நீக்கமற நோயாளிகள். கண்ணுக்குப் புலப்படும் உறுப்புகள் அனைத்திலும் நோய் கொண்டவர்கள். புலப்படும் உறுப்புகள் பளபளவென்று இருக்க,

புலப்படா உறுப்புகள் உள்ளூர அமுகிக்கொண்டிருப்பவர்கள். இவர்கள் மத்தியில் எனக்குப் பெரும் சகஜம் கிடைத்தது. சத்தத்தை அமுக்குவதற்குப் பதிலாக, ஊக்குவித்துக்கொண்டு ஓங்கார வாந்தி எடுக்க ஆரம்பித்தேன். வாந்தியில்தான் எத்தனை நிவர்த்தி! குடல் மட்டும் எடுக்க இவ்வளவு நிவர்த்தி என்றால் சகல உறுப்புகளும் எடுக்கத் தொடங்கினால் எவ்வளவு நிவர்த்தி ஏற்படும்! இந்த ரோகிகள் உருவாக்கும் சூழல்தான் எவ்வளவு சுதந்திர வாந்திக்கு இட்டுச் செல்கிறது!

ஒரு வயோதிக ஸ்திரீ என் தலையைப் பிடித்துக் கொண்டாள். அவள் ஏதும் என்னை விசாரிக்கவில்லை. உடற்பிரயாசையுடன் பலர் நகர்ந்து வந்து என்னை அரவணைக்க முற்படுகிறார்கள். என் உடல் குழைந்து, தலை சரிய முற்பட்டபோது, என் சிரத்தின் அடியே ஒரு மடி வந்தது. அது யாருடைய மடி என்று ஆராய எனக்குத் தெம்பில்லை. அங்கு ஒவ்வொருவரும், ஒவ்வொருவருக் காகவும் நெகிழ்ந்துகொண்டிருப்பதை நான் உணர்ந்தேன். ஒரு முந்தானை என் முகத்தைத் துடைத்தது. என்னால் நான் வாந்தியெடுக்கப்பட்டது போல் அவ்வளவு அசுத்தமாக இருந்தேன். ஆனால், என்னை சுச்ருஷித்த விரல்களின் குளிர்ச்சி என் உடல்பட்டு ஜில்லிட்டது. ஜீவன்கள் அங்கு அவற்றின் பிறப்பின் கூறுகளையும் வளர்ப்புக் கோலங்களையும் தோற்ற குணங்களையும் வீசி உதறி, மூலப் பண்புகளில் முயங்கப் பேராவேசம் கொண்டிருந்தன. ஒரு தடவை நான் லேசாகக் கண் திறந்து பார்த்தேன். விழி ஓரங்களில் இருளின் ஒரு பெரிய துண்டு ஒட்டிக்கொண்டிருந்தது. அதை ஊடுருவிப் பார்த்தபோது தேன்கூட்டைப் பூதக்கண்ணாடியில் பார்ப்பது போல் திக்பிரமை அடைந்தேன். என்ன இப்படி கூட்டம் திரள்கிறது? புசுபுசுவென்று எங்கிருந்து வந்துகொண்டிருக்கிறார்கள் இப்படி? ஊர் ஊராகக் காலிசெய்து வருகிறார்களா? ஆறுகள் தாண்டி, மேடு பள்ளங்களில் ஏறி இறங்கி, காட்டுப் பாதைகளில் புகுந்து புறப்பட்டு வருகிறார்கள் போலிருக்கிறது. சகல பேதங்களையும் அழித்துக்கொண்டு சகல ஜீவன்களும் ஒன்றாகத் திரண்டுவிட்டன. ஜீவன்கள் ஒன்றுகூடித் தங்கள் மொத்த வடிவத்தை நீளமாக அமைத்துக்கொண்டு அதற்கு மேல் அவர்கள் இல்லாமல் இருக்கும்போதுதானே ஊர்வலம் என்பது சாத்தியம்? இங்கு காலூன்ற இடமில்லாமல் ஒவ்வொருவரும் மற்றவர்மீது புதைந்துகொண்டு நிற்கும்போது எங்கு அவர்கள் ஒதுங்குவது? காடுகள் புறப்பட்டதுபோலவும், மலைகள் நகர்வதுபோலவும் இவர்கள் வந்துகொண்டே இருந்தால் கொள்ளிடம் ஏது?

எனக்கு மயக்கம் போட்டுவிட்டது. அப்போதும் ஒரு பிரகாச மான மெழுகுவர்த்தி என் மனவெளியில் எரிந்து கொண்டிருப்பதை

உணர்ந்தேன். மஞ்சளும் ஊதாவும் கலந்த அந்தச் சுடரின் அழகை எப்படி வர்ணிப்பது? பதட்டம் இல்லாமல் உடம்பைச் சுருக்கிக்கொண்டு அது மேலெழப் பார்க்கிறது. அதன் துடிப்பைப் பார்க்கும்போது நிமிர்ந்து வானக்கூரையை முட்டினாலும் அது அடங்காது என்று தோன்றுகிறது. அதன் வெளிச்சத்தில் எனக்குச் சகல காட்சிகளும் தெளிவாகப் புலப்பட்டன. முன்னால் மூளை மட்டும் பிரக்ஞையாக இருக்க, இப்போது உடம்பின் ஒவ்வொரு உறுப்பும் ரோமக்கால்களும் பிரக்ஞையாகி விட்டன. என் கைகள் தடவிவிடப்படுவதையும், என் நெற்றி அமுக்கப்படுவதையும், என் தலைமயிர் கோதிவிடப்படுவதையும் உணர்ந்தேன். காற்றின் ஸ்பரிசங்களையும் என் ரோமக் கால்கள் வழி, மிகுந்த ஆத்ம நிறைவுடன் சுவீகரித்துக் கொண்டேன். என் மனவெளியைப் பனித்துளிகளால் மெழுகுவது போல் இருந்தது.

ஒவ்வொருவரும் அவர்களுக்குரிய பள்ளத்தாக்குகளைக் காலிசெய்துகொண்டு வந்துவிட்டார்கள். சுதந்திரம் இல்லை எனில், பொன் கொண்டு, பெண் கொண்டு, பெற்றெடுக்கும் குழந்தைகள் கொண்டு ஏதும் புண்ணியமில்லை என்பது அவர்களுக்குத் தெளிவாகிவிட்டது. இந்த எளிய உண்மையை இவர்களுக்குக் கற்றுத்தரும் முயற்சியில் கோடானு கோடி வருஷங்கள் தோல்வி கண்ட சரித்திரம் இப்போது வெற்றி கண்டு விட்டது. அவர்களுடைய சகல இருப்பிடங்களையும் இனி வன விலங்குகள் எடுத்துக்கொள்ளட்டும். அவர்கள் உடல் வருந்திச் செழிக்கவைத்த பயிர்கள் எல்லாவற்றையும் கொடிய மிருகங்கள் மேயட்டும். அவர்கள் காலங்காலமாகக் கட்டியெழுப்பிய வீடுகள் மீதும், பண்புகள் மீதும், ஊர்வனவோ இழைவனவோ புகுந்து புறப்படட்டும். அவர்களுடைய குழந்தைகளின் தொட்டில்களில் இனி பாம்புகள் குஞ்சு பொரிக்கட்டும். மரணங்களுக்குப் பயந்து அவர்கள் இதுகாறும் சகித்துக்கொண்டு வந்திருக்கிறார்கள். இனியும் சகிப்பது சாத்தியமில்லை. எந்த மரணத்துக்கு அவர்கள் இதுகாறும் பயந்து வந்தார்களோ, அந்த மரணத்தைக் கொடியாகப் பிடித்துக்கொண்டு இவர்கள் இப்போது புறப்பட்டுவிட்டார்கள். இனி, கத்தியைக் காட்டியோ, அம்பைக் காட்டியோ, வேலைக் காட்டியோ அவர்களைப் பயமுறுத்த முடியாது.

எனக்குப் பலர் விசிறினார்கள். நான் நகர்ந்துகொண்டிருப்பதும் எனக்கு அப்போது தெரிந்தது. தோளில் தூக்கிக்கொண்டு போகிறார்கள்போல் இருக்கிறது. விரிந்து, வியாபித்து, பரந்துகிடக்கும் ஒரு மலை, பூமியின் உறவில் மனம் கசந்து அடிவயிற்றை உருக்கிக்கொண்டு புறப்பட்டதுபோல் ஜனக்கூட்டம் நகர்ந்துகொண்டிருக்கிறது. அடிவானத்தில் தெரியும் பள்ளத்தாக்கை நோக்கி நகர்கிறது இந்தக் கூட்டம்.

கழுகுகள் மட்டுமே வாசம் செய்யும் பள்ளத்தாக்கு அது. அங்கு பல கொடிய விலங்குகள் எதிர்வினை தெரியாமல் கத்தி, அந்தக் கத்தலின் பயங்கரமான எதிரொலிச் சுழற்சியால் தாக்கப்பட்டு இறந்திருக்கின்றன. தலையால் வானத்தை முட்டி, பாதங்களால் மேகத்தைத் துவைத்துக் கொண்டிருக்கும் பள்ளத்தாக்குகள் அவை. கீழே இருந்து நெடிதுயர்ந்து மேலோங்கும் மரங்கள் எதுவும் அதன் பாதங்களைத் தொட்டதில்லை. அந்த ராக்ஷஸ மரங்களின் அடர்த்திக்கு வானவெளி போதாமல் ஒன்று மற்றொன்றுள் பாய்ந்து கிழித்துக்கொண்டு வெளியே வந்துகொண் டிருந்தன. கீழேயிருந்து தனித் தனியாகப் புறப்பட்டவை மேலே பந்தலாகி ஒன்றுடன் ஒன்று பின்னிக்கொண்டிருந்தன. பள்ளத்தாக்கின் சிரசு என்று சொல்லும்படி இருந்தது ஒரு வழுக்கை மலை. அதில் சாய்ந்து இளைப்பாறிக் கொண்டிருந்தது வானம்.

தூரத் தொலைவிலேயே நான் கவனித்துவிட்டேன். பள்ளத்தாக்கின் கீழே நெடிதுயர்ந்த மரங்களிலெல்லாம் இலை காய் தெரியாமல் ஜீவன்கள் தொங்கிக்கொண்டிருந்தன.குரங்குகள் என்றுதான் முதலில் நினைத்தேன். அப்படியானால் வால்கள் எங்கே? குரங்குகள் அல்ல. ஆடையற்ற மனிதர்கள். ஆடைகளை வழிநெடுகக் களைந்துகொண்டு வந்திருக்கிறார்கள். ஆடைகளைக் களைந்து தொங்கிக் கொண்டு கிடந்தால் இனங்காண முடியாது என்ற கற்பனை போலும்.

அட பாவிகளா! நீங்கள் செய்த கொடுமைகளை எல்லாம் உங்கள் ஆடைகளா செய்தன? நீங்கள் செய்த அவ்வளவு கொடுமைகளும் உங்கள் விழிகளில் பிதுங்கி நிற்கும்போது, எங்கு அந்த விழிகளைப் பறித்து எறிவீர்கள்? ஒவ்வொரு முகத்தையும் நான் கூர்ந்து கவனித்தேன். எல்லோருக்கும் தெரிந்த விரோதிகள் அவர்கள். சிறிது காலம் அங்கு தொங்கிக்கொண்டு கிடந்தால், தலைகளைத் தப்பவைத்துக்கொண்டு மீண்டும் ஊருக்குள் வரலாம் என்ற சப்புக் கொட்டல் போலிருக்கிறது. அது இனி நடக்காது. இப்போது நீங்கள் வெட்டவெளிச்சமாகி விட்டீர்கள். மனிதகுலம் இதுகாறும் பேணிக்காத்து வந்த சகல பயிர்களையும் நீங்கள் அழித்துவிட்டீர்கள்.

முழு ஜனமும் இப்போது மழுங்கல் பாறையில் ஏறி விட்டது. அப்போது சற்றும் எதிர்பாராதவிதமாக ஒரு காரியம் நடந்தது. இதுபோன்ற ஒரு யோசனை அவர்களுக்கு இருக்கக்கூடும் என்று நான் அறியவேயில்லை. மலையிலிருந்து ஒவ்வொருவராகப் பள்ளத்தாக்கை நோக்கிக் குதித்தார்கள். கணந்தோறும் குதித்தவர்களின் எண்ணிக்கையை மதிப்பதுகூடச் சாத்தியமில்லை. நீரில் குதிப்பதுபோல் அவர்கள் குதித்தார்கள். மரணத்தின் கொடியை ஏந்திப் பிடித்துக்கொண்டு அவர்கள் குறி

தப்பாமல் குதித்தார்கள். தலைகீழாக வந்த சிரங்கள், மரத்தில் தொங்கிக்கொண்டிருந்த சிரங்களில் மோதின. கபாலங்கள் மோதிப் பிளந்து தெறித்தன. அந்த மோதலில் வெளிப்பட்ட சத்தம் மலைமுகடுகளில் எதிரொலித்துச் சுருண்டு சுருண்டு வந்தது. அந்தச் சத்தம் வன விலங்குகளுக்குக் கேட்டிருக்கும். காட்டைத் தாண்டி அந்தச் சத்தம் ஊருக்குள் புகுந்து, ஊர்வனவற்றிற்கும் பறப்பனவற்றிற்கும் கிலியை மூட்டியிருக்கும். ஊர் தாண்டி, மலை தாண்டியும் கடல் தாண்டியும் எங்கேனும் மனித ஜீவன்கள் மிஞ்சியிருந்தால் அவர்களை அந்தச் சத்தம் சென்று அடைந்திருக்கும்.

கடைசி ஜீவனாக மிஞ்சிவிடக் கூடாது என்று நான் பயந்தேன். அப்படி மிஞ்சினால் அதுபோல் அவமானம் வேறு ஒன்றும் இல்லை. அப்போது எனக்கு வாழ்க்கையும் இல்லை. மனித ஜீவன்கள் அற்ற இடத்தில் உடல் மிஞ்சிக்கிடப்பது வாழ்க்கை ஆகாது என்பதை நான் நன்றாக அறிவேன். ஜீவன்களுடன் ஜீவன்கள் கொள்ளும் உறவு சாத்தியமில்லை எனில், மரணத்துடன் ஜீவன்கள் கொள்ளும் உறவே வாழ்க்கை. நானும் குதித்தேன். எனக்கும் குறி தப்பவில்லை. ஒரு கபாலத்தைச் சிதறடித்துக்கொண்டு என் கபாலம் சிதறிய சத்தம், என் காதில் விழுந்தது. நான் சிதறடித்த கபாலம் யாருடையது என்று எனக்குத் தெரியாது. ஆனால், அது சிதறடிக்கப்பட வேண்டிய கபாலம் என்பதில் எனக்கு எவ்விதச் சந்தேகமும் இல்லை.

மீட்சி, 1985

ஆத்மாராம் சோயித்ராம்

ஆத்மாராம் சோயித்ராம் இந்தியாவுக்குச் சுதந்திரம் கிடைத்துப் பத்து வருடங்களுக்குப் பின், ராஜஸ்தானில் பிக்கானீரில் பிறந்தான். சிறுவயதில் சிற்றன்னையின் – தகப்பனாரின் இரண்டாவது மனைவி – குத்தல் பேச்சுக்களைச் சகித்துக்கொள்ள முடியாமல் தகப்பனார் அவனைக் கூட்டிக்கொண்டு தெற்கே வந்தார். தாகூர்தாஸ் சோயித் ராமின் சுய சம்பாத்தியங்கள் அவருடைய பெயரில் இருந்ததால் அவர் தன் மனைவியைத் துரத்தியிருக்கவும் முடியும். ஆனால், "சொத்து அவளுக்கு, சுகம் எனக்கு" என்று ரயிலில் சக யாத்ரீகர்களிடம் தன் தலையெழுத்தைக் கூறி அழுதுகொண்டே வந்தார் அவர். அப்போது ஆத்மாராமுக்கு ஏழு வயது.

தாகூர்தாஸ் இலக்கிய ஈடுபாடுகள் கொண்டவர். பிரேம்சந்தின் எழுத்தில் மனத்தைப் பறிகொடுத்து, சுயமாக ஹிந்தி கற்று எழுத ஆரம்பித்தார். கவியாகிவிட வேண்டும் என்பது அவர் கனவு. சென்னை கிடங்குத் தெருவுக்கு, தூர உறவினர்களின் மொத்த ஜவுளிக் கடையில் இரண்டாம் கணக்கு எழுத அவர் புறப்பட்டு வந்த விதியை நொந்து கொண்டு, முற்றுப்பெறாத ஒரு நாவலும் அவர் எழுதியிருக்கிறார். 'தெற்கே புல்வெளியைத் தேடி' என்பது அந்த நாவலின் தலைப்பு. அந்த நாவலில் ஓர் ஒட்டகமும் கதாபாத்திரமாக வருகிறது. நாவலில் தாகூர்தாஸ் தனக்குக் கொடுத்திருக்கும் பெயர் விஷ்ணுராம். ஒட்டகமும் விஷ்ணுராமும் நாவலில் நெடுகப் பேசிக்கொள்கிறார்கள். விஷ்ணுராம்

தன் குழந்தைகளுடன் ஒட்டகத்தின் மீது அமர்ந்து தெற்கே வரும்போது, தான் பட்ட கஷ்டங்களை எல்லாம் அதனிடம் கூற, ஒட்டகமும் தன் துன்பங்களைக் கூறி, மன வியாகூலங்களைத் தணித்துக்கொள்ளும் வகையில் சில அறிவுரைகளைக் கூறுகிறது. புராதன கிரந்தங்களை மூலத்திலேயே கற்ற ஒட்டகம் என்பதால் வடமொழி சுலோகங்களைச் சொல்லி, பதவுரை சொல்லி, அர்த்தமும் சொல்கிறது. பாவம் ஒட்டகங்கள்! அவையும் மனிதனைப் போலவே துன்பப்படுகின்றன.

சோயித்ராம் தனது பதினேழாவது வயதில், தற்செயலாக ஒருநாள் தகப்பனாரின் கையெழுத்துப் பிரதிகளைப் படித்தான். கவிதைகள், முதல் மனைவிக்கு அவள் இறந்தபின் தன் கஷ்டங் களைச் சொல்லி எழுதிய கடிதங்கள், முற்றுப்பெறாத நாவல் முயற்சிகள். அது அவன் வாழ்க்கையில் ஒரு முக்கியமான தினம். ஒரு திருப்பு முனை. ஆமாம். அன்றும் அதற்கு முன்பு போல அந்தத் தூறல்...சாய்வாக,வலுவான ஊசிமுனைகள் போல் சாய்ந்து,தேங்கி நிற்கும் தண்ணீரில் பூக்கள் பொரிக்கின்றன. தன் உள்ளங்கையில் ஓடும் விதி ரேகைக்கும் அந்தச் சாரலுக்கும் ஏதோ தொடர்பு இருந்துவருகிறது. தகப்பனாரின் கையெழுத்துப் பிரதியிலிருந்து ஆவேசமும் பரவசமும் உள்ளுருகலும் பெற்றுக்கொண்டிருந்த போது சாரலின் பளபளப்பைக் கவனித்தான். அவன் திரும்ப வேண்டிய பாதைகளுக்கு அவை எப்போதுமே வழிகாட்டி இருக்கின்றன. குளித்துச் சொட்டச் சொட்ட நிற்கும் மரங்களும் பூமியின் ஈரமும் சிறுகுட்டைகளும் அழுந்திய பாதங்களின் சுவடுகளும் – கடவுளே, எவ்வளவு அழகாய் இருக்கின்றன ஒவ்வொன்றும்! கையெழுத்துப் பிரதிகளுக்கு இடையே, தன்னிகரற்றவர் எனக் கருதப்பட்ட ஒரு நாவலாசிரியருக்கு அவனுடைய தகப்பனார் எழுதிய கடிதமும் கிடைத்தது. என்ன மனந்திறந்த பாராட்டு! தன் தகப்பனார் பெரிய மனத்துடன் வாழ்ந்திருக்கிறார். அவருடைய பிழைப்பு அவரைக் கணக்குப் புத்தகங்களில் அடையாளத்துக்கு வைக்கும் தாள்போல் சொருகி விட்டது. ஆனால், தன் சிறுவயதில்கூட ஏதோ வித்தியாசமான ஓர் அம்சம் – கிடங்குத் தெரு புதுத்துணி நெடிகளுக்குச் சம்பந்தமில்லாத ஒரு வாசனை – அவரிடம் இருந்ததை அவன் உணர்ந்திருக்கிறான். நினைவுகளைத் தொகுக்கும்போது அந்தச் சுகந்தம் மீண்டும் இப்போது மூக்கோரம் வருகிறது. பக்கத்தில் படுத்துக்கொண்டு அவர் பேசிய பேச்சுகள் நினைவுக்கு வந்தன. அவனுடைய தலைமயிருக்குள் விரல்களை விட்டுச் சற்றே முரட்டுத்தனமாகப் பிசைவார். கட்டுக்கடங்காத அன்பிலிருந்து வரும் முரட்டுத்தனம் அது. அவற்றின் அருமை அப்போது தெரியவில்லை. அவர் வாயிலிருந்து வந்த பாக்குத் தூளின் மணம்தான் அப்போது பிரதானமாக இருந்தது. இப்போது எல்லாமே புரிந்துவிட்டது.

என்ன கற்பனை அவரிடம்! ஜீவராசிகளிடம்தான் எவ்வளவு தயை! எப்படி இந்தக் கேடுகெட்ட மனிதர்களிடம் இவ்வளவு பிரியத்தை வைத்துக்கொண்டிருந்தார்? எப்படி இரண்டாம் கணக்குகளை ஜோடித்துக்கொண்டிருக்கும்போதே, சிறகடித்துப் பறந்துகொண்டிருந்தன அவரது இறக்கைகள்! துரதிர்ஷ்டம் என்றுதான் சொல்ல வேண்டும். அவருடைய ஒரு கவிதை, ஒரு கதை, ஒரு கடிதம் பிரசுரமானதாகத் தெரியவில்லை. எவற்றையேனும் அவர் தபாலில் சேர்த்தாரா என்பதுகூடத் தெரியவில்லை. அந்தத் தன்னிகரற்ற நாவலாசிரியருக்கு அவர் எழுதிய கடிதத்தைக் கூட அநேகமாக அவர் தபாலில் சேர்த்திருக்கமாட்டார். கிடங்குத் தெரு ஏர்கண்டிஷன் ஜம்பங்களுக்கு அவரது ஆத்மா தெரியாது. கடவுளே, என்ன கொடுமை இது! கன்னத்தில் புற்றுநோய் துளைத்த துவாரம் வழி வெத்திலைத் தாம்பூலம் வழிய அவர் இறந்துபோனார். கடையோரம் சதா புகையிலையை அடக்கிவைத்துக்கொண்டிருந்தது போலவே, தன்னுடைய பிரகாசத்தையும் தன் உடம்பால் அவர் மூடி மறைத்துக்கொண்டிருந்திருக்கிறார்.

சோயித்ராம் சாரலில் நனைந்துகொண்டே ஓடினான். ஹிந்தி கிதாப் மந்திர் நோக்கி ஓடினான். அவன் வாங்கிய முதல் புத்தகம் அது. தன் தகப்பனை நெகிழவைத்த ஊற்றை அவன் தெரிந்துகொள்ள வேண்டும். அன்றிரவு அந்த நாவலைப் படித்துவிட்டு, விடியலில் தோட்டிகள் தெரு கூட்டும்போது, ஏதும் டீக்கடைகள் திறந்திருக்கிறதா என்று அவன் தேடிக்கொண்டே, ஈரத்தில் தன் சுவடு படியப் போனதை அவனால் என்றுமே மறக்க முடியாது.

தெற்கத்திய ஜில்லாக்களில் தனது ஒன்றரை வருட மாதந்தோறுமான யாத்திரைகளில் சோயித்ராமின் தடங்களும் தங்கலும் நடமாட்டங்களும் நிர்ணயமாயிருந்தன. இரண்டு சூட்கேஸ் சாம்பிள்கள். தன் சொந்தப் பெட்டி ஒன்று. தோள் பையில் புத்தகங்கள். எக்மூரில் மாலை ரயில் ஏறி மதுரையில் காலை வந்து இறங்குவான். அங்கு வழக்கமான ஹோட்டலில் தங்கி, மனத்தடங்கலுக்கு ஏற்ப வேலைகள் பார்த்து, சுற்றுப்புற ஊர்களில் உள்ள கடைகளையும் பார்ப்பான். அடுத்து நெல்லை தங்கல். அங்கும் சுற்றுப்புற ஊர்கள். அடுத்த தங்கல் நாகர்கோவில். அங்கும் சுற்றுப்புற ஊர்கள். வேலைகளைத் தட்டி நெருக்கி ஒருநாள் முற்பகலோடு முடித்துவிடும் வெப்ராளம் அவனுக்கு ஏற்படும். எவ்வளவுதான் அமுக்கினாலும் துருத்திக்கொண்டு பீறிடும் வேலைகளைக் குற்ற உணர்ச்சியுடன் கத்தரித்துவிட்ட பின்பு அவனுக்குக் கன்னியாகுமரி பஸ் ஏறவும் முடியும்.

அப்போது மனதுக்கு ஒரு லகரியை ஊட்டத் தொடங்குவான். எந்தப் பொறியைத் தட்டி மூளை அதை ஏற்படுத்துகிறதோ! மனம் பரபரப்புக் கொள்ளும். சகல ஜீவராசிகளின் மீதும் இயற்கை மீதும் மனத்தில் இருந்து அன்பின் வெள்ளம் பீறிட்டு 'ஜோ' மழையாக அவற்றை நனைக்கும். எப்போதும் விவகார உலகத்திலிருந்து விடுபட வைத்த தாண்டலை அவன் உணரும் வகைக்கு வருவது, சில கவித்வ வரிகள். இரவு அங்கு தங்கல். அங்கிருந்து திருவனந்தபுரம் மெயில் பிடித்து, சென்னைக்குப் போவான். வீண்சுற்று என்று முதலாளிக்கு வருத்தம்தான். சொல்லிப் பார்த்தார். சோயித்ராம் காதில் போட்டுக்கொள்ளவில்லை. சில விஷயங்களை விட்டுக்கொடுக்க முடியாது. சாவகாசம் இருந்தால் ரயில் ஏறுவதற்குமுன் கொஞ்சம் குடிப்பான். அவ்வப்போது குடிப்பவர்களின் மீது, சில பெண்கள் போல் அவ்வூர் பிரியம் கொள்கிறது என்று அவனுக்குத் தோன்றும். இயற்கையின் களியாட்டங்களையும் செழுமைகளையும் ஊர்வலம் கொள்ளக் கோஷிப்பதுபோல் ரயில் பாய்ந்து முன்னேறும். அடிவானம் வரையிலும் விரிந்துகிடக்கும் நீர்ப் பரப்புகள். படுத்து இளைப்பாறலாம் என்று நம்பிக்கை கொள்ளும் அளவுக்குக் கட்டில் மாதிரி கனமான பச்சைப் பாசி, கரையோரங்களில் சொதசொதவென்று. நீர் நிலைகளில் மர நிழல்களின் மென்மையான நெளிவுகள். இந்தப் பயணங்கள் அவனிடம் தப்பாமல் சில கவிதைகளைத் தோற்றுவித்திருக்கின்றன. இந்த ரயில் கவிதைகள் மனதுக்கு உகந்த பத்திரிகையில் ஓடிப்போய்ப் பிரசுரமாகிக்கொள்ளும் ராசிகளும் கொண்டவை. இயற்கையின் கோஷங்களின் மீது அமர்ந்து முன்பாய்ந்து செல்வதை முதலாளிக்காக விட்டுக்கொடுக்க முடியாது. எண்ணற்ற மனங்களில் தன் கவிதைகளின் சலனங்கள் கடித வரிகளாகிக் கைகுலுக்க வருவதை விட்டுக்கொடுக்க முடியாது. என் தகப்பனைப் போலவே நானும் கவித்வம் கொண்டவன். கவித்வம் கொண்டவன் என்ன! கவிஞன். காலம் தன் வாழ்க்கையை உருக்குலைத்து விடுமோ என்று அவர் பயந்தார். இளமையில், நாசியில் ரத்தம் கக்க முகத்தில் விழுந்த சில அறைகள், மிக மோசமான ஆயுதங்களை எதிர்காலம் அவருக்காகப் பதுக்கி வைத்துக்கொண்டிருக்கிறதோ என்ற கிலியை அவருக்கு ஏற்படுத்தியிருந்தன. நான் அப்புராணி அல்ல. பயந்தாங்கொள்ளி அல்ல. கவிதைக்காக நான் சாகத் தயார். காலமே, ஒரு மோசமான தாக்குதலை என் மீது நிகழ்த்து. என்னை உருக்குலை. சின்னாபின்னப் படுத்து. நீ பார்த்து வெட்கப்படும் அளவுக்கு உனக்குக் கவிதையில் பதில் சொல்கிறேன்.

எனக்கு முகங்கள் பிடிக்கின்றன. இந்த உலகத்தில் உள்ள அவ்வளவு பெண்களையும் பார்க்க எனக்கு ஆசையாக இருக்கிறது. ஹோட்டல் ரூம் பாய்கள் அவ்வளவு பேரையும் எனக்குப் பார்க்க வேண்டும். அந்தஸ்துக்குப் பின்னால் மறைந்துகொண்டிருக்கும்

சகல கொடுமைகளையும், மானங்களுக்குப் பின்னால் மறைந்துகொண்டிருக்கும் அவமானங்களையும், மனித மனத்தின் சகல அழுக்குகளையும் சகல புனிதங்களையும். அதற்காகத்தான் இந்த சூட்கேஸ்களைச் சுமக்கிறேன். முதலாளி நினைத்துக் கொண்டிருக்கிறான் சோற்றுக்கு என்று. அவன் வயிற்றை நன்றாக நிரப்பி மிச்சம் நான் உண்பதற்கு என்று. இது வேலை அல்ல. ஒரு இளைப்பாறல். ஒரு தயார் எடுப்பு. அணைத்துக்கொள்ள இருக்கும் காலம் அழைப்பதற்காகக் காத்திருக்கிறேன். மரங்கள் போல், செடிகள் போல், கொடிகள் போல், தடாகங்கள் போல், குன்றுகள் போல், மான்கள் போல், பசுக்கள் போல், மனித ராசியும் அம்மணமாக இருப்பதில் எவ்விதத் தவறும் கிடையாது. அந்த விவேகம் இனி மனிதனுக்குக் கூடும் சாத்தியம் இல்லை என்பதால் உன் பிழைப்புக்குக் கேடு இல்லை. ஆனால், உன்னுடைய சேமிப்புக்குப் பின்னால் சைபர்கள் சேர்த்துக்கொண்டு போவதல்ல என்னுடைய வேலை. நான், காலொடிந்து சேற்றில் புரளும் ஜீவன்களுக்கு அவர்களுடைய சிறகுகளைக் காட்ட வந்தவன். இப்போது பதுங்கிக்கொண்டிருக்கிறேன்.

நான் யார் என்று உங்களுக்குத் தெரியாது. என் தகப்பனை உங்கள் வர்க்கத்துக்குத் தெரியாதது போலவே என்னையும் உங்கள் வர்க்கத்துக்குத் தெரியாது. கடைசி வரையிலும் இது இப்படித்தான் இருக்கும். நம் ஊரை வைத்து, நாம் பேசும் மொழியை வைத்து, நம்மவர்கள் கட்டும் பஞ்சகச்சத்தை வைத்து, “நாம் நாம்” என்பாய் நீ. உங்களில் ஒருவன் அல்ல நான். இன்று நான் அதைச் சொல்லாமலேயே இருக்கிறேன். ஒருநாள் நான் அதைக் கத்திச் சொல்வேன். உங்கள் சங்கத்தின் உறுப்பினர் கூட்டம் நடந்துகொண்டிருக்கும்போது மேடையேறிக் கத்திச் சொல்லிவிட்டுப் போவேன். உன்னதங்களை நீங்கள் அறிந்ததில்லை என்று நான் சொல்வேன். உங்கள் சிதைகளை நீங்களே எரித்துக்கொண்டிருக்கிறீர்கள்.

நான் விஷ்ணுராம் என்ற பெயரில் கவிதைகள் எழுதுகிறேன் என்பது உங்களுக்குத் தெரியாது. அது தெற்கு நோக்கி வந்த என் தகப்பனின் வருத்தத்தின் பெயர். அதே பெயரில் இந்தியா புளகாங்கிதம் கொள்ளும் காலத்தை நான் உருவாக்குவேன். எனக்குப் புத்தி போதவில்லைதான். என் உடலும் மகா ஒல்லியாக இருக்கிறது. என் கூடுகட்டிய மார்பை மறைக்கவும் முடியவில்லை. சில சாம்பிள்களுக்குச் சிலவேளை எனக்குக் கொள்முதல் விலை மறந்துபோகிறது. சில பெரிய புள்ளிகளை ஐஸ்புட்டியில் இறக்க என்னால் முடியவில்லை. தொலைபேசி எண்களை நினைவுவைத்துக் கொள்வதில் கிடங்குத் தெருவிலேயே நான்தான் மிக மோசம். இவை எல்லாம்தான் உங்களுக்கு என்னைப் பற்றித்

தெரியும். இதனால் நான் ஆளாகும் அவமானங்களும் கொஞ்ச நஞ்சமல்ல. காலமே, பொறு.

மதுரையில் அந்தப் பிரபலமான கடையில் பெரிய முதலாளியிடம் நான் பேசிக்கொண்டிருக்கும்போது, அந்த ஒல்லியான உயரமான பெண் பரபரப்புடன் வந்து "தாத்தா, இந்தக் கவிதையைப் படித்துப் பாருங்கள். எவ்வளவு அற்புதம்!" என்றாள். அவர், "இப்போ எனக்கு நேரமில்லை" என்றார். உனக்குத் தெரியுமா? அவள் காட்டியது விஷ்ணுராமின் கவிதை. அந்தக் கவிதையிலேயே மிக உயிரான வரியை அவள் சொன்னாள். நான்தான் எனச் சொல்லத் துடித்தது என் நாக்கு. சொன்னால் அன்றைய மதிய விருந்து அவர்கள் வீட்டில் – அவள் பரிமாற. அந்தப் பெண் நிச்சயமாக ஆட்டோகிராப் வாங்கிக்கொள்வாள். "உடனடியாக ஒரு கவிதை எழுதிக் காட்ட முடியுமா?" என்று பரீட்சை வைப்பாள். அது அவளைப்பற்றி இருக்க வேண்டும் போலும்! ஆனால் பிரபஞ்சத்தைப் பற்றியது என்ற தோரணையில் படித்துவிட்டு வெகுவாகப் புகழ்ந்து பேசுவாள். பெண்களே, உங்களை என்னவென்று சொல்ல? உங்கள் வெகுளித் தனங்கள், உங்கள் அழகுகள்!

சென்னை கிடங்குத் தெருவில் வென்சிமால் கலாசந்த் கடையின் கதவிலக்க எண் 119. அந்த இலக்கத்தில் கடந்த நூறு வருடங்களில் தொழில் நடத்திய பலரும் கோடீஸ்வரர்கள் ஆகியிருக்கிறார்கள். கிடங்குத் தெருவில் மூன்று ராசியான கடைகளில் அதுவும் ஒன்று என்று கருதப்படுகிறது. பலருடைய அபிப்பிராயத்தில் அதுதான் முதன்மையானது. முதலில், பூமியிலிருந்து படியேறி – ஏணிப்படி ஏறாமல் – கடைக்குச் செல்லலாம். பெரிய அதிருஷ்டம். அங்கு ஒவ்வொரு கடையும் ஒரு கௌபீனம். இதுவோ, விசாலமான ஹால். வித்தியாசமான பழக்கவழக்கங்களை அந்தக் காலத்திலிருந்தே கொண்ட கடை. பிற கடைகளை ஒன்பது மணிக்குத் திறக்கும் போது இந்தக் கடையை ஏழுமணிக்குத் திறக்கிறார்கள். முதலில் இதில் தொழில் நடத்திய சிமன்லால் மோதி தனது 26 வயதிலிருந்து 76 வயதுவரையிலும் சரியாக ஏழுமணிக்கு இந்தக் கடையைத் திறந்திருக்கிறார். அவர் முன்னே வர, பின்னே ஒரு ஆயா வந்துகொண்டிருப்பாள். அவர் கடையைத் திறந்து இரண்டு பலகைகளைத் தூக்கி ஓரம் வைப்பார். அவர் உள்ளே நுழைந்ததும் ஆயாவும் நுழைந்து அவருடைய இருக்கைகளையும், கணக்குப் புத்தக அலமாரிகளையும், வெளியே வைத்திருக்கும் ஃபைல்களையும் தூசி தட்டுவாள். அவர், டிராயரைத் திறந்து வெள்ளைத் துணிகளை எடுத்துக்கொடுக்க ஸ்வாமி படங்களை –

நெற்றிப்பொட்டுகள் உதிராமல் – துடைப்பாள். அப்போது தெரு தூங்கிக்கொண்டிருக்கும். இரண்டு மணி நேர அமைதியில், கணக்கு எழுதுதல், கடிதம் எழுதுதல் எல்லாவற்றையும் முடித்துவிடுவார் சிமன்லால் மோதி. அவருடைய பெண் வயிற்றுப் பேரன்தான் இப்போது கடை நடத்திக்கொண்டிருக்கிறான். பெயர் வித்தல்தாஸ். வயது 47. வித்தல்தாஸ் பிசானி என்ற பெயரில் மற்றொரு பெரியவரின் கடை 289ஆவது இலக்கத்தில் இருக்கிறது. அதுவும் பெரிய கடை. இவரைப் பிரித்துச் சொல்ல வித்தல்தாஸ் பிசானி ஜூனியர் என்று சொல்ல ஆரம்பித்து, இப்போது ஜூனியர் என்றே அவருடைய பெயரும் அந்தக் கடைக்குப் பெயரும் ஆகிவிட்டது. ஆத்மாராம் சோயித்ராம் தொலைபேசியில் பேசும்போது, "ஜூனியர் கடையில் இருந்து பேசுகிறேன்" என்றுதான் சொல்வான். அவ்வாறு ஒரு பெயர் ஏற்பட்டது அந்தக் கடையின் அதிருஷ்டம். நினைவில் ஒட்டிக்கொள்ளும் பெயர்கள் நம்மைக் கைதூக்கிவிடும் பாங்கை நாம் உணருவதில்லை.

அன்றும் வழக்கம்போல் ஆத்மாராம் சோயித்ராம் ஒன்பது மணிக்குக் கடைக்குச் சென்றான். காக்கி உடை அணிந்து வெள்ளைத் தொப்பி வைத்துக்கொண்டிருந்த பையன்கள் கடையைச் சுத்தம் செய்ய, விற்பனையாளர்கள் அட்டம் அடுக்கிக் கொண்டிருந்தார்கள். ஜூனியர் முதலாளியின் தம்பியர் இருவரும் வந்திருந்தார்கள். கடைக்குள் மூன்றுபேருக்கும் தனித்தனியாகக் கண்ணாடி அறைகள் இருந்தன. மூன்று பேரும் மிகவும் ஒற்றுமை யாகத் தான் இருந்தார்கள் – சென்ற விஜயதசமிக் கணக்கை முடிப்பது வரையிலும். மூன்றாவது தம்பியை பம்பாய்க்கும் அகமதாபாதுக்கும் சூரத்துக்கும் தொடர்ந்து கொள்முதலுக்கு அனுப்ப வேண்டிய ஒரு சூழ்நிலை ஏற்பட்டது. ஜூனியருக்கு ஒரு மாரடைப்புத் தாக்குதல் வந்தது. கிடங்குத் தெரு முதலாளிகளுக்குப் பொதுவாக 47வது வயதில் மாரடைப்பு வரும் என்று ஒரு பேச்சு உண்டு. அந்த வயதில் அவர்கள் அதிகப்படியான செக்குகளில் கையெழுத்து போட்டுவைப்பார்களாம். ஏதும் ஏற்பட்டுவிட்டால் பேங்கிலிருந்து பணத்தை எடுக்க. ஜூனியருக்கு 47ஆவது வயதில் மாரடைப்பின் முதல் தாக்குதல் வந்தது. ஒரு முத்தமும் ஒரு கிள்ளலும் போன்ற தாக்குதல். அதுவரையிலும் தென்னிந்தியா பூராவும் சூறாவளியாகச் சுற்றிக்கொண்டிருந்த ஜாம்பவான் அவர். கடையிலிருந்துதான் அவர் காரியங்களைப் பார்க்கமுடியும் என்றாகிவிட்டது. இந்தச் சந்தர்ப்பத்தைக் கடைசித் தம்பி பயன்படுத்திக்கொண்டான். இரண்டாவது தம்பிக்கு ஏற்கெனவே நிர்வாகத்திறனும் இரண்டாம் கணக்கும் நன்றாகவே படிந்திருந்தன. இரண்டு பேருடைய மனைவிகளும் கஜக் கெட்டிக்காரிகள். ஒவ்வொரு நாளும் இருவரும் சேர்ந்து காரில் வந்து கடையை

நோட்டம்போட்டுவிட்டுப் போவார்கள். ஜூனியரின் கண்ணாடி அறையைத் தாண்டி அவர்கள் போகும்போது அவரைப் பார்த்து லேசாக புன்முறுவல் பூத்துவிட்டுப் போவார்கள். ஒரே மாதிரியான கோணத்தில் முகத்தைத் திருப்பி, ஒரே மாதிரியான புன்முறுவலை எப்படி இருவராலும் பூக்க முடிகிறது? சரி, அது புன்முறுவல்தானா? ஆத்மாராம் சோயித் ராம் தீர்க்கமாக யோசித்திருக்கிறான், அது புன்முறுவல் போலவும் தோன்றும். வலிப்பு போலவும் தோன்றும். ஆனால், ஒன்று நிச்சயம். அவர்கள் ஒவ்வொரு முறை கண்ணாடி அறையைத் தாண்டிப் போகும்போதும், ஒருநாள் ஆயுள் ஜூனியருக்குக் குறைகிறது. தம்பிகளுக்கு வயதாகிக்கொண்டிருப்பதும் ஜூனியருக்குப் புரிவதில்லை. அவர் கல்லூரிக்குப் போகும் நாட்களில் தம்பிகள் இருவரையும் சைக்கிளின் பின்பக்கம் ஏற்றிக்கொண்டுபோய்ப் பள்ளிகளில் இறக்கி விடுவாராம். அந்த வயதுகளில்தான் அவர்கள் இப்போதும் இருக்கிறார்கள் என்ற நினைப்பு. இதுதான் பெரிய பிரச்சினை.

சோயித்ராம் நடுநிலைமை வகித்துவிடுவது என்றுநினைத்தான். நமக்கென்ன, அடித்துக்கொள்வார்கள்; பிரிந்துகொள்வார்கள். அடுத்தவனை ஏமாற்ற ஒன்றாகச் சேர்ந்துகொள்வார்கள். ஆனால், அவன் அறியாமலே அவனுக்கு ஜூனியரின் பெயரில் ஒரு மனச் சாய்வு ஏற்பட்டது. அவர் சில ஜனநாயகப் பண்புகள் கொண்டவர் என்றும், தம்பிகள் சர்வாதிகாரிகள் என்றும் அவன் மனம் சொல்லிற்று. அப்படியானால் சர்வாதிகாரத்துக்கு எதிராக ஜனநாயகத்தைத்தானே ஆதரிக்க வேண்டும். மூத்தவரின் மனைவி தம்பிகளின் மனைவியரைவிட மெத்தப் படித்தவள். ஆனால், அவள் ஒருபோதும் கடைக்கு வந்ததில்லை. இந்த குணம் சோயித்ராமுக்குப் பிடித்திருந்தது. அதோடு அவள் மெல்லிசான கலை வாசனைகள் கொண்டவள். தியேட்டர்களில் பல சமயங்களில் ஜூனியருடன் சோயித்ராம் அவளைப் பார்த்திருக்கிறான். ஏ.சி.பால்கனிகளில். அந்தப் படங்கள் அவரால் தேர்ந்தெடுக்கப்பட்டவை அல்ல என்றும் அவளால் தேர்ந்தெடுக்கப் பட்டவை என்றும் சோயித்ராமுக்குத் தோன்றும். அவளுக்காக அவர் அந்தப் படத்தைச் சகித்துக்கொண்டிருந்துவிட்டு, மறுநாள் சோயித்ராமிடம், "மோசமில்லை, நன்றாகவே இருந்தது" என்பார். தன் மனைவியிடம் இருந்த ஒரு கோணங்கி, தூக்கலாக சோயித்ராமுக்கும் உண்டு என்பதும், ஜனங்களுக்குப் பிடிப்பது இருவருக்கும் பிடிக்காது என்பதும் அவருக்குத் தெரிந்திருந்தது. சோயித்ராம் ஜூனியர் பக்கம் நெருங்குகிறான் என்று உணர்ந்ததும் தம்பிகள் அவனை அசட்டை செய்ய ஆரம்பித்தார்கள். தம்பிகளின் அசட்டைப்பற்றித் தெரிந்ததும் ஜூனியர் மேலும் சற்று அவனை அணைத்துக்கொண்டார். கலையரங்குகளில் ஜூனியரின் மனைவி

இப்போது அவனைப் பார்த்துக் கையசைத்துச் சிரிக்கும்போது ஒரு அதிகப்படியான அன்பையும் அவன் உணர்ந்தான்.

காலை மணி பத்து இருக்கும். ஜுனியர் முன்னால் அமர்ந்து சோயித்ராம் பேசிக்கொண்டிருந்தான். மலபார் போய்க் கொண்டிருந்த கௌதம் பிசானிக்கு மஞ்சள் காமாலை கண்டிருந்தது. அதனால் அவனுக்குப் பதிலாக இவன் போய்விட்டு வந்திருந்தான். இவனுக்குப் பழக்கம் இல்லாத தடம் என்பதால் பெரும் திணறல் இருந்தது. ஆர்டர் தரும் வியாபாரிகளுக்குக் கசங்கல் இருக்கக் கூடாது என்பதற்கு அவன் எவ்வளவோ கவனம் எடுத்துக்கொண்டான். ஜுனியரும் மலபார் வியாபாரிகளைப் பற்றித் தனித்தனியாகச் சொல்லியிருந்தார். கௌதம் பிசானி மலையாளம் மாதிரி ஒன்றை முனகுவான். அந்த முனகல் சோயித்ராமுக்கு வரவில்லை. ஒரு சுருட்டுப்பெட்டி நிறைய வார்த்தைகள் இருந்தால் போதும்; யாருடனும் பேசி எந்தக் காரியத்தையும் சமாளிக்கலாம் என்று கிடங்குத் தெரு பிரதிநிதிகள் சொல்வார்கள். அதுகூட அவனுக்கு இல்லாமற் போயிற்று.

"எனக்கு திருப்தி இல்லை" என்று சற்று வருத்தத்துடன் சொன்னான் சோயித்ராம். ஜுனியர், "அது சரிதான். ஆர்டர்கள் போதாது. பிசானி அள்ளிக்கொண்டு வருவான். ஆனால் கலெக்‌ஷன் செக்குகள் மோசமில்லை; அவனுக்கு முக்கால் கொண்டு வந்திருக்கிறாய். நீ போகவில்லை என்றால் அவர்கள் போய் சில ஆர்டர்களைப் பிடுங்கிக்கொண்டிருப்பார்கள்" என்றார். அவர்கள் என்று ஜுனியர் சொன்னது இவர்களுடன் போட்டியிடும் ராதேஷ்யாம் பிசானி என்ற கடையை. அவர் ஜுனியரின் மூத்த மைத்துனியை மணம் முடித்திருந்தார். அவர்களுக்குள் கடுமையான போட்டி இருந்தது. பேச்சு வார்த்தையும் முறிந்திருந்தது. கண்ணயர்ந்தால் வயிற்றில் குத்துவிழும் என்று இருவரும் மிகுந்த விழிப்புடன் இருந்தார்கள். இந்த விரோதம்தான் சகோதரர்களுக்குள் – உள்ளூரக் கசப்பு மண்டிக்கொண்டிருந்தாலும் – மேலோட்டமான ஒரு ஒற்றுமையைப் பின்னிக்கொண்டிருந்தது.

தொலைபேசி மணி அடித்தது. ஜுனியர் பேசினார். முதலில் அவருக்கு ஒன்றும் சரிவரப் புரியவில்லை. தனக்கு முற்றிலும் அப்பாற்பட்ட விஷயத்தை எதிர்கொள்ளும் திணறல் ஏற்பட்டது. அதன்பின் அவர் திடீரென தன்னைச் சந்தோஷமாக்கிக்கொண்டு உற்சாகமாகப் பேசினார். அப்போது அவர் அடிக்கடி சோயித்ராமைப் பார்த்துக்கொண்டே பேசினார். இமைகளை உயர்த்தி சோயித்ராமையும் இமைகளைத் தாழ்த்தி மோதிரவிரல்

புஷ்பராகத்தையும் மாறிமாறிப் பார்த்துக்கொண்டே பேசினார். "சோயித்ராம் இங்குதான் இருக்கிறார், பேசுகிறீர்களா?" என்று அவர் கேட்டார். முதன்முதலாக ஜூனியர் தன்னைப் பன்மையில் குறிப்பிடுவதைக் கேட்டு சோயித்ராம் கூச்சம் அடைந்தான். "என்ன? என்ன?" என்று அவன் பதறினான். ரிசீவரை மடிமேல் வைத்துக்கொண்டே ஜூனியர், "ஒரு மிகப் பெரிய மனுஷர் உன்னுடன் பேச வேண்டும் என்று சொல்லுகிறார்" என்றார். முகத்தை அகலமாக்கிக்கொண்டு இரு கைகளையும் விரித்துக் காட்டினார். சோயித்ராமுக்குச் சரியாகப் பேச முடியவில்லை. விஷயம் அவனுக்குச் சந்தோஷத்தைத் தந்தது என்றாலும் அவர்கள் தன்னைப் பாராட்ட வரும் நேரம் சரியில்லை என்று எண்ணினான்.

பத்து நிமிடங்களுக்குள் ஐந்தாறு கார்கள் வாசலில் நின்றன. முதியோர்கள், யுவதிகள், இளைஞர்கள், மாணவர்கள், மாணவிகள், குழந்தைகள். விதவிதமான ஆடை அலங்காரங்கள். எல்லோருமே அவர்களுடைய மிகச் சிறந்த தோற்றத்தில் வந்திருந்தார்கள் என்று தோன்றிற்று. பஞ்சகச்சம் கட்டி, லாங்கோ அணிந்து, தலையில் கறுப்பு குல்லாவும், வெள்ளி விளிம்புகொண்ட கண்ணாடியும் வைத்துக்கொண்டிருந்த ஒரு எண்பது வயது முதியவர் ஒரு அழகான புன்னகையை முகத்தில் நிறுத்திவைத்துக் கொண்டே ஒரு ரோஜா மாலையை அந்தரத்தில் பிடித்தவாறு முன்னேறி வந்தார். அவருக்குப் பின்னால் கூட்டம். ஜூனியர் கண்ணாடி அறையிலிருந்து வெளியே வந்தார். தம்பிகளும் கண்ணாடி அறையிலிருந்து வெளியே வந்தார்கள். அவர்களுக்கு விஷயம் தெரியாததால் மிகுந்த பரபரப்புடன் வந்தார்கள். சற்றுநேரத்துக்கு முன்னால் அங்கு வந்திருந்த அவர்களுடைய மனைவியரும் தத்தம் கணவர்களை உரசிக்கொண்டே வந்தார்கள்.

பெரியவர், ஜூனியரைப் பார்த்து "சிரேஷ்ட கவி எங்கே?" என்று கேட்டார். பம்பாயிலிருந்து வெளியாகும் நவ கவிதா என்ற பத்திரிகை ஒவ்வொரு வருடமும் முப்பது வயதுக்குக் குறைவான சிரேஷ்ட கவியைத் தேர்ந்தெடுத்துக்கொண்டிருந்தது. அந்த வருடம் சோயித்ராமை அது தேர்ந்தெடுத்திருக்கிறது. அன்று காலை ஹிந்தி தினசரிகளில் அவனுடைய புகைப்படமும் வாழ்க்கைக் குறிப்பும் ஒரு விமர்சனக் கட்டுரையும் வெளியாகி இருந்தன. சிரேஷ்ட கவி சென்னையைச் சேர்ந்தவர் என்ற செய்தி அன்றைய காலை பத்திரிகையில் வெளியானதும் 'ஹிந்தி சாகித்ய சம்மேளன்' நிர்வாகிகள் சிலிர்த்துக்கொண்டு எழுந்துவிட்டார்கள்.

"இவர்தான் சோயித்ராம்" என்றார் ஜூனியர். பெரியவர் அவன் கழுத்தில் பவித்ரமாக மாலையை இறக்கித் தோளில் வைத்தார். அடிவயிற்றில் மாலையைச் சரிசெய்தார். கூட்டம் கரகோஷம் செய்தது. தொடர்ந்து எல்லோரும் அவனை

மொய்த்துக்கொண்டார்கள். வயதான ஸ்திரீ ஒருத்தி அவனை அணைத்து உச்சி முகர்ந்தாள். இளைஞர்கள் கை குலுக்கினார்கள். பெண்கள் கை குலுக்கினார்கள். குழந்தைகள் அவனுக்கு ரோஜாப் பூக்களைத் தந்தன. சோயித்ராமுக்கு மிகுந்த கூச்சமாக இருந்தது. அவன் ஒரு கைவிரலை மறு கைவிரலோடு முறுக்கிக்கொண்டு நெஞ்சுக் குவட்டில் அதைப் பதித்துக்கொண்டிருந்தான். அவன் உடல் ரொம்பவும் கோணியிருந்தது. அசந்தர்ப்பமாக எல்லாம் நடப்பதுபோல் உணர்ந்தான். புகைப்படக்காரர்கள் எதிர்பார்த்ததற்கு மாறாக அவன் முகம் இறுகிக்கொண்டு போயிற்று. “நீங்கள் சந்தோஷமாகவே இல்லையே” என்று அவர்கள் குறைபட்டுக்கொண்டார்கள். உண்மையில், உள்ளூர அவன் சந்தோஷமாகவே இருந்தான். மாலையில் ‘சாகித்ய சம்மேளன்’ அலுவலகத்திற்கு வந்து எல்லோருக்கும் ஆட்டோகிராப் தருகிறேன் என்றான். அவன் உடம்பைக் குத்திக்கொண்டு சுற்றிவர டைரிகள். பிஞ்சுக் கரங்கள். பாராட்டுக் கூட்டம் ஒன்று நடத்தப்போவதாகவும், தலைமை வகிக்க கவர்னரை அழைக்கப் போவதாகவும் பெரியவர் சொன்னார். கூட்டத்தின் பின்னால் உணர்ச்சிவசப்பட்டுக்கொண்டிருந்த ஒருவர் மேற்கொண்டு தன்னைக் கட்டுப்படுத்திக்கொள்ள முடியாமல் ஆனபோது, அவனுடைய கவிதையைக் கோஷம்போல் உச்சாடனம் செய்துகொண்டே கூட்டத்தைச் சற்று முரட்டுத்தனமாக இரு கைகளாலும் விலக்கிப் பிளந்து முன்னேறி வந்து அவனை அணைத்துக்கொண்டார். கூட்டத்தின் நடுவில் இருந்து ஒருவர், “ஜகதாம்பிகா வாயில் சாரி இருக்கிறதா?” என்று கேட்டார். அவருக்கு வெளியே வர முடியவில்லை. சின்னத் தம்பி கையை உயர்த்தி, “இருக்கிறது; நீங்கள் இப்படி வந்துவிடுங்கள்” என்று கடையின் மறுபக்கத்தைக் காட்டினார். “அவரை விடுங்கள், தயவு செய்து” என்றார். கூட்டம் கலைந்தது. சோயித்ராம் தம்பிகளின் முகத்தைப் பார்த்தான். அவர்கள் முகங்கள் மிக மோசமாகச் சிவந்திருந்தன. அவர்களை உசுப்புவதுபோல் மனைவிகள் ஏதோ அவர்களிடம் பேசிக்கொண்டிருந்தார்கள். சோயித்ராமுக்கு மனம் மிகவும் சோர்ந்தது. அவன் ஒரு ஆறுதல் தேடி ஜுனியர் பக்கம் போனான். “என் பாராட்டுகள்” என்றார் அவர். அவன் அவருடைய உதடுகளைக் கவனித்தான். அந்த வார்த்தைகளைச் சொல்லும் உதடுகள் மாதிரியோ, அவற்றைச் சொல்ல அசையும் தாடைகள் மாதிரியோ அவை அவனுக்குப் படவில்லை. “நான் இன்று லீவு எடுத்துக்கொள்ளட்டுமா?” என்று கேட்டான். “எடுத்துக்கொள்ளேன், தம்பிகளிடம் சொல்லிவிட்டுப் போ” என்றார் அவர். பின்புறம் திரும்பி, தம்பியின் கண்ணாடி அறைகளைப் பார்த்தான் சோயித்ராம். “வேண்டாம்; ஒன்றுமில்லை” என்றான். “பஜார் பார்த்துவிட்டு வருகிறேன்”

என்று சொல்லிக்கொண்டே தன் சிறிய கைப்பெட்டியைத் தூக்கிக்கொண்டு வெளியே போனான்.

அன்று மதுரையில் மிகக் கடுமையான வெயில். சூட்கேசுடன் ஹோட்டல் ஏணிப்படி வழியாக சோயித்ராம் இறங்கித் தெருவுக்கு வந்ததும் சுப சூசகங்கள் எப்படி என்று ஆராய்ந்தான். வேலைக்குக் கிளம்புவதற்கு முன் இப்படி ஆராய்வதும், இரவு அதைச் சரிபார்த்துக்கொள்வதும், அவனுடைய ரகசியப் பழக்கம். வெயிலுக்கு ஒரு சூட்டுக்கோல் தன்மை இருந்தது. அது நல்ல அறிகுறி அல்ல. தெருவில் அலையும் மாடுகளின் கண்களைப் பார்த்தான். அவை வருத்தம் கொண்டிருந்தன. அதுவும் நல்ல அறிகுறி அல்ல. பக்கத்து பார்பர் ஷாப்பிலிருந்து கத்திரிகளின் சுறுசுறுப்புச் சத்தங்கள் வந்துகொண்டிருந்தன. இந்தச் சத்தம் அவனுக்கு மிகவும் பிடிக்கும். பல தலைகள் வேனிற்காலத்தை ஒப்புக்கொண்டு பவ்யம் கொள்கின்றன. இல்லையென்றால் இவ்வளவு உற்சாகம்கொள்ள வேண்டியதில்லை கத்திரிகள். இரவு அறைக்குத் திரும்பியபோது, அந்தக் கத்திரிக்கோல்களின் சத்தம் தவிர, தான் சந்தோஷம்கொள்ளும் காரியம் ஒன்றுகூட பகலில் நடக்கவில்லை என்று மனத்திற்குள் சோயித்ராம் நினைத்துக்கொண்டான். வெயில் வறுத்தெடுத்துவிட்டது. இவ்வளவு கடுமையான வெயில், மாலையில் ஒரு சாரலைக் கொண்டுவந்திருக்க வேண்டும். கொண்டு வரவில்லை. போன பல கடைகளில் முதலாளிகள் இல்லை. முதலாளிகளுடன் நிகழ்ந்த அமர்வுகளும் சுகப்படவில்லை. ஒன்று, கடைகளில் அதிகக் கூட்டம். அல்லது, அவர்களை வேறு விதத்தில் பிடுங்கும் தொலைபேசி அழைப்புகள். பேங்க் மிச்சங்களும் சரி இல்லை. அது நன்றாகவே தெரிந்தது. மோசமான தினம். அதைத் திரும்பிப் பார்க்காமல் இருப்பது நல்லது என்று மனத்திற்குள் சொல்லிக்கொண்டான். உள்ளாடைகள் உடம்பிலும், மேலாடைகள் உள்ளாடைகளிலும் ஒட்டிக்கொண்டிருந்தன. அனைத்தையும் அவிழ்த்துக் கட்டிலில் எறிந்துவிட்டு அம்மணமாக ஓடிப் போய் 'ஷவரு'க்குக் கீழே உட்கார்ந்தான். தலை சீவி, சுத்தமான ஆடைகள் அணிந்து அதிகமாகப் பவுடர் தட்டிக் கொண்டான். வெளியே வெகுதூரம் நடந்துசென்று, ஆள் அரவம் குறைந்த ஒரு இடத்தில், வித்தியாசமான சுத்தமான ஏதேனும் உணவுகள் கிடைக்குமா என்று பார்க்க வேண்டும் என்று தோன்றிற்று.

கதவை லேசாகத் தட்டும் சத்தம் கேட்டது. திறந்தான். ஒரு சூட்கேசுடன் ஒரு இளைஞன் உள்ளே வந்தான். சுருட்டைத் தலை. வாயில் சிகரெட். கிடங்குத் தெருவில் பல சமயங்களில், சந்தடிகளில் அந்த முகத்தை அவன் பார்த்திருக்கிறான். "இந்தக்

கடிதம் உனக்கு" என்று அவன் ஒரு கவரை நீட்டினான். சோயித்ராம் மனத்தைப் பீதி கவ்விக்கொண்டது. அவனுடைய உள்ளுணர்வுகள் எழும்பிப் பாய்ந்து அவனிடம் எதையோ கூறத் தத்தளித்தன. கவரின் ஓரத்தை அவனால் நிதானமாகக் கிழிக்க முடியவில்லை. அவன் வேலையில் இருந்து நின்றுகொள்ள வேண்டும் என்றும், சாம்பிள் பெட்டிகளைக் கடிதம் கொண்டுவரும் அர்ஜுன் சிங்கிடம் ஒப்படைத்துவிட வேண்டும் என்றும் இருந்தது. சின்னத் தம்பியும் நடுத் தம்பியும் கையெழுத்துப் போட்டிருந்தார்கள்.

"நான் ஜுனியரால் வேலைக்குச் சேர்க்கப்பட்டவன். அவர்தான் என்னைப் போகச் சொல்லவும் வேண்டும்" என்றான் சோயித்ராம்.

"அவர் நேற்று முன்தினம் காலமாகிவிட்டார்" என்றான் அர்ஜுன் சிங். உணர்ச்சிவசப்படாமல் இதைச் சொல்ல அவன் முன்தயாரிப்பு எடுத்திருந்தான்.

"அட பாவி!" என்று கத்திக்கொண்டே நாற்காலியில் அமர்ந்தான் சோயித்ராம். "என்ன இது? என்ன இது?" என்றான். அவனுடைய கண்கள் கலங்கி முகமும் கோணிவிட்டது. அர்ஜுன் சிங் முன்னால் அழக்கூடாது என்று அவனுக்குத் தோன்றிற்று. அவன் ஆவேசத்துடன் எழுந்திருந்து சாம்பிள் பெட்டிகளைத் திறந்து சாம்பிள்களை அள்ளிக் கட்டிலின் மீது வீசிக்கொண்டே "இந்தா எடுத்துக்கொள்" என்றான். ஆர்டர் புத்தகங்களைக் கட்டிலில் வீசி எறிந்தான். பால் பாயின்ட் பேனா, கார்பன் தாள்கள், ரப்பர் ஸ்டாம்பு எல்லாவற்றையும் ஒவ்வொன்றாகக் கட்டிலை நோக்கி வீசினான். "நான் போகிறேன்" என்று சொல்லிக்கொண்டே அவன் தன் கைப்பெட்டியை எடுத்துக்கொண்டு வெளியேறினான்.

மறுநாள் காலையில் எழும்பூரில் இறங்கியதும் ஒரு ஆட்டோ அமர்த்திக்கொண்டு ஜுனியர் வீட்டை நோக்கி சோயித்ராம் விரைந்தான். அவருடைய மனைவியை அவனுக்குப் பார்க்க வேண்டும் என்றிருந்தது. எப்படி அவளை எதிர்கொள்ளப் போகிறோம் என்றும் இருந்தது.

1985

மீறல்

ஒரு கணம் கவனக்குறைவாக இருந்துவிட்டது பின்னால்தான் படீரென்று பொறியில் தட்டிற்று. புறங்கழுத்தைச் சொறிந்து கொள்ள இடது கையைத் தூக்கிவிட்டேன். கையிருக்கைக்கு மீண்டும் என் கையைக் கொண்டு சென்றபோதுதான் – அந்த ஒரு நொடிக்குள் பக்கத்து ஸீட் இளைஞன் அவனது வலது கையைக் கையிருக்கையின் மேல் நகர்த்திக் கொண்டுவிட்டது தெரிந்தது. உட்காரும் ஸீட்டுகள் ஆளுக்கு ஒன்றாக இருப்பதுபோல், நடுவில் கையிருக்கைகளையும் இரண்டாக வைத்துத் தொலைக்க வேண்டியதுதானே. இதற்குக் கூட வக்கில்லை என்றால் அப்புறம் என்ன பெரிய சொகுஸு பஸ்!

தூரத்து உறவினர் ஒருவர் – சென்ற நூற்றாண்டின் கடைசிப் பத்தில் பிறந்தவர் – இறந்துபோய்விட்டதாக அன்று அதிகாலை தந்தி வர, நாகர்கோவிலிலிருந்து மதுரையைப் பார்க்கப் போய்க்கொண்டிருந்தேன். இருள் விலகிக்கொண் டிருந்தது. சுகமான தென்றல். நானும் அதிகாலையில் குளிர்ந்த நீரில் குளித்து, கஞ்சிப் பசையில் விறைத்துக் கொண்டிருந்த ஆடைகள் அணிந்து – பச்சைக் கரை வேட்டியும், பொடிக் கட்டம் சட்டையும் என் மனதுக்கு மிகவும் பிடித்தமானவை – நல்ல புத்துணர்ச்சியுடன் இருந்தேன். வீட்டையும் ஊரையும் விட்டுத் தப்பித்துக்கொள்ளும்போது எப்போதும் கூடும் திருப்தியும் சந்தோஷமும் மனதில் நிறைந்திருந்தன. என் இருக்கையில் உடலை நன்றாகப் பின்னகர்த்திச் சாய்ந்து ஆற்றுப்படுத்திக்கொண்டு, இனி பொழுதை வீணாக்காமல் இந்தியாவின் எதிர்காலம் பற்றித் தீவிரமாகச் சிந்திக்க வேண்டும்

என்று முடிவெடுத்திருந்தபோதுதான், அந்த மீறல் நிகழ்ந்தது. மணி ஆறே முக்கால் கூட ஆகியிருக்கவும் இல்லை.

நாகர்கோவிலில் நான் என் இருக்கையைத் தேர்ந்தெடுத்த போது இடது பக்க ஜன்னலோர ஸீட் காலியாகத்தான் கிடந்தது. அதில் நான் உட்காரவில்லை. மிக மோசமான பஸ் விபத்து ஏற்பட்டாலும் முழுசாகத் தப்பித்துக்கொள்ள அதிக வாய்ப்புள்ள வலது பக்க ஸீட்டில் – ஒரு அமெரிக்க இதழில் படம் போட்டு விளக்கியிருந்த கட்டுரை மூலம் தெரிந்துகொண்டது – அமர்ந்து கொண்டேன். நான் உயிரோடு இருக்கும் காலத்திலேயே எவரும் எனக்குப் போட்டியாக வர வேண்டாம் என்று நான் இந்த ரகசியத்தை யாரிடமும் சொல்லியிருக்கவில்லை. பஸ்ஸுக்குள் ஏறி வருபவர்களை ஒவ்வொருவராகக் கவனித்துக்கொண்டிருந்தேன். நான் தேர்ந்தெடுக்கும்படி அந்த இளைஞன் நுழைந்ததும் அவனுடைய ஒல்லிக்கும் பளிச்சென்ற தோற்றத்துக்கும் சலுகை அளித்து –என்னைத் தாண்டி அவன் பின்பக்கம் போக முடியாதபடி என் கால் முட்டுக்களை வலது பக்கம் நகர்த்தி – அவனை உள்ளே இழுத்துக்கொண்டேன். கட்டுரையாசிரியரின் கருத்துப்படி அவனுக்கும் 80 சதமானம் தப்பித்துக்கொள்ள வழி இருந்தது. எனக்கு அடுத்தபடியாக அவனுக்குத்தான் அதிகச் சந்தர்ப்பம். அவனுடைய இளம் வயதுக்கு அவ்வளவு உத்தரவாதம் அவசியம் தானே! இவ்வாறு அன்புடனும் பரிவுடனும் அவனைப்பற்றி யோசிக்க நான் தயாராக இருக்கும்போது, நான் முன்கூட்டி கை வைத்து ஸ்தாபித்திருந்துங்கூட, அவன் அந்த அத்துமீறலைச் செய்தான். ஏசு பிரானின் மறைவுக்குப் பின் 1986 வருடங்கள் ஓடிவிட்டன. டிரைவர் வளைவுகளை வெண்ணை போல் பேரம் செய்து முன்னேறிப் போய்க் கொண்டும் இருந்தார்.

'இனி நாம் செய்ய வேண்டியது யாது?' என்ற லியோ டால்ஸ்டாயின் புத்தகத் தலைப்புத்தான் என் நினைவுக்கு வந்தது. ஒன்று மட்டும் நிச்சயம். எக்காரணம் கொண்டும் ஒரு மயிரிழைகூட விட்டுக்கொடுக்கக் கூடாது. அதற்கு முன், பிரக்ஞை பூர்வமான மீறலா அல்லது தற்செயல் நிகழ்வா என்பதைக் கண்டுபிடிக்கவும் வேண்டும். தார்மீக பலம் இருந்தால்தான் நடவடிக்கைகள் வெற்றியடையும், விளைவுகளைவிட நோக்கங்கள் முக்கியமானவை. இளைஞனுடைய முகத்தை – மிக அழகான முகம் – அவனுக்குத் தெரியாமல் கூர்ந்து கவனிக்க ஆரம்பித்தேன். அவன் கண்கள் வழியாக ஊடுருவி, அவன் மூளைக்குள் முக்குளித்து, புகைமூட்டமாக அங்கு ஸ்புரிக்கும் எண்ணக் குமிழிகளை உள்ளங்கையில் ஏந்திப் பார்ப்பது என்றால் அது எவ்வளவு கடினமான காரியம்! இந்த உலகத்தில் நின்று நிலைக்க என்னென்ன ஜகஜ்ஜாலங்கள் எல்லாம் தேவைப்படுகின்றன!

திட்டமிட்டுச் செய்துவிட்டு எதுவும் தெரியாத மாதிரி அவன் முகத்தை வைத்துக்கொண்டிருக்கலாம். இந்த ஆனிக்கு எனக்கு வயது 59 தாண்டிவிட்டது என்பதும், என் வாழ்க்கையின் ஒவ்வொரு கட்டத்திலும் கில்லாடிகளான என் சொந்தங்களுக்கும் தொந்தங்களுக்கும் எனது அலுவலகத் திமிங்கலங்களுக்கும் அண்டை கொடுத்து, ஒவ்வொரு அங்குலமாகப் போராடி முன்னேறி வந்திருக்கிறேன் என்பதும் அந்த இளைஞன் அறிந்திருக்கக்கூடிய விஷயங்கள் அல்ல. அவனுக்கும் எனக்கும் நடுவில் கிடக்கும் அந்த நாற்பது வயது வித்தியாசம்தான் அவன் கண்களுக்குப்படுகிறது போலும். என் முன் வழுக்கையையும் பின் நரையையும் பார்க்கிறான். உடனே லகுவாகக் 'கிழம்' என்று நினைத்துவிட்டிருக்கிறான். தான் போட்டிருக்கும் கணக்குகளுக்காக அவன் வருந்த வேண்டிய நேரம் அதிக தூரத்தில் இல்லை என்று மனதுக்குள் சொல்லிக் கொண்டேன். நான் ஒரு நடவடிக்கை எடுக்கும்போது அதற்கு தார்மீக பலம் இருக்க வேண்டும் என்பதற்கு மேலாக, விஞ்ஞான பூர்வமாக இருக்கிறதா என்றும் பார்ப்பேன். அது என் பழக்கம். இதனால்தான் செயலில் இறங்கச் சற்று அதிக அவகாசம் தேவைப்படுகிறது.

என் இடது கையை என் மடிமேல் வைத்துக்கொண்டேன். திடீரென்று என்ன கனம் கனக்கிறது அது! லேசாக ஒரு உளைச்சலைக் கூட அது தனக்கு ஏற்படுத்திக்கொள்வது போலத் தோன்றிற்று. கையிருக்கைக்கு உடனே அதற்குப் போக வேண்டுமாம்! என்ன முரண்டு! 'கொஞ்சல் ரொம்ப வேண்டாம்' என்று அதற்கு ஒரு அவசரச் செய்தியை மூளைவழி அனுப்பினேன்.

இளைஞனின் மீறலைத் தற்செயல் என்று கருத முடியவில்லை. இது மிகவும் வருந்தத்தக்கது. எவ்வளவோ இலக்கிய ஆசிரியர்கள் உள்ளுறைந்து கிடக்கும் மனிதனின் நற்குணங்களை ஊடுருவிக் கண்டு சொல்லியிருந்தும், அவற்றுக்கு முற்றிலும் மாறாக, இன்றும் இவ்வாறு இவன் சிறுமைப்பட்டுக் கிடப்பது எவ்வளவு வருந்தத்தக்கது. தற்செயலான பாவனையில் என் கையை கையிருக்கைக்குக் கொண்டு போனேன். அவன் தன் கையை எடுத்துக்கொள்வதாக இல்லை அவனது மனத்தடையும் திடமாகவே வெளிப்பட்டது. அதோடு தனது இடது கையில் வைத்துக்கொண்டிருக்கும் சஞ்சிகைகளின் பக்கங்களையும் தனது இடது கை விரல்களாலேயே மிகவும் செயற்கையாக அவன் திருப்புகிறான். அப்போது அந்த அத்துமீறல் திட்டமிட்ட செயல்தானே?

நான் ஓய்வு பெறாமல் இப்போதும் அரசாங்கப் பதவியில் இருந்திருந்தால் இந்த ஆக்கிரமிப்பு சம்மந்தமாக, கோப்புகளில் என்ன குறிப்பு எழுதுவேன் என்று சிந்திக்கத் தொடங்கினேன்

ஆங்கில வாக்கியங்கள் மனதுக்குள் ஓடிவர ஆரம்பித்தன. "பிரயாணி வயதானவர் என்பது மிக முக்கியமானது. வயதுக்கு மதிப்புக் கொடுப்பது ஒரு இந்திய மரபு என்பதும் ஏற்றுக் கொள்ளப்பட்ட ஒரு கருத்து ஆகும். மனுதார் முதலிலேயே அந்தப் பிராந்தியத்தைப் பற்றியிருந்ததோடு, ஏறத்தாழ முக்கால் மணி நேரம் தனது கையை அங்கு வைத்து, தன் உரிமையை ஸ்தாபித்தும் இருக்கிறார். நடுவில் அவ்வுரிமை சகப் பிரயாணியால் பறிக்கப்பட்ட பின்னர் உடல்ரீதியான அவசியத்தினாலோ அல்லது மனரீதியான அவசியத்தினாலோ மீண்டும் தன் கையை அந்தக் கையிருக்கையில் வைத்துக்கொள்ளும் விருப்பத்தை மனுதார் சூசகமாகத் தெரிவித்துமிருக்கிறார். அப்போதும் விட்டுக் கொடுக்கல் நிகழவில்லை. இதிலிருந்து நான் என்ன முடிவுக்கு வருகிறேன் என்றால்..." என்று மனதுக்குள் எழுதிக்கொண்டே போனேன்.

ஒரு மோசமான சண்டைக்கான அறிகுறிகள் தான் உருவாகிக் கொண்டிருந்தன. சண்டையின் போக்குகளைப் பற்றி மனதில் விரிவாகச் சிந்தித்துக்கொண்டு போனேன். கையிருக்கை சம்பந்தப்பட்ட பிரச்சினை, பெரிதாக வளர்த்திக் கொண்டுபோக இடம் தரக்கூடியது அல்ல. சில பிரச்சினைகளின் வெளித்தோற்றம் அவ்வாறு. சண்டை வலுக்கிறபோது, அலுப்பிலிருந்து தப்பித்துக்கொள்ளக் காத்திருப்பவர்கள் பலரும் சட்டென்று குறுக்கிட்டு, தங்களுடைய அற்பத்தனங்களைப் பற்றி லவலேசம் ஸ்மரணையில்லாமல் உபதேசிகளாக மாறுவார்கள். இது எப்போதும் நிகழும் ஒரு இந்திய விளைவு. சாவகாசமும், இன்னல்களும், தாழ்வு மனப்பான்மையும், அலுப்பும் முடிச்சாகத் திரள்வதில் ஏற்படும் தவிர்க்க முடியாத விளைவு. சண்டையைத் துவக்குவதற்கு முன்னரே, அந்த உபதேசிகளுக்கு வலுவான பதில்களை கையிருப்பில் வைத்துக்கொள்ளவேண்டும். 'மிகவும் அற்பவிஷயம்' என்று அவர்கள் சொல்ல முற்படும் போது, 'இளைஞன் காலை மிதித்தான்' என்றும் சொல்ல வேண்டியிருக்கும். ஒரு சண்டை என்று ஏற்படும்போது எப்போதும் சில அழுத்தங்கள் தேவைப்படத்தானே செய்கின்றன. ஒன்று நிச்சயம். ஒரு வயோதிகனின் காலை இளைஞன் மிதிப்பதை ஏற்றுக் கொள்ளக் கூடிய அளவுக்கு இந்தியா இன்னும் சீரழிந்து போய் விடவில்லை. 'பல தடவை எச்சரித்தும் மீண்டும் மீண்டும் காலை மிதித்தான்' என்றும் சேர்த்துச் சொல்ல நேரலாம். அப்போது என் இடது காலையும் தூக்கிக் காட்ட வேண்டியிருக்கும். காலில் காயங்கள் எதுவும் இருக்காது என்றாலும் வெறுங்காலை முட்டு வரையிலும் வேட்டியைத் தூக்கிக் காட்டுவதில் நிச்சயமாக ஒரு பலன் ஏற்படத்தான் செய்யும். கூட்டத்தில் ஒரே ஒருவனை, 'கண்ணவிஞ்சா போச்சு, மூதி. எதுக்கு அவர் காலை மிதிக்கிறே?'

என்று கேட்கவைத்துவிட்டால் போதும். எனக்குத்தான் வெற்றி. அவ்வளவு பேரும் அவன் மேல் பாய ஆரம்பித்துவிடுவார்கள். அதற்கு மேல் அந்த இளைஞன் எவ்வளவு கத்தினாலும் எடுபடாது.

அன்று திங்கட்கிழமை, ராகு காலத்தில் துவக்கப்பட்டால் சண்டை எனக்குப் பாதகமாகத் திரும்பக்கூடும் என்று தோன்றிற்று. ஒரு முதல் நடவடிக்கையாகக் கைஇருக்கையின் முன்பக்கம் என் கையைத் தூக்கி வைத்துக்கொண்டேன். அப்போது கைஇருக்கையின் முன் பாதி எனக்கும் பின்பாதி அவனுக்கும் சொந்தமாக இருந்தது. அந்த அளவுக்கேனும் உரிமையை நிலைநாட்டி வைத்துக்கொள்வது நல்லது. அவன் சஞ்சிகையைப் பிடித்துக்கொண்டிருக்கும் அலட்சியத்தைக் கவனிக்கும்போது, காற்றில் சிறகடித்து எந்த நிமிஷமும் அது அவன் காலடியில் விழலாம். அப்போது இச்சைக்கு உட்படாத தானியக்கத்தில், அவன் வலது கை முன்னே பாய்ந்துவிடச் சாத்தியக்கூறு உண்டு. இச்சைக்கு உட்படாத தானியக்கத்தின் வேகம், பொதுவாக வீட்டைவிடவும் பஸ்ஸுக்குள் ஒரு ஐம்பது சதமானமேனும் அதிகமாக இருக்கும். அப்படி நிகழும் என்றால் காரியம் வெகு சுலபம். என் கையை அப்படியே பின்னால் நகர்த்திக்கொள்ள வேண்டும். அவ்வளவு தான். அதன்பின் மதுரை போய்ச் சேரும் வரையிலும் அந்தக் கைஇருக்கையிலிருந்து எனது கையை, இவனல்ல, எம்.ஜி.ஆர். நினைத்தாலும் அசைக்கமுடியாது. நான் தாசில்தாராக இருந்து ஓய்வு பெற்றவன். மொட்டைக் கடிதாசிக்குப் பெயர்போன ஒரு மாவட்டத்தில், ஒரு கரும்புள்ளி இல்லாமல் சர்வீஸிலிருந்து வெண்ணையாக வெளியே வந்தவன். இளைஞனுக்கு இதெல்லாம் தெரிந்திருக்க நியாயமில்லை.

பஸ் ஒரு குழியில் விழுந்து எழுந்த குலுக்கத்தைப் பயன்படுத்திக் கொண்டு, என் கை முட்டைப் பின்னால் நகர்த்தினேன். சற்று வலுவாகவே என் முட்டு அவன் புறங்கையை அழுத்திற்று.

அவன் வெடிக்க ஆரம்பித்தான்:

"என்ன எழவுக்கு முட்டாலே குத்தியிட்டு இருக்கேரு?"

இதுதான் அவனுடைய முதல் வாக்கியம். எங்கள் ஊர் ஆசாமி தான். அதன் பின் கண் இமைக்காமல் அவன் என் முகத்தை வெறித்தான். மிக மோசமான, மனிதத் தன்மையற்ற, கோபம் கண்களில் தெறித்தது. ஒரு சிறு விஷயத்துக்கு என்ன கோபம்! என்ன ஆத்திரம்!

இரண்டு பேர் திரும்பிப் பார்த்தார்கள், இதில் இளைஞன் உற்சாகம் அடைந்து தன் குரலை மேலும் உயர்த்திக்கொண்டு கத்த ஆரம்பித்தான்:

“நானும் ‘வாச்’ பண்ணிக்கிட்டே வாறேன். புழு மாதிரி நெளியறான் ஐயா, மனுஷன். நம்மளும் காசு கொடுத்துதானே டிக்கெட் வாங்கியிருக்கிறோம். எழவு, அடுத்தவன் கூட வரப்பிடாதுன்று நெனப்பிருந்தா தனியா டாக்ஸி வச்சுப் போக வேண்டியதுதானே . . .”

பலரும் பஸ்ஸுக்குள் எழுந்து நின்று பார்க்க ஆரம்பித்தார்கள் எனது எதிர்கொள்ளலுக்கான சந்தர்ப்பம் வந்துவிட்டது. என் காரியத்தை வித்தியாசமான தன்மையில் செய்யும் பொருட்டும், சிறிது கௌரவத்தை ஏற்படுத்திக்கொள்ளும் பொருட்டும், நான் சாவதானமாக ஸீட்டிலிருந்து எழுந்து நின்று, முன் ஸீட்டை பிடித்தவாறு சிறிது தள்ளாட்டத்துடன் – ஆனால் மிக அமைதியாக – பேச ஆரம்பித்தேன்:

“ஐயா, நல்ல கேட்டுக்கிடுங்க ஐயா, அசப்பிலே என் கை அவன் முழங்கையிலே பட்டுட்டு. அதுக்கு என் முகத்தைப் பார்த்து கூசாம புழுன்னு கூப்பிடறான்” என்றேன். பின் ஒரு சிறு இடைவெளி விட்டு என் குரலை உயர்த்தி, “என்ன வார்த்தை போடறான் பாருங்க புழுவாம் புழு !” என்று மிக வருத்தம் வெளிப்படக் கூறி, ஆட்காட்டி விரலைப் புழு மாதிரி நெளித்துக் காட்டினேன்.

முன்ஸீட்டில் இருந்த, கண்ணியமான தோற்றம் கொண்ட, ஒருவர், பதட்டத்துடன் அந்த இளைஞனைப் பார்த்துத் தன் கையை வீசி, “உனக்கு மூளை இருக்கா ? உன் தகப்பனுக்கு காணுமே. புழுன்னு கூப்பிடறியே, நாக்கு அழுகிப்போகும்” என்றார்.

இப்போது பஸ்ஸில் அநேகமாக எல்லோரும் எழுந்து நின்றார்கள். ஓட்டுநர் திரும்பிப் பார்த்து பஸ்ஸின் வேகத்தை மட்டுப்படுத்தினார். நடத்துநர் எங்களை நோக்கி வர ஆரம்பித்தார். அவருடைய விசாரணைக்கு நான் உள் தயாரிப்புக் கொள்ளும் போதே, மிக முக்கியமானவர் என்று எல்லோராலும் கருதப்பட்ட ஒருவர், பின்பக்கம், ஆகக் கடைசி ஸீட்டிலிருந்து புறப்பட்டு, இடது கையாலும் வலது கையாலும் பக்கவாட்டு ஸீட்டுகளை மாறி மாறிப் பிடித்துக்கொண்டே முன்னேறி வந்துகொண்டிருந்தார். நடத்துநரைக் கைகாட்டி அவர் அமர்த்திவிட்டு, தன்னுடைய விசாரணையை ஆரம்பிப்பதற்காகத் தொண்டையைக் கனைத்துக்கொண்டார்.

சற்றுக் குள்ளமான மனிதர் அவர். அகலமான உடலுடனும் சிறு தொந்தியுடனும் இருந்தார். நாற்பது வயதிற்குள்தான் இருக்கும். ஆனால் முன் வழுக்கை ஏகமாக ஏறி இருந்தது. அரைக் கைச் சட்டை எங்கோ பார்த்த முகம் மாதிரிப்பட்டது. ஆனால் சட்டென்று என்னால் நினைவுகூர முடியவில்லை.

எல்லோரையும் மீண்டும் ஒரு முறை சுற்றிவரப் பார்த்துவிட்டு, விரிவாகவே தன் விசாரணையை மேற்கொள்ள இருக்கும் பாவனையில் "என்ன விஷயம்?" என்று அவர் என்னைப் பார்த்துக் கேட்டார். பின் எல்லோரையும் பார்த்து, "முதல்லே பிரச்சினையைத் தெரிஞ்சுக்கணும் இல்லையா? ஆளுக்காள் விருதா சத்தம் போட்டு என்ன பிரயோஜனம்?" என்றார்.

எங்கள் ஊரில் ஏதோ ஒரு வார்டில் முனிசிபல் தேர்தலில் வெற்றி பெற்றவராக அவர் இருப்பாரோ? அல்லது குறைந்தபட்சம் தோலுக்கு நின்று தோற்றவராகவேனும் இருக்க வேண்டும். நகரசபை உறுப்பினராக அமருவதற்கு அவசியமான கண், மூக்கு, காதுகள், உதடுகள், கை கால்கள், மூளை எல்லாம் கணக்காகச் சேர்க்கப்பட்டு உருவாக்கப்பட்ட ஜென்மம்போல் எனக்குத் தோன்றிற்று.

நான் அவர் விசாரணை செய்ய முன்வந்ததைப் பாராட்டி "அது தான் பெரிய மனுஷனுக்கு அடையாளம்" என்ற முன்னுரையுடன் ஆரம்பித்தேன். கையிருக்கையில் ஆட்காட்டி விரலால் இரண்டு வெவ்வேறு புள்ளிகளைச் சுட்டிக்காட்டிக்கொண்டே சொன்னேன்.

"ஐயா, நல்ல கேட்டுக்கிடுங்க. நான் என் கையை இங்க வச்சிக்கிட்டிருந்தேன், அவன் அங்க வச்சுக்கிட்டுருந்தான். பஸ்ஸு தூக்கிப்போட்டதிலே என் கை அசப்புல அவன் மேல இடிச்சுட்டு. இது ஒரு பெரிய குத்தமா? என் முகத்தைப் பார்த்துக் கூசாம புழுன்னு கத்தறான் அவன். நியாயம் கேளுங்க." கடைசி வாக்கியத்தைச் சற்று உரக்கவே சொன்னேன்.

குள்ளமான நீதிபதி இளைஞனைப் பார்த்துச் சொன்னார்:

"தம்பீ, உன் கையை எடுத்துருப்பா. ஒண்ணரை ஸீட் ஸாருக்கு கொடுத்துட்டுப் பாதி ஸீட்டில் நீ ஒடுங்கிக்கோப்பா, தம்பீ, ஸாரு பெரிய கவர்மெண்ட் உத்தியோகத்தில் இருந்தவரு பாத்துக்க. எல்லாத்தையும் போல ஒரு ஸீட்டில அவருக்கு இருந்துட்டு வரக் கழியுமா?"

அவருடைய குரலின் ஏற்ற இறக்கமும், நடிப்பும், வெகு கச்சிதமாக இருந்தது. சுற்றிவர இருந்தவர்கள் எல்லோரும் என்னைப் பார்த்துச் சிரித்தார்கள்.

இரண்டு ஸீட் முன்னாலிருந்து ஒருவர், "ஸார், இப்போ உங்களுக்குப் பென்ஷன் ஆயாச்சு. அதனால கொஞ்சம் அடங்கி இருங்க" என்றார்.

"நான் உத்தியோகத்தில இருந்த காலத்திலயும் அடங்கித்தான் இருந்தேன். வாயை மூடு" என்று கத்தினேன். "வாயை மூடு" என்பதை வழக்கப்படி ஆங்கிலத்தில் சொன்னேன்.

குள்ளமான 'நீதிபதி', துணிந்து அவர் கையால் என் நாடியைத் திருப்பிக்கொண்டே, "ஸார், என்னைப் பாருங்க. அடங்கி இருந்தேளா? என்னை உங்களுக்கு ஞாபகம் இருக்கா?" என்று கேட்டார்.

நான் மௌனமாக இருந்தேன்.

குள்ளமானவர் எல்லோரையும் பார்த்து, "முக்குறுணி நிலத்துக்கு பட்டா மாத்தறதுக்கு இந்த மனுஷன் என்னைப் படுத்தின பாடும், அலைச்ச அலைச்சலும், என் காலை ஒடிச்சதும், கடவுளுக்குப் பொறுக்காது" என்று பெரிதாகக் கத்தினார். ஓடும் பஸ்ஸில் தன் சமன் நிலையைக் காப்பாற்றிக் கொண்டே, பஸ்ஸின் கூரையைப் பார்த்தவாறே, இரண்டு கைகளையும் எடுத்துக் கும்பிட்டார்.

என் நிலை மோசமாவதை நான் உணர்ந்தேன்.

"தள்ள வேண்டியதைத் தள்ளியிருந்தா ஒரு நிமிட்டிலே காரியம் முடிஞ்சிருக்குமே" என்று சொல்லிவிட்டு இளைஞன் பெரிதாகச் சிரித்தான்.

எனக்குப் பயங்கரமான கோபம் வந்துவிட்டது. உத்தியோகத்தில் இருந்த காலத்தில், எங்கள் ஜில்லாவிலேயே, மிகக் குறைவாக அன்பளிப்பு வாங்கியவர்களில் நானும் ஒருவன். ஒவ்வொருத்தனும் அடித்த கொள்ளைக்கு வகை தொகை கிடையாது. காரியங்களை மிக நன்றாகவும் அரசாங்கத்துக்குப் பாதகம் இல்லாமலும் (இது மிக முக்கியமான விஷயம்!) செய்து கொடுத்ததில் சிலர் வற்புறுத்தித் திணித்த அன்பளிப்புகளை மட்டும் பெற்றுக் கொண்டு அதையும் ஒரு பீடி சிகரெட்டுக்கோ, சூதாட்டத்துக்கோ, மதுவுக்கோ மற்றபடிகளுக்கோ செலவு செய்யாமல் உயர்ந்த புத்தகங்களாக வாங்கிய படித்தவன் நான்.

நான் மிக மோசமான வார்த்தைகளில் அந்த இளைஞனை திட்டத் தயாராகிக் கொண்டிருக்கும்போது, சற்றும் எதிர்பாராத அந்த சம்பவம் நடந்தது. டிரைவருக்குப் பின் ஸீட்டில் இருந்த ஒருவன், மிகப் பயங்கரமான ஆவேசத்துடன் என்னைப் பார்க்க ஓடி வந்தான் அவன் என்னைத் தாக்குவதிலிருந்து தப்பித்துக்கொள்ள நான் ஆயத்தமாகிக் கொண்டிருந்தபோது, அவன் என் மடிமீது விழுந்து, அந்த இளைஞனின் தலை மயிரை ஏறிப் பிடித்துக்கொண்டான். அவன் தலையை உலுக்கிக்கொண்டே, "தள்ள வேண்டியதைத் தள்ளினா காரியம் செய்து கொடுப்பாரு இல்லையா?" என்று அவன் கேட்டான். எனக்கு ஆதரவாகத் திரண்டுவந்த மகா சக்தியை நான் சரிவரக் கவனிப்பதற்கு முன்னாலேயே, அவன், அந்த இளைஞனின் தலைமயிரை பிடித்து வெளியே இழுத்து, "சைக்கிள் வாடகை பாக்கியைக்

கீழே வைடா, நாயே! அதற்கு அப்புறம் அடுத்தவனை விமர்சனம் பண்ணிப் பேசலாம்" என்று கத்தினான். பலரும் களத்தில் பாய்ந்து அந்த மகா சக்தியையும் அந்த இளைஞனையும் ஆளுக்கொரு பக்கமாக இழுத்தார்கள். பஸ் நின்றுவிட்டது. குழப்பமும் சந்தடியும் முடிந்து, கெட்டவார்த்தைகளின் வேகமும் தணிந்து பஸ் மீண்டும் புறப்படுவதற்கு அரைமணி நேரத்துக்கு மேல் ஆயிற்று.

நான் ஆழ்ந்து உறங்குவது போல் பாவனை செய்ய ஆரம்பித்தேன். அந்த சந்தர்ப்பத்தில் நான் செய்ய வேண்டிய காரியம் அதுதான் என்று எனக்குத் தோன்றிற்று. எதிர்பாராமல் நடந்த குளறுபடிகள் ஒரு பக்கம் இருக்க, சமூகத்தில் எனக்கு இருக்கும் என்று நான் நம்பிக்கொண்டிருந்த படிமம் இல்லை என்று தோன்றியபோது மிகுந்த மனச்சோர்வு ஏற்பட்டது. தூக்கம் கிறுக்கிக்கொண்டு வந்தது.

நான் கண் விழித்தபோது பஸ் மேம்பாலத்தில் ஏறிக் கொண்டிருந்தது. மதுரை வந்துவிட்டது. இமைகளை விரிக்காமல் ஓட்டைக்கண் போட்டு பஸ்ஸை நோட்டமிட்டேன். எல்லோரும் இறங்குவதற்கு ஆயத்தமாகிக் கொண்டிருந்தார்கள். இடது பக்கம் திரும்பினேன். இளைஞன் தன் இரு கைகளையும் தொடை நடுவே இடுக்கிக் கொண்டு, தன் மடி மீது ஒடிந்து தூங்கிக்கொண்டிருந்தான். ஏதோ ஒரு தெய்வீக சக்தியின் காலடியில் அவன் விழுந்து மன்னிப்புக் கோருவது போல் இருந்தது. அவன் முகம் வாடி வதங்கி, தலைமுடி கலைந்து அலங்கோலமாக இருந்தான்.

நான் கை இருக்கையைப் பார்த்தேன். மரத்தினால் செய்யப் பட்ட மிகச்சிறிய வெற்றுப் பிரதேசம் அது. ஒன்றிரண்டு இடங்களில் திட்டுத் திட்டாக அழுக்கு அப்பியிருந்தது. புத்தம் புதிசில் அதற்கும் மெத்தைக் குல்லா இருந்திருக்கும். காலத்தின் கோலத்தில் அது மூளியாகப் போய்விட்டது போலிருக்கிறது.

பஸ் நின்றது. ஒவ்வொருவராக இறங்கிப் போனார்கள். ஓட்டுநரும் நடத்துநரும்கூட இறங்கிப் போய்விட்டார்கள். இளைஞன் அப்போதும் தூங்கிக்கொண்டிருந்தான். ஒரு பாவிக்காவது இந்த இளைஞனை எழுப்பிவிடுவோம் என்று தோன்றவே இல்லை. எவ்வளவு பொறுப்பற்ற உலகம் இது!

"தம்பீ, எழுந்திருப்பா, மதுரை வந்தாச்சு" என்று நான் அவன் முதுகில் லேசாகத் தட்டினேன்.

***இனி*, 1986**

வழி

வழி தொலைந்துவிட்டது. சந்தேகமே இல்லை. அலைக்கழிப்பின் ஏதோ ஒரு கணத்தில் எனக்குத் தெரியாமலேகூட இழந்துபோன வழி மீண்டிருக்கக்கூடும் என இனி கற்பனை செய்து கொள்ளச் சாத்தியம் இல்லை. துஷ்ட மிருகங்களின் உறைவிடமான இந்தக் காட்டில் மிக மோசமாகச் சிக்கிக்கொண்டு விட்டேன். சதை மடிந்து பிதுங்கும் இடுப்புகளும் தொடைகளும் கொண்ட அம்மண ஸ்தூலிகளான மரங்கள் பீதியைக் கிளறுகின்றன. திமிரில் பட்டைகள் வெடித்து, பூமிக்குள் வாய்வேர்கள் பரப்பி, வானத்தை முட்டப் பாயும் மரங்களின் திடகாத்திரமும் வீச்சும் என்னை அச்சுறுத்துகின்றன. அவற்றின் அடர்த்தியும் நெரிசலும் சூரிய ஒளியை நாணயங்களாக மாற்றி நெடுகிலும் விசிறியிருக்கின்றன. அவ்வளவு பெரிய வெளிச்சத்தை அந்தகாரமாக மாற்றும் அவற்றின் கூட்டாட்சி என்னைக் கதிகலங்க அடித்தது. இனி என்ன என்று சிந்திக்க முயன்றேன். குழம்பி மறிந்த மனம் யோசனையின் பாஷையை உதறித் தள்ளிவிட்டுச் சுருக் சுருக்கென்று குத்திக் கொண்டிருக்கிறது. பிணம்போல் நான் விழுந்து கிடக்க துஷ்ட மிருகங்களும் துஷ்டப் பறவைகளும் என்னைக் கொத்திக் கிழிக்கின்றன. இந்தக் காட்சி ஒன்றுதான் மீண்டும் மீண்டும் என் மனதில் வந்து போயிற்று.

அப்போதும் மிஞ்சியிருந்த ஒரே ஆசுவாசம் தூரத் தொலைவிலிருந்து கேட்டுக்கொண்டிருந்த அருவியின் ஓசைதான்.

உண்மையில் இப்போது அது வெறும் ஓசை அல்ல. புற உலகத்துக்கும் எனக்குமான ஒரே இழை. நான் தக்கவைத்துக் கொள்ளத் துடிக்கும் நம்பிக்கையின் குறியீடு. என் உயிர் அணுக்கள் முழுவதையும் என் செவியில் குவித்து அந்த ஓசையின் திசைவாயைக் கிரகிக்க முயன்றேன். அந்தத் திசை நிச்சயப்பட்டுவிட்டால் இப்போதுகூட எனக்கு விமோசனத்துக்கு வழியுண்டு. அந்த ஓசை மீது அடி வைத்துச் சென்று நான் அருவிகளுக்கெல்லாம் அரசியான அந்தத் தலை அருவியை அடைந்துவிடலாம். காலம் காலமாகக் கொண்டிருக்கும் மனித உறவில் இணக்கமும் இசைவும் கூடியுள்ள அந்த அருவியைத் தேடி ஜீவன்கள் வரத்தான் செய்யும். ஒரு சமயம் நான் அதிக நேரம் அங்கு காத்திருக்க நேரலாம்.

அந்த அருவியின் ஓசையில் இப்போது ஒரு சுருதி மாற்றம் நிகழ்வதுபோல் உணர்ந்தேன். அருவியின் ஓசைபோலவே கேட்டுக் கொண்டிருந்த அந்த ஓசை இப்போது கொடிய மிருகங்கள் புணர்ச்சியின் பரவசத் தணிவில் எழுப்பும் உறுமல்களின் அவரோகணம் போல் தேய்ந்துகொண்டு வந்தது. விட்டு விட்டு இப்படிக் கேட்கும்படி துஷ்ட மிருகங்கள் தொடர் புணர்ச்சியில் வரிசைப்பட்டு நிற்குமா என்ன? ஓசை கேட்பது போல் தோன்றுவதுகூட பிரமையோ என்னவோ. ஒரு நூலிழை உறவேனும் புற உலகத்தோடு மிஞ்சவேண்டும் என்று அரற்றும் மனதின் கற்பனையோ என்னவோ.

மிகப் பெரிய தவறு செய்துவிட்டேன். குளித்து முடிந்ததும் நானும் மற்றவர்களைப் போல் மலையிறங்கிச் சென்றிருக்க வேண்டும். நான் தலை துவட்டிக் கொண்டிருந்தபோது அந்த வயசாளியும் அந்த இளைஞனும் – அவன் அவருடைய பேரனாக இருக்கக்கூடும் – என்னையே பார்த்துக்கொண்டு நின்றார்கள். உண்மையில் அது பார்வையல்ல; அழைப்பு. எவ்வளவு அழகான வயசாளி! ஒடுங்கிய உடல்வாகும் சீராக நரைத்த தலையும் இடுப்புக் குறுகலும் தசை நார்களின் தொய்வான இறுக்கமும் என் மனதை ஆட்கொண்டன. அவர்களுடன் இறங்கியிருந்தால் நானும் இதற்குள் ஊர் போய்ச் சேர்ந்திருப்பேன். உண்மையில் அந்த வயசாளியுடன் ஆகர்ஷணக் கலப்புக் கொள்ள விரும்பி அவரைப் பின்தொடர நான் படபடவென்று உடலைத் துடைத்துக்கொண்டிருந்த போதுதான், துரதிர்ஷ்டம் என்று சொல்ல வேண்டும், அந்த விசித்திர உறுமல் என் காதில் விழுந்தது. தப்பட்டையின் உறுமலில் வீணையின் மேல்ஸ்தாயி மீட்டலைக் கோத்து இழுத்ததுபோல் அதன் விசித்திரம் என் மனதை ஆட்கொண்டது. கொடிய விலங்குகளின் புணர்ச்சிகள் மனதில் காட்சி ரூபம் கொள்ள என் முகம் ஆவலில் விரிந்து, அருவியின் பின்பக்கம் நான் நகர்ந்தபோது, நான் முன்பின் அறிந்திராத அந்த வயசாளி, 'வேண்டாம் ஐயா'

என்றார். அந்தக் குரலும் அதில் தோய்ந்திருந்த வேண்டுதலும் அன்பும் இப்போதும் என் மனதில் ஒலித்துக்கொண்டிருக்கின்றன. அந்தக் குரலைத் தாண்டி நான் சென்ற நிமிஷத்தில் பிசகு நிகழ்ந்தது. அதன்பின் என் அடிச்சுவடுகள் குரங்குகள் விளையாடிய நூல் கண்டு மாதிரிச் சிடுக்காகி விட்டன.

ஒரு சில எட்டுகளில் புணர்ச்சியின் காட்சி சொரூபம் கிடைத்துவிடும் என்ற கிளுகிளுப்பின் எச்சிலை மனது நக்கியது எவ்வளவு தவறு என்பது இப்போது தெரிகிறது. நெருங்க நெருங்க அழுத்தம் பெற வேண்டிய ஓசை, விதியின் என்ன விசித்திரமோ, தேய்ந்துகொண்டே போயிற்று. இதோ இதோ என்று நான் விரைந்துகொண்டிருந்தேன். எண்ணற்ற கொடிய மிருகங்களின் காம சொரூபங்களும் ஆக்ரோஷங்களும், தன்னிலிருந்து தன்னைப் போன்ற மற்றொன்றைப் பயிரேற்ற அவை கொள்ளும் ஆவேசங்களும் மனக்கண்களில் விரிய, மூச்சிரைக்க, காலோசை எழுப்பாமல் ஓடினேன். மிகப் பெரிய மரங்கள் மீது நொடியிடையில் தாவி ஏறிவிடுவதில் நான் கொண்டிருந்த சாதுரியம் மிருகங்கள் மேல் எனக்கு இருந்த பயத்தை மட்டுப் படுத்தியிருந்ததுகூட ஒரு துரதிருஷ்டம் என்றாகிவிட்டது இப்போது.

மலையின் புதர் மண்டிக் கிடந்த சரிவுகளை சூரிய ஒளி கடுமையாகத் தாக்கிக் கொண்டிருந்தது. ஒரு மரத்தில் ஏறித் தொலைநோக்கி வழியாகப் பார்த்தேன். வயசாளி அவருடைய அற்புதமான உடற்கட்டை காற்றுக்கு ஏந்தவிட்டுக் கரங்களை மட்டும் லாவண்யமாக அசைத்தபடி இறங்கிக்கொண்டிருந்தார். தலை குனிந்திருக்க வெண் சடை காதோரம் சாடிக் கிடந்தது. என்ன அற்புதமான முதுகு! புகைப்படக்கருவி கைவசம் இருந்துங் கூட படம் பிடித்துக்கொள்ளத் தவறிவிட்டேன். மிகப் பெரிய இழப்புத்தான். அதுபோன்ற மனிதப் பதிவுகள், மன அழகுகள் உடலில் பிரதிபலிக்கும் பாங்குகள் மிக அபூர்வம். இனி மீண்டும் அவரைச் சந்திக்கக்கூடும் என்று நம்புவதற்கோ எனக்கு எவ்வித நியாயமும் இல்லை.

சிறிய பள்ளத்தாக்குப் போல ஒரு பிரதேசம் எதிர்ப்பட்டது. அதன் அடி ஆழத்தில் புல்வெளிப் பரப்பு. அங்கு இருள் கரும்பாசி போல் அப்பிக் கிடந்தது. அந்தப் புல்வெளியைக் கூர்ந்து கவனித்தேன். தவித்து இடந்தேடி உடல் உரசிக் காமம் முகர்ந்து வரும் விலங்கினங்கள் வாய்ப்பாகக் கருதும் இடம் அது. தங்கள் உடலேறி விரையும் தென்றலுக்குக் கொள்ளும் இங்கித பவ்வியம் தவிர, செயற்கைக் குலைவுகள் எதுவுமே புல்வெளியில் தென்படவில்லை. அப்போது தொலைநோக்கியில் வந்த வழியை – அவ்வாறு நான் நினைத்துக்கொண்டிருந்ததை – மீண்டும் பார்த்தேன். மலைச் சரிவு தெரியவில்லை. புதரும்

ஒற்றையடிப் பாதையும் வயசாளியின் அழகிய முதுகும் சூரிய ஒளியின் பளிச்சென்ற தாக்குதலும் மறைந்துவிட்டன. புதர் கூடத் தெரியவில்லை. நான் வெகுதூரம் உள்ளே வந்துவிட்டேன் என்பதில் எவ்வித சந்தேகமும் இல்லை.

அப்போதும் அந்த ஓசை கேட்டுக்கொண்டிருந்தது.

மேட்டுப் பாங்கிலிருந்து சமவெளிக்கு வந்துவிட்டேன். கானகத்தின் யோனி நெருங்கிக்கொண்டிருந்தது. மரங்கள் மேலும் தடித்துப் பெருத்திருந்தன. எனக்கு வழி பிசகிவிட்டது. ஆனால் நிச்சயமாக அதிகப் பிசகு ஏற்பட்டுவிடவில்லை என்று அப்போதும் நம்பினேன். மிகுந்த விழிப்புக்கொண்டு விட்டால் முன்னெடுத்து வைத்த அடிச்சுவடுகளை இப்போதும் பின்னெடுத்து வைத்துவிடலாம். இப்போதேனும் விழித்துக்கொண்டது இயற்கையின் கருணை. மேலும் என் அடிச்சுவடுகளை அதிகப் படுத்திக் கொண்டிருந்தால் பிசகில் முடிச்சுகள் ஏறி விமோசனம் என்பதே அற்றுப் போயிருக்கும். இப்போது மன மூட்டங்களைச் சுத்தமாகக் கலைத்து நிதானத்துக்கும் தெளிவுக்கும் வந்தாக வேண்டும். சிந்தனைகள் தெளிவடையாமல் செயல்பாடு ஒரு நாளும் தெளிவடையப் போவதில்லை. இனி மீண்டும் என் மார்க்கம் குழப்பம் அடையலாம். ஆனால் இப்போதைய என் அடிச்சுவடுகள் தெளிவாக இருக்க வேண்டும். மரத்தின் ஒரு வசதியான கிளைப் பிரிவில் கால் நீட்டிச் சாய்ந்துகொண்டேன். மறுபரிசீலனையில் ஆழ்ந்தேன்.

அன்று விடிந்த பொழுதை மனதில் பிரிக்க ஆரம்பித்தேன். ஒவ்வொரு நிகழ்வுகளையும் மனதில் சுருக்கெழுத்தில் எழுதிக் கொண்டுபோனேன். என் தயாரிப்புகளிலோ மதிப்பீடுகளிலோ சொல்லும்படி விடுதல்கள் எதுவும் இருந்ததாக எனக்குப் படவில்லை. என் ஆயத்தங்களும் சரியாகவே இருந்தன. லங்கோடு கட்டி, காக்கி அரை நிஜாரும் காக்கி அரைச் சட்டையும் அணிந்திருந்தேன். முதுகில் இணைக்கப்பட்ட பை. அதில் காமரா, தொலைநோக்கி, துண்டுகள், ரொட்டி, சிறிது நொறுக்குத் தீனி, கத்தி, வலுவான நூல் கயிறு, ஒரு ஜோடி காலணிகள் எல்லாம் இருந்தன. என் கவிதைச் சொத்தின் பைண்ட் வால்யூமையும் நினைவாக எடுத்துவைத்துக் கொண்டிருந்தேன். கடைசியாக விடைபெற கானகங்களில் மட்டுமே எஞ்சியிருக்கும் பேரமைதியில் பல தடவை வாய் உரக்கக் கவிதை படித்திருந்த எனக்கு அதன் ருசிகள் ரத்த நாளங்களில் ஏறியிருந்தன. அருவியில் வெகு ஆனந்தமாகக் குளித்தேன். அதுவரையிலும் எல்லாம் சரிதான். உறுமலைப் பற்றிய என் கற்பனைகளால் ஆகர்ஷிக்கப்பட்டு உள்ளே புகுந்ததுகூட பிசகு என்று சொல்ல முடியாது. கவிதையும் இயற்கையும் தவிர

வேறொன்றும் இல்லாத நான், சிறுவயதிலிருந்தே காடுகளையும் மிருகங்களையும் பறவைகளையும் கனவுகண்டு வரும் நான், அபூர்வமாக வாய்க்கும் கொடிய மிருகங்களின் புணர்ச்சிக்குச் சாட்சி கொள்ள வந்தது தவறு என்று சொல்ல முடியாது.

பிரதிகூலங்களுக்கு எதிராக அனுகூலங்களை யோசிக்க ஆரம்பித்தேன். இப்போதும் வந்த திசை பற்றி – ஒரு நிச்சயமின்மை ஊடுருவியிருந்தாலும் – முற்றாக மறந்துபோய்விடவில்லை என்றுதான் தோன்றிற்று. அருவியின் ஓசையைப் பிரமை என்றே வைத்துக்கொள்வோம். வந்த திசை பிரமை அல்ல. வந்த திசை பிரமை அல்ல என்றால் திரும்பும் திசையும் பிரமையாக இருக்க வேண்டும் என்பது இல்லை. இந்தக் கானகம், இந்த அம்மண மரங்கள் பிரமைகள் அல்ல. இப்போதும் கைக் கடிகாரம் ஓடிக்கொண்டிருப்பது பிரமை அல்ல. அது எக் காரணம் கொண்டேனும் முடங்கி, இடங்களோடும் திசைகளோடுமான என் உறவு பரிதவித்திருப்பதுபோல், காலத்துக்கும் எனக்குமான உறவும் பரிதவித்துவிடும் என்ற கிலியை ஏற்படுத்துகிறது என்றாலும், இப்போதும் அது ஓடிக்கொண்டிருக்கிறது என்பதோ, நான் அதற்கு அதிகாலையில் சாவிகொடுத்தேன் என்பதோ பிரமை அல்ல. இப்போதுதான் சுள் வெயில் ஆரம்பித்திருக்கிறது. இங்கேயே நான் சிறிது உணவருந்தி சிறிது ஓய்வும் எடுத்துக்கொள்ள போதிய அவசாகம் இருக்கிறது. என் பொறிகள் வெகு துல்லியமாக இயங்குகின்றன. கற்பனைக்கும் யதார்த்தத்திற்குமான வேற்றுமையைப் பகுத்துணரும் ஆற்றல் என்னிடம் இப்போதும் மிகக் கூர்மையாகத் தொழில் பட்டுக் கொண்டிருக்கிறது. அருவிகளுக்கெல்லாம் அரசியான அந்தத் தலை அருவியை நான் சென்றடைந்துவிடுவேன். மனித உறவுகளில் இணக்கப்பட்டுக் கனிந்து கிடக்கும் அந்த அருவி முகங்களை ஆகர்ஷித்துக்கொண்டுதான் இருக்கும்.

இவ்வளவு அனுகூலங்களுக்கும் எதிரான பிரதிகூலம் அந்தப் பிராந்தியங்களில் எண்ணற்ற அருவிகள் இருக்கின்றன என்பதுதான். இன்னும் இணங்க மறுக்கும் காட்டருவிகள் அவை. மனித உறவின் துவட்சி கூடாதவை அவை. ஒவ்வொரு அருவிக்கும் அதற்கான இடமும் பின்னணியும் உயரமும் பருமனும் முக லாவண்யங்களும் அவற்றுக்கே உரித்தான ஜொலிப்புகளும் மனித மனங்களை வசீகரிக்கும் தொடைகளும் இருக்கின்றன என்பது உண்மைதான். என்றாலும், ஒரே பிராந்தியத்திற்குள் அவை சதா சாடிக் குதித்துக் கொண்டிருக்கும்போது, ஒன்றின் முகவிலாசம் மற்றொன்றில் கூடிக் கலந்து அவற்றுக்கே உரித்தான அடையாளங்களை அவை இழந்து போய் நிற்பதுபோன்ற பிரமையை அவை அளிக்கக்கூடும் என்பதுதான் வெகு பிரதிகூலமாக இருக்கிறது.

வந்த திசையில் – அதாவது வந்த திசை என்று நான் அனுமானித்துக்கொண்ட திசையில் – அரை நாழிகை சீராக ஓடினால் தலை அருவிக்குரிய பிராந்தியத்தை நான் சென்றடைந்து விடுவேன். தலை அருவியைப் போலவே மனித உறவுக்கு இணக்கம் கொள்ளும் குரங்குகள் ஒன்றிரண்டேனும் அதற்கு முன்பு தென்பட்டுவிடும். மனிதன் தங்கி இளைப்பாறி உணவு சமைத்து உண்ணும் இடங்களைச் சுற்றிக் குரங்குகள் வளைவது இயற்கைதானே? நான் எனது சகல பலங்களையும் மனதில் திரட்டிக்கொண்டேன். உடல் பலம் எனக்குக் குறைவாக இல்லை என்பதும் மனச்சோர்வினால்தான் உடல் தொய்கிறது என்பதும் எனக்கு நன்றாகத் தெரிந்தது. நம்பிக்கையைக் கைவிட்டால் என் சகல பலங்களும் தொய்ந்துவிடும். நான் சீராக ஓடத் தொடங்கினேன். சப்த ஜாலங்கள் ஏற்றப்பட்டிருந்த, எனது மனதுக்கு வெகு உவப்பான ஒரு கவிதையை அழுத்த உச்சரித்துக்கொண்டே ஓடினேன். பின்னிரவின் இருளில் நம்பிக்கைகள் முற்றாக விலகிச் சிதறிப்போகும் மனம், விடியலின் வெளிச்சத்தில் மீண்டும் திரள்வது என் நினைவுக்கு வந்தது. அப்படித்தான் நிகழ்ந்திருக்கிறது. இருளின் திட்பம் கூடும்போது அதில் ஒளி ஊடுருவி ஏறும். இருளும் ஒளியும் இருளோ ஒளியோ அல்லாத ஒன்றின் இரு பக்கங்கள்தான். மிகுந்த எக்களிப்புக் கொண்டேன். ஆத்ம நம்பிக்கையை ஒரு போதும், உடல் இரு கூறாகப் பிளந்தாலும், கைவிட மாட்டேன் என்று கத்திக்கொண்டே ஓடினேன்.

சரித்திரத்தின் உன்னதங்கள் என் நினைவுக்கு வந்தன. உன்னத ஆளுமைகள் எவ்வளவு கடுமையான சோதனைகளுக்கு ஆட்பட்டு உள்ளன. அந்த ஆளுமைகளின் ஆத்ம பலத்தை நினைக்கும்போது உடல் புல்லரித்தது. என்னென்ன சோதனைகள், என்னென்ன சாதனைகள்! ஓட்டைத் தோணியில் அவை முதுகெலும்பை உருவித் துடுப்புப் பிடித்திருக்கின்றன. நெருப்பில் செடிகளாக முளைத்து மொக்கு விட்டிருக்கின்றன. காலம் ஒரு குட்டிச் சோதனையைத் தந்து என்னைப் பரீட்சிக்கிறது. என்னைத் தோற்கடிக்க முடியாது என்று கத்தினேன். அந்தக் கத்தல் சகல அம்மண மரங்களுக்கும் கேட்டது. அந்த அம்மண ஸ்தூலிகள் எனக்கு உதவாமல் இருக்கலாம். ஆனால் காய்த்து உலுப்பும் ஆவேசத்தை நோக்கியே அவை சகல இயக்கங்களையும் முடுக்கிக்கொண்டு போகின்றன. சக்தியின் திராவகமான அவற்றுக்கே ஒரு குறிக்கோள் இருக்கும்போது மூளையின் திட்பமான எனக்கு அதைவிட மகத்தான குறிக்கோள் இருந்து தான் ஆக வேண்டும். மிக உரக்க அந்தக் கவிதை அடிகளைக் கத்திக்கொண்டே ஓடினேன். என் உடலில் தசை நார்கள் சீராக இயங்குவது சந்தோஷத்தைத் தந்தது. மிகுந்த வலுவுடன் இருக்கிறேன். அடிச் சுவடுகளின்

இடைவெளியை எந்த நுட்ப இயந்திரம் அளந்தாலும் ஒரே சீராக அவை இருப்பதைக் குறித்துவிட்டு வியப்பில் ஸ்தம்பித்துவிடும். அவ்வளவு ஒத்திசைவோடு இயங்குகிறது உடல். இரு கன்னங்கள் வழியாக ஒழுகும் வேர்வையில் காக்கிச் சட்டை பாசிப் பச்சையாகி விட்டதும் மிகுந்த சந்தோஷத்தைத் தந்தன. இன்னும் சில நொடிகளில் நான் தலை அருவியை அடைந்துவிடுவேன். மகத்தான குறிக்கோளுக்காகப் படைக்கப்பட்டிருக்கும் நான் இந்தக் கானகத்தில் விழுந்து கிடந்து துஷ்டைகளின் கொத்தலுக்கும் பிடுங்கலுக்கும் ஆளானேன் என்றால் இயற்கை தன் அவலத்தை நிரூபித்துக் கொள்கிறது என்றுதான் அர்த்தம். சகல ஜீவன்களும் சகல அணுக்களும் துகள்களும் அவை அவற்றிற்கான யோசனை கொண்டிருக்கும்போது அவற்றின் பகுதியான – தவிர்க்க முடியாத பகுதியான – எனக்கு மட்டும், என் ஜீவனுக்கு மட்டும் யோசனை என்று ஒன்று இல்லாமல் இருக்க முடியுமா? எனக்குத் தெரியாமல் என்னிடம் உறைந்து கிடக்கும் ஆற்றலின் யோசனை என்ன?

வெகு நேரம் ஓடிவிட்டேன். நான் எதிர்பார்த்த காரியங்கள் கூடி வரவில்லை. என் உடல் துவண்டுவிட்டது. ஒரு எல்லை வரையிலும் நான் என் உடல் மீது ஏற்றும் கற்பனைச் சக்தியை அது ஏற்றுக்கொள்ளும். என்னுடன் கூடி முயங்க அது துடிக்கும். என்னை நிறைவேற்ற அது பரபரக்கும். ஆனால் அதன் இயல்பை நான் கணக்கில் எடுத்துக்கொள்ளாமல் என்பாட்டுக்குக் கற்பனையை ஏற்றிக் கொண்டுபோனால் தன் துவட்சியை அது பகிரங்கப்படுத்திக் கொண்டுவிடும். இப்போது நான் என் உடலைச் சமாதானப்படுத்த வேண்டியிருக்கிறது. மரக் கிளைகளில் தூங்கும் பயிற்சியைப் பெற்றிருந்த நான், ஏற்ற கிளை ஒன்றில் மிக வசதியாக ஓய்வெடுத்துக் கொள்ள முடியும். அங்கிருந்து பார்த்தபோது நாலுதிசையும் காடுகள்தாம். நான் ஓடிய திசை தலை அருவி இருந்த திசை அல்ல என்று தோன்றிவிட்டது. இப்போது அருவியின் ஓசையும் முற்றாகக் கேட்கவில்லை என்பது நிச்சயமானதும் பீதி மனதைக் கவ்விற்று. வேறுபட்ட திசைகளிலோ அல்லது நேர் எதிரான திசையிலோ ஓடிக்கொண்டிருக்கிறேன் போலிருக்கிறது. இனி தலை அருவியைச் சென்றடைவது சாத்தியம் இல்லை. அது, அதன் ஓசையுடன் என்னைக் கைவிட்டுவிட்டது. ஆனால் காடு, அது எவ்வளவு பெரிய காடு என்றாலும் சரி, ஒரு இடத்தில் முடிந்துதானே ஆகவேண்டும் என்று யோசித்தேன். அதன் அடிவயிற்றிலிருந்து அதன் பாதங்களைச் சென்றடைவது எப்படி என்பதுதான் இப்போது பிரச்சினை. எந்தத் திசையில் அதன் பாதங்களைச் சென்றடைவதற்கான இடைவெளி ஆகக் குறைவாக இருக்கும் என்பதுதான் இப்போது பிரச்சினை. மரங்களின் திட்பத்தையும் அடர்த்தியையும் பார்க்கும்போது

வனாந்திரத்தின் கருப்பைக்குள் இருக்கிறேன் என்று தோன்றிற்றே தவிர அங்கங்களில் நகர்ந்திருக்கிறேன் என்று தோன்றவேயில்லை.

இத்தனைக்கும் இந்தக் காட்டுப் பகுதியைப் பற்றி எனக்கு நன்றாகத் தெரியும். இந்தப் பிராந்தியத்தின் இயற்கை, மரங்கள், மிருகங்கள், அருவிகள், நீரோடைகள் இவை பற்றி நிறையப் படித்திருக்கிறேன். இரவு வேட்டையாடும் கரடிகள் இங்கு அதிகம். ஆந்தைகள் அதிகம். நீரோடைகளில் வரும் காற்றின் குளிர்ச்சியை சுவாசித்துக் கொண்டு புல்வெளிகளின் இருட் பகுதிகளில் உஷ்ண மிருகங்கள் மூச்சிரைத்துக்கொண்டு கிடக்கும். இந்தக் காட்டுப் பகுதியைப் பற்றி நான் படித்தபோது இங்குள்ள மரங்கள் பற்றியும், மிருகங்கள் பற்றியும், பறவைகள் பற்றியும், மொத்த அடர்த்தி பற்றியும், பள்ளத்தாக்குகள் பற்றியும், நீரோடைகள் பற்றியும் என் மனதில் எவ்வளவோ சித்திரங்கள் எழுந்திருந்தன. இயற்கையை நேசித்து வாழும் அந்த மகோன்னத ஆசிரியர்கள் எழுதிய குறிப்புகள் சூட்சுமமானவை. நுட்பம் கூடியவை. மிகை அற்றவை. இருப்பினும் அவற்றைப் படித்தபோது எனக்கு ஏற்பட்ட அனுபவத்திற்கும் இப்போது எனக்கு ஏற்பட்டுக் கொண்டிருக்கும் அனுபவத்திற்கும் எவ்வித சம்பந்தமும் இல்லை. புத்தகத்தில் ஆதாரங்களை நேரடியாக மறுக்காமலே இவை ஒவ்வொன்றும் வேறு விதமாக இருக்கின்றன. நாற்புறமும் சுற்றிப் பார்த்தேன். மரங்கள்! மரங்கள்! மரங்கள்! இவற்றை விட்டால் பறவைகளின் மெல்லிய ஓசைகள். அந்தப் பேரமைதியோடு அவை கொள்ளும் உறவுகள் மிகுந்த எக்களிப்பை ஏற்படுத்துகின்றன. மரங்கள் விட்டெறிந்திருந்த வானத்தின் துண்டு துணுக்குகள். கொடிய மிருகங்களில் ஒன்றைக்கூட நான் இன்னும் கண்ணால் பார்க்கவில்லை. அவை வெகு அருகில் இருக்கும்போதுகூட தம் இருப்பைக் காட்டிக்கொள்ளும் தன்மை இல்லாதவை. அவை காடுகளின் இருள் சூட்சுமங்களில் கரைந்துகொண்டிருப்பவை. அவற்றின் மணங்கள் எனக்குத் தெரியும். மணங்களை இனம் பிரித்துக் குறித்துக் கொள்ளவும் எனக்குத் தெரியும். பறவைகளின் மணங்கள் தவிர மிருகங்களின் மணங்களை நான் உணர்ந்திருக்கவில்லை. நீரோடைகள் எதிர்ப்படும்போது நான் மிகக் கவனமாக இருக்க வேண்டும். துஷ்ட மிருகங்கள் அங்கு தாகம் தீர்த்துக்கொள்ள வரும். ஆனால் ஒரு நீரோடைகூட எதிர்ப்படவில்லை. எண்ணற்ற அருவிகளின் குழந்தைகளான இந்த நீரோடைகள் பாய்ந்தோடி ஊர் நோக்கி இறங்கும் சரிவுகள் வெகுதொலைவில் இருக்கின்றன என்று பட்டது.

உலகப் பரப்பில் எந்த இடத்தில் என் பாதம் ஒட்டிக் கொண்டிருக்கிறது என்பது தெரியாதது ஒரு பெரும் அவஸ்தை. இந்தக் காட்டின் பெரிய வரைபடமும் அதில் என் பாதங்களின்

புள்ளிகளும் தெரிந்தால் எவ்வளவு நன்றாக இருக்கும். அப்போது கூட காட்டின் வரைபடம் மட்டும் இருந்து பயன் ஒன்றும் இல்லை. ஊரோடு சேர்ந்த வரைபடம் வேண்டும். ஊருக்கும் காட்டுக்குமான உறவு இருந்தால்தான் விமோசனத்துக்கான மார்க்கங்களை உருவ முடியும். திட்டவட்டமாக உணராமல் கற்பனை செய்துகொண்டிருப்பதில் ஒரு பயனும் இல்லை. வேரூன்றி நிற்கும்போது கற்பனையின் பூக்களும் தளிர்களும் ரம்மியமாக இருக்க, வேரற்ற நிலையில் அவையே அசிங்கங்கள் ஆகிவிடுகின்றன. தேங்காய்துருவி வைத்து என் மூளையைத் துருவுவதுபோல் ஆகிவிடுகிறது. என் யோசனைகளைத் தரையிறக்க முயன்றேன். எனக்கு இப்போது வேண்டியவை மிகக் குறைவான யோசனைகளே. நடைமுறைச் சாத்தியமான சின்ன யோசனைகளே. நான் விடுதலை அடைய வேண்டும். தவறிய வழிகள் எனக்கு மீண்டும் கைகூடி வர வேண்டும்.

வெயில் உச்சி கண்டுவிட்டது. அதன் தாட்சண்யமற்ற பயணம் சீரான போக்கின் கடுமை மிகக் கொண்ட பயணம். அதன் வழியில் அதன் வினாடியில் அது மறைந்துவிடும். மரத்தின் மீது அமர்ந்து ரொட்டியைத் தின்ன ஆரம்பித்தேன். சோர்வும் பசியும் இருந்துங்கூட ரொட்டி வாயில் அரைந்து அரைந்து வந்தது. உணவைக் காலி செய்யலாமா என்ற கேள்வி எழுந்ததும் பின் மண்டையில் அடித்தது போல் இருந்தது. நான் இங்கு மாட்டிக்கொண்டு விட்டேன் என்றால் இந்த உணவை வைத்துத்தான் நான் சமாளிக்க வேண்டும். புட்டியிலிருந்து நீரைக் குடித்தேன். தண்ணீர் தீர்ந்தாலும் ஓடைகள் நிச்சயம் எதிர்ப்படும். அந்த நீர் பருக ஏற்றதல்ல என்றும் அவை ஊரை அடைந்ததும் பருக ஏற்றதாகி விடுகின்றன என்றும் படித்த ஞாபகம். இதுபோன்ற சிறு விஷயங்களுக்காக இப்போது அலட்டிக்கொண்டிருக்க முடியாது. சரியான வழியில் முன்னேறுவதற்கான உபாயங்களை நான் இப்போது கண்டுபிடித்தாக வேண்டும். அம்புபோல் வானத்தை நோக்கிப் பாய்ந்துகொண்டிருந்த ஒரு மரத்தில் ஏறினேன். சூரியன் உச்சியில் நின்றதால் அதன் திசையை அனுமானிக்க முடியவில்லை. ஆனால் காலத்தைக் கைநழுவவிட எனக்கு அவகாசம் இல்லை. சூரியன் மிகுந்த வேகத்துடன் பாய்ந்துகொண்டிருக்கிறது. அதன் சீரான ஓட்டம் ஈவிரக்கம் அற்றது.

தொலைநோக்கி வழியாகக் கூர்ந்து கவனித்துக்கொண் டிருந்தேன். அடிவானத்தை முழுசாக ஒரு சுற்று என் பார்வையால் அவதானித்தேன். தூரத் தொலைவில் புல்வெளி தெரிவதுபோல் இருந்தது. அந்தப் புல்வெளியைச் சென்றடைந்து விட்டேன் என்றால் நம்பிக்கை தரும் இடத்திற்குப் போய்விட்டேன் என்று அர்த்தம். அப்போது இருள் படர்ந்தாலும் அதிக ஆபத்தின்றி

அங்கு இருக்க முடியும். அந்தப் புல்வெளியின் மறுபக்கம் என்ன என்று அனுமானிக்க முடியவில்லை. அநேகமாக அங்கு ஓர் ஊர் இருக்கச்கூடும். அந்தப் புல்வெளியைச் சென்றடைந்து, மேயும் கன்றுகாலிகளைப் பார்த்துவிட்டால் போதும். வயிற்றில் பால்வார்த்தது போல் ஆகிவிடும். கன்று காலிகளின் வாலோரத்தில் எப்போதும் மனித முகங்கள் தட்டுப்படும். அந்தப் புல் வெளியைக் கூர்ந்து கவனித்தபோது, அதன் செழிப்பும் உயரமும் அடர்த்தியும் பச்சைப்பசேல் என்ற அதன் புத்துணர்வும், மனித உறவில் கூடும் கசங்கல் அற்ற தன்மையும், வாகனத்தின் தரிசனத்துக்கு மட்டுமே அவை தங்களை அர்ப்பணித்துக் கொண்டிருப்பவைபோல் பட்டது. அந்தப் புல்வெளியின் மறுபக்கம் மிக மோசமான சரிவாகக்கூட இருக்கலாம். மாடுகளை அங்கு அழைத்து வர முடியாமல் இருக்கலாம். அப்போது கூட ஆடுகள் வரச் சாத்தியம் இருக்கிறது. காடுகளின் மிக மோசமான பகுதிகளில் – அல்லது அவ்வாறு நான் நினைத்துக் கொண்டிருந்தவற்றில் – ஆடு மேய்த்துக்கொண்டிருக்கும் சிறுமிகளைச் சந்தித்திருக்கிறேன். சற்றும் எதிர்பாராத நிமிஷத்தில் கூடிய அந்த முகங்கள், மீண்டும் கூடிவிட்டால் போதும். தப்பித்துக்கொண்டு விடுவேன்.

நொடிகளுக்குள் மிக மோசமாக மனம் தளர்ந்துபோனேன். அந்த மரத்தின் உச்சாணிக் கிளையில் நின்றுகொண்டு வனாந்திரம் முழுக்கக் கேட்கும்படி என் முழுச்சக்தியையும் தொண்டையில் திரட்டி, “யாராவது என்னைக் காப்பாத்துங்க ஐயா” என்று கத்தினேன். ‘தெரியாத்தனமா வந்து மாட்டிக்கிட்டேன் ஐயா’ என்று எனக்கு நானே புலம்ப ஆரம்பித்தேன். என் அலறல்கள் எதிரொலித்தபோது அவற்றின் சுருதி குலைந்து கீழ் ஸ்தாயியில் கேலி கலப்பதுபோல் பட்டது. யாரோ என் அவஸ்தையைக் கேலி செய்வதுபோல் இருந்தது. மீண்டும் “யாராவது வந்து காப்பாத்துங்க ஐயா” என்று முன்னை விடவும் உரக்கக் கத்தினேன். ‘யாராவது, யாராவது’ என்று எனக்கு நானே முணுமுணுத்துக் கொண்டேன். யாரும் அங்கு வந்து சேருவதற்கான சாத்தியமே இருப்பதுபோல் படவில்லை. எனக்குச் சாதகமாக நான் கற்பனை செய்து கொள்வதுபோலவே இருந்தது. அதை விடவும் அருவருக்கத் தகுந்த சீக்கு மற்றொன்றில்லை. கற்பனைகளால் பிரத்தியட்சத்தை மாற்ற முடியுமா? பிரத்தியட்சம் எனக்குப் பாதகமாகவும் இல்லை; சாதகமாகவும் இல்லை. ஒரு உறவை ஏற்படுத்திக்கொள்ளும் வகையில் நான் அதை எனக்குச் சாதகமாகத் திருப்பிக்கொள்கிறேன். இப்போது மோசமான உறவு ஒன்றை யதார்த்தத்துடன் ஏற்படுத்திக் கொண்டுவிட்டேன். மிக மோசமாக. இப்போது நான் கற்பனையில் தப்பித்து என்ன பயன்? நான் கற்பனையில் தப்பித்துக்கொண்டிருந்தாலும் சூரியன்

அடங்கத்தான் அடங்கும். சூரியன் அடங்கிய பின் அந்தகாரத்தை அழைக்க வேண்டியிருக்குமா? இருளில் வேட்டையாடும் ஜீவராசிகள் அதன்பின் ஓய்ந்திருக்குமா? அவற்றின் பார்வையும் இதர பொறிகளும், அவற்றின் சக்திகளும் தந்திரங்களும், அவற்றின் உடல் வலுக்களும் அந்தகாரத்தின் சக்தியை உறிஞ்சத்திடம் பெற்றவை. எந்த இருள் என்னை முடக்குகிறதோ அதே இருள் அவற்றின் பொறிகளில் ஜீவ சக்தியைப் பெய்கிறது. என்ன விந்தை! அவை என்னைக் குதறும். உணவுக்காக வாழ்பவை அவை. எனக்குச் சாதகமான கற்பனைகள் என்னை ஒரு நாளும் காப்பாற்றப் போவதில்லை. பிரத்தியட்சத்தைத் தெரிந்துகொண்டு நான் இயங்க வேண்டும். நான் மிக பயங்கரமான ஆவேசத்தை என் உடலில் ஏற்றிக்கொண்டேன். எனக்கு இப்போது வழியும் தெரியவில்லை; திசையும் தெரியவில்லை. யோசிக்கவும் கணக்குப் போடவும் அவசியமான தகவல்கள் எனக்குக் கைநழுவி விட்டன. ஆதார ஞானங்களைக்கூட என் பொறிகளுக்கு அளிக்க முடியாத நிலையில் என் மூளை என்ன செய்ய முடியும்? மூளையால், மூளையை இயங்க வைக்கும் ஒரு சொட்டு எண்ணெயைக்கூட உருவாக்க முடியாது.

நாற்புறமும் மரங்கள் சூழ்ந்ததில், அந்த அம்மண ஸ்தூலிகள் உருவாக்கிய அந்தகாரத்தில், என் சகல அறிவுகளும் பொய்த்து விட்டன. நான் இதுகாறும் கற்றவற்றுக்கும் அறிந்தவற்றுக்கும் ஆராய்ந்தவற்றுக்கும் பகுத்துண்டு வாழ்ந்த அனுபவங்களுக்கும் எந்தப் பொருளும் இல்லாமல் ஆகிவிட்டது. சகல அறிவுகளும் சதி செய்துவிட்டன. நான் மரத்திலிருந்து உடல் சிராய்த்துக் கொள்ளும் அவசரத்தில் இறங்கித் தலை தெறிக்க ஓட ஆரம்பித்தேன். உணர்வின் உன்னதத்தை நோக்கித்தான் இனி என்னால் செல்ல முடியும். அந்த உணர்வு உன்னதம் கொள்ள மறுத்தால், ஊருக்கு அழைத்துச் செல்வதற்குப் பதில் அது என்னை காட்டின் கருப்பப் பைக்குள் அழைத்துச் சென்றால், மரங்களுக்குப் பின் புல்லும் சருகும் கூடிக்கிடக்கும் இடத்தில் இருளின் செறிவில் துஷ்ட மிருகங்களின் வாயில் சென்று நான் விழ நேரலாம். "எப்படி வேண்டுமென்றாலும் முடியட்டும்" என்று நான் கத்திக்கொண்டே ஓடினேன். இனிமேல் என்னால் யோசிக்க முடியாது. யோசித்து யோசித்து என் மூளை நரம்புகள் புண்ணாகி விட்டன. இப்போது எனக்கு வழி தெரியாமல் போனாலும் போகட்டும்; யோசிக்கும் அவஸ்தையிலிருந்து விடுதலை கிடைத்தாலே போதும்.

நான் அழிவை நோக்கித்தான் ஓடிக்கொண்டிருக்கிறேன். கட்டிக் காத்து, பூ வேலைகள் செய்து தங்க ரேக்குகளும் இழைத்த என் வாழ்க்கைத் திட்டங்கள் இன்றோடு அழியப் போகின்றன. என் நட்பையும் சுற்றத்தையும் ஏமாற்றிவிட்டு, ஒரு

எச்சரிக்கைகூட அவர்களுக்குத் தராமல், நான் மரணத்தை நோக்கி ஓடிக்கொண்டிருக்கிறேன். பெரும் அபத்தத்தை நோக்கி ஓடுகிறேன். மரணம்கூடப் பெரிதல்ல. இந்த அபத்தச் சாவுதான் அசிங்கமானது. மரணம் அழகானது. வரும் நிச்சயமும் எப்போது எனத் தெரியாத அழகும் கொண்டது. உண்மையில் மரணத்துடன் இன்முகம் கொள்ள அர்த்த பூர்வமான ஆயத்தங்களைத் தான் நான் உருவாக்கிக்கொண்டுவந்தேன். அந்த ஆயத்தங்களில் அர்த்தம் கூடிவிட்டது என்றால் – அர்த்தம் கூடிவிட்டதான மனநிறைவு எனக்கு ஏற்பட்டுவிட்டதென்றால் – அப்போது மரணம் மரணம் அல்ல; விடைபெறுதல்தான். பணி முடிந்து சகஜீவனுக்கு இடம் தந்து விடைபெறும் இங்கிதம் அது. இப்போது நான் விடைபெற்றுக் கொள்ளப்போவதில்லை. செத்து சவமாகிக் கொடிய மிருகங்கள் கடித்துக் கிழிக்க, இங்கு விழுந்துகிடக்கப் போகிறேன். மரணத்தைக் கொல்ல முற்பட்ட நான் இப்போது சாவால் அழிக்கப்படப் போகிறேன்.

உடலில் தசைநார்கள் தாறுமாறாக இழுத்துக்கொள்ள ஆரம்பித்தன. நான் துவள ஆரம்பித்தேன். கவலையும் குழப்பமும் பயமும் என் சக்தியை உறிஞ்சுகின்றன. கால் குதிரைச் சதைகள் ஓய்வுக்காகக் கெஞ்சின. என் பாதங்களுக்கும் பூமிக்குமான உறவு புகை மூட்டமாகி விட்டது. களைப்புற்ற உடலைத் தாங்கத் தெரியாமல் நான் எந்த நிமிஷத்திலும் சரியலாம். அப்படிச் சரிந்துவிட்டால் மீண்டும் நிலை கொள்வதற்கு அவசியமான சக்தியை என் உடலிலிருந்து திரட்ட முடியாது. என் நடை தள்ளாட்டமாகி விட்டது.

திடுக்கிட்டு நின்றேன். கண் முன் பூமி இரண்டாகப் பிளர்ந்து கிடக்கிறது. ஒரு ராக்ஷஸ மாதுளையைப் பிளந்து வைத்தது போலிருக்கிறது. அந்தப் பிளப்பின் உள் நாக்கும் தொண்டையும் செக்கச் செவேல் என்று சிவந்திருந்தன.

மூர்ச்சை தெளிந்தபோது கண்முன் காட்சிகள் கறுப்புச் சல்லாவால் போர்த்தப்பட்டிருந்தது போல் இருந்தது. வலியைப் பொறுத்துக்கொள்ள முடியவில்லை. குரலெடுத்துக் கத்த ஆரம்பித்தேன். எந்தக் கட்டுப்பாடும் இல்லாமல் அழ ஆரம்பித்தேன். அலங்கோலமாக இந்தக் குழிக்குள் விழுந்து கிடக்கிறேன். உடல் முழுவதும் மிக மோசமான காயங்கள். சட்டையும் நிஜாரும் முற்றாகக் கிழிந்துவிட்டன. தோள்பை எங்கு தெறித்தது என்பதே தெரியவில்லை. கன்னங்களிலிருந்து ரத்தம் வழிந்துகொண்டிருந்தது. கால்களிலும் தொடைகளிலும் தெரிந்த மோசமான சிராய்ப்புகளைப் பார்க்கச் சகிக்கவில்லை. உடல்

பூராவும் செம்மண் அப்பிக்கொண்டிருந்தது. கிழிந்த சட்டையையும் நிஜாரையும் அவிழ்த்து உடல் மண்ணைத் தட்டிக் கொண்டேன். குழியின் ஊடே மண் சுவரைப் பற்றிக்கொண்டே சிறிது தூரம் செல்ல, பிளப்பின் வாய் நெருங்கி பெரிய கற்களின் குவியல் அங்கு தென்பட்டது. அவற்றின் மேல் ஊர்ந்து வெளியே வந்தேன்.

என் கண்கள் என்னை ஏமாற்றிவிட்டன. இப்போது பிளப்பின் வாயகலம் தெரிவதுபோல் அப்போது தெரியாமல் போய்விட்டது. ஓடி வந்து தாண்டி விடலாம் என்று நினைத்தது பைத்தியக்காரத்தனமாகப் போய்விட்டது. உண்மையில் நான் இதற்குள் இறந்து போயிருக்கலாம். இந்த மட்டோடு பிழைத்தது, பெரும் அதிருஷ்டம் என்றுதான் சொல்ல வேண்டும். ஜோடுகள் இல்லாமல் என்னால் அடியெடுத்து வைக்க முடியவில்லை.

அதலபாதாளத்தில் ஆழ்ந்துபோகும்போது எப்போதும் கூடும் அந்தத் தெளிவு, இழப்பதற்கு இனி ஒன்றும் இல்லை என்றாகும்போது மனம் கொள்ளும் விழிப்பு, என்னிடம் கூடுவதை உணர்ந்தேன். இவ்வளவு மோசமான நிலையிலும் காலம் என் கையில் ஒட்டிக் கொண்டிருக்கிறது. கழுத்தில் தொங்கிக்கொண்டிருந்த தொலை நோக்கியை நான் இழந்து விடவில்லை. இதைவிட மோசமான பள்ளங்களை நான் லகுவாகத் தாண்டியிருப்பவன்தான். அப்போதெல்லாம் அந்தப் பள்ளங்களை என்னால் நிதானிக்க முடிந்தது. இப்போது என் கண்களில் புகுந்திருந்த இருள், அந்தப் பள்ளத்தின் வாயகலத்தைக் காட்டுவதுபோல் காட்டி உண்மையில் காட்டாமல் ஏமாற்றிவிட்டது. இப்போது மிகக் கொடுமையான வலியிலும் ஆக இழிவிலும் ஒரு தெளிவு கூடி வருகிறது. மரணத்தை நெருங்கி விட்டேன் என்ற தெளிவுதான் அது. இனி தப்பித்தலுக்கான அவஸ்தை அவசியம் இல்லை. இனி மரணத்தை தவிர்க்க முடியாத இயற்கையாக, கற்பாந்த காலமாய் உறுதிப்படுத்தியிருக்கும் அதன் மகத்தான வருகையை ஏற்றுக்கொண்டுவிடுவது தான் விவேகம். கூரான கற்கள் என் பாதங்களைப் பதம்பார்த்து அக்காயங்களில் ரத்தம் கசிகிறது. ஒவ்வொரு அசைவிலும் மரணவலி. அப்போதும் மரண சாந்நித்தியத்தைக் கருதி நிதானமாகவே போய்க்கொண்டிருந்தேன். அடிச் சுவடுகளின் இடை வெளி மிகக் குறைந்துவிட்டது. மரணத்தின் மெல்லிய மின்சாரம், புணர்ச்சியின் உச்சம் போன்ற அந்த மின்சாரம், நரம்புகளில் பரவுவதுபோல் இருந்தது. ஒரு சந்தோஷ அரற்றல் வாயில் வெளிப்பட ஆரம்பித்தது. சிறிதும் கூச்சமோ வெட்கமோ இன்றி, உள் வருத்தத்தின் பூக்கள் வார்த்தையாக வாயில் மலர்ந்தன. குளிர்ந்த நீர் கிடைத்தால் நாவறட்சியை தீர்த்துக் கொள்ளலாம். தலைசுற்றிக்கொண்டுவர, ஒரு மரத்தில் சாய்ந்தேன். இனி நடப்பது

சாத்தியம் இல்லை. இதுதான் கடைசி இளைப்பாறல். இங்குவந்து முடியும் என்பது இன்று காலைகூட தெரிந்திருக்கவில்லை. இனி கத்துவதோ பேசுவதோ அழுவதோ ஒன்றும் சாத்தியமில்லை. சகல பொறிகளிலும் பேரமைதி கூடுகிறது.

திடீரென்று நாய் குரைக்கும் சத்தம் கனவில் கேட்பதுபோல் தோன்றிற்று. என்னை அறியாமல் மரக்கிளையைப் பற்றிக் கொண்டு எழுந்தேன். கூர்ந்து கவனித்தேன். ஆழக் கிணற்றுக்குள்ளிலிருந்து நாய் குரைப்பதுபோல் கேட்கிறது. உடலில் ஒரு பெரும் ஆவேசம் புகுந்துகொள்ள மரக்கிளையில் பற்றி ஏறினேன். அவ்வளவு நிர்க்கதியான நிலையிலும் எப்படி உச்சி வரையிலும் தொற்றி ஏறினேன் என்பது தெரியவில்லை. நம்பிக்கையின் ஆவிபோல் சக்திவாய்ந்தது எதுவும் இல்லை. சற்று இளைப்பாறினால் மீண்டும் நடந்துபோக முடியும் என்று தோன்றிற்று. ஒரு மரத்தின் மீது ஓய்வெடுத்துக் கொள்ளலாம். இதற்கு முன் பலரும் இது போன்ற இக்கட்டுகளில் மாட்டிக்கொண்டிருக்கிறார்கள். அவர்களுடைய விதவிதமான அனுபவங்களை நான் படித்திருக்கிறேன். அந்த இக்கட்டிலிருந்து அனேகர் வெளியே வந்திருக்கிறார்கள். மிக மோசமான ஆபத்து அருகணையும்போது, ஆபத்தின் கோரத்தில், கூடவே ஒரு புன்னகையும் நெளியும். காடு அந்தகாரத்தின் அடர்த்தி கொண்டிருந்தாலும் ஆபத்துகளின் களி நிலம் என்றாலும், ஊர்களைவிட அவை மோசமானவை என்று சொல்ல முடியாது. அறிய அறிய மிருகங்களும் பறவைகளும் நியதிகளும் ஒழுக்கங்களும் நேர்மையும் கொண்டவையாக மாறும்போது, அறிய அறிய மனிதர்கள் அறிய முடியாத சிக்கல்களைக் கொண்டிருக்கிறார்கள் என்றுதான் படுகிறது. மிருகங்களுக்கு வழிவிட்டு மனிதன் காடுகளிலும் வாழத் தெரிந்துகொள்ளும்போதுகூட, மனிதர்களுக்கு வழிவிட்டு ஊர்களில் எப்படி வாழ்வது என்பது மனிதனுக்குத் தெரியவில்லை. இனி முக்கியமான விஷயம் நான் மூர்ச்சையாகிவிடக்கூடாது என்பதுதான். மூர்ச்சையாகி விட்டால் உயிர் இருக்கும்போதே அபோதம் இறங்கிவிடுகிறது. அப்போது காப்பாற்றிக்கொள்ளவோ, கற்றுக்கொள்ளவோ, கவனங்கள் கொள்ளவோ, யாத்திரையைத் தொடரவோ சாத்தியம் இல்லாமல் போய்விடும். சிராய்ப்புகளில் வழிந்த வியர்வையின் எரிச்சல்கூட என் விழிப்புகளை ஊக்குவித்தது. சகல கஷ்டங்களையும் நான் போஷாக்காக மாற்றிக்கொள்ள ஆரம்பித்தேன். என் உள் மனதில் எரிந்துகொண்டிருக்கும் ஜ்வாலை அணையாமல் இருந்தால் உணவற்ற நிலையிலும் உடல் வலியிலும் ரணங்களிலும் நான் நடந்துகொண்டு தான் இருப்பேன். மீண்டும் நாய்க் குரைப்பு

கேட்டது. நான் வாழ்ந்தாக வேண்டும். நான் என் வாழ்க்கையை யாருக்காகவும் இழக்க முடியாது.

மரத்தின் உச்சியிலிருந்து தொலைநோக்கியால் பார்த்துக் கொண்டே இருந்தேன். செக்கச் சிவந்த சூரியன் அடிவானத்துக்கு வந்துவிட்டது. அவற்றிலிருந்து கிரணங்கள் நேர்க்கோடாய் என்னை நோக்கி வந்துகொண்டிருக்கின்றன. அந்த ஒளியினூடே எனக்கு நகரத் தெம்பிருந்தால் வெகு தொலைவுக்கு அந்தக் கிரணங்கள் என்னை எடுத்துச்செல்லும். காட்டின் புறத்தோற்றம் கட்டுக் குலைந்ததுபோல் இருந்தது. மரங்கள் சகஜம் கொண்டிருந்தன. தொலைநோக்கியின் ஊடே அடிவானத்தின் ஒரு புள்ளியிலிருந்து ஒரு நூலிழை விடாமல் சுற்றிவரப் பார்த்துக்கொண்டே வந்தேன். கோபுரத்தின் உச்சி என்று சந்தேகப்படத் தக்க ஒரு கரும்புள்ளி அடிவானத்தில் தெரிந்தது. ஒளியை ஊடுருவி அங்கு படர்ந்து கொண்டிருந்த புழுதியில், காட்சி தெளிவுபடவில்லை. அந்தத் திசையில் நான் சென்றால் நம்பிக்கைக்குரிய அறிகுறிகள் மேலும் புலப்படும் என்று நிச்சயமாகத் தோன்றிற்று. மெல்லிய மின்சாரம் உடல் முழுவதும் ஒரு ஆவேசம்போல் பரவியது. மீண்டும் விரைந்து நடக்கத் தொடங்கினேன். சீராக நடந்தேன். எனது காயங்களும் எனது சிராய்ப்புகளும் உடல் உபாதைகளும் வலிகளும் என்னை ஹிம்சைப்படுத்தினாலும் என் ஆதார சுருதியைச் சார்ந்தவை அல்ல அவை என்று கற்பனை செய்துகொண்டு அவற்றால் முடங்கிவிட மறந்து விரைந்துகொண்டிருந்தேன். ஒரு சிறு குன்று எதிர்ப்பட்டது. அந்தக் குன்றைத் தாண்டி இறங்கும்போது கோபுரத்தின் கலசமும் அந்தக் கலசத்தின் பின் சில கோடுகளும் தென்படுவது போல் தோன்றின. நாய்க் குரைப்பு சற்று வலுப்பதுபோல் தோன்றிற்று. மிகுந்த ஆவேசத்துடன் ஓடினால் இன்னும் அரை நாழிகை நேரத்தில் நான் ஊர் வாயிலை அடைந்துவிடலாம். அவ்வளவு மோசமான நிலையிலும் பலம் எங்கிருந்துதான் ஊற்றெடுத்து வருகிறது என்பது தெரியவில்லை. வேகமாக ஓடத் தொடங்கினேன். "நான் தோற்க மாட்டேன்" என்று கத்திக்கொண்டே ஓடினேன். சமவெளியிலிருந்து சரிந்த சரிவுக்கு வந்துவிட்டேன் என்று தோன்றிற்று. கற்கள் பதம் பார்த்ததில் அடிப்பாதங்கள் பல இடங்களில் மோசமாகக் கிழிந்து அவற்றில் மண் புதைந்தது. எவற்றையும் பொருட்படுத்தாமல் நான் ஓடிக்கொண்டிருந்தேன். காட்டின் சரிவுகள் தோன்றிவிட்டன. மீண்டும் தொலைநோக்கியால் பார்த்தேன். மங்கி வரும் ஒளியில் இரு கரிய உருவங்கள் தெரிந்தன. பச்சைச்சேலை கட்டியபடி ஒரு பெண் போய்க்கொண்டிருந்தாள். அவள் தலைமீது ஒரு பித்தளைப் பாத்திரம். பளபளவென்று அதில் சூரிய ரச்மிகள் பட்டுத் தெறித்தன. அவள் பின்னால் ஒரு ஆண். அவனுடைய தோள்களில், கழுத்தின் இருபுறமும் கால்களைப் போட்டபடி,

அழைப்பு

அவன் தலையைப் பிடித்துக்கொண்டு, ஒரு குழந்தை சவாரி செய்கிறது. கண்களிலிருந்து தொலைநோக்கியை எடுக்காமல், "ஐயா என்னைக் காப்பாத்துங்க ஐயா" என்று மிகப் பயங்கரமாகக் கத்தினேன். என் சத்தம் அவர்களைச் சென்றடையவில்லை. தொலைநோக்கியை எடுத்தபோது அவர்களை எந்த வட்டத்தில் பார்த்தேன் என்பதைக் கூட என்னால் அனுமானிக்க முடியாதபடி புகை மூட்டமாய் இருந்தது. காட்சிக்குள் விழுந்த வானவெளியின் பரப்பு அவ்வளவு அதிகமாக இருந்தது. ஆனால் அவர்கள் சென்றுகொண்டிருந்த திசை எனக்குத் தெரிந்துவிட்டது. அந்தத் திசையில் சாய்வாகக் கோணமெடுத்து ஓட ஆரம்பித்தேன். நான் ஓடி இறங்குவதற்கும் அந்த இடத்தில் அவர்கள் வந்து சேருவதற்கும் சரியாக இருக்கும் என்று நம்பினேன்.

கொல்லிப்பாவை, 1986

கோலம்

ஜன்னல் என்று அதைச் சொல்ல முடியாது. இரண்டடிக்கு ஒரு அடிச் சவுக்கத்தில் ஒரு காற்றுப்போக்கி அது. சட்டம்கூட இல்லாமல் கம்பிகளைச் சுவரில் குத்தியிருப்பது தரித்திரமாக இருக்கிறது. மேலே கீல்களும் கழி நாட்டித் தூக்கி வைத்துக்கொள்ளும்படி ஒற்றைக் கதவும். கம்பிகளின் ஓரங்கள் துருப்பிடித்து சிலந்திக் கால்கள்போல் எழும்பிக்கொண்டிருக்கின்றன, இலேசாகத் தட்டினால் தெறித்துவிடும்படி. கிழவர் நல்ல உயரம். கண் மட்டத்திற்கும் மேலே இந்தக் காற்றுப்போக்கி தோண்டப்பட்டுவிட்டது சிறு பிராயத்தில் அவருக்கு மூச்சுமுட்டலாக இருந்திருக்கக்கூடும். இந்த எண்பது வருடங்களில் அந்தக் காற்றுப்போக்கியுடன் அவருக்கு அபார இணக்கம் கூடிவிட்டது. ஒவ்வொன்றாகச் சகல பொருட்களும் அவரைவிட்டு ஒழுகிப்போன பின்பும் முன் ஜென்ம ஞாபகங்கள் போல் ஒரு சில அவரிடம் மிஞ்சி விட்டிருந்தன. இளமை நாட்களில் வென்னீர்க் குளிக்கு உதவிய இந்தச் செம்பு அண்டா அதில் ஒன்று. கரி படிந்த பழங்காலத் திடம் கொண்டது. கவிழ்த்துப் போட்டு அதில் நின்று கிழவர் பார்க்க ஆரம்பித்த நாட்களில் தென்னந்தோப்பும் இருக்கவில்லை; மாந்தோப்பும் இருக்கவில்லை. அதற்குப்பின் மூன்று தலை முறைகள் வந்துவிட்டன.

இருள் படிந்த தோப்பின் விளிம்புகளில் ஒன்று இரண்டு என்று பள்ளிப்பிள்ளைகள் முளைக்கத் தொடங்கிவிட்டார்கள். வெள்ளைச் சட்டைகள். காக்கி நிக்கர்கள். பைகளை முதுகிலேந்தி

உச்சந்தலையில் மாட்டிய வார்களுடன் முன் தணிந்து கை துழாவிப் போவார்கள். சிறிது ஜாக்கிரதையாக இருக்க வேண்டிய நேரம் கிழவருக்கு இது. அவருடைய விசித்திரமான முகத்தைப் பார்த்து யாரேனும் ஒரு பையன் கத்த ஆரம்பித்துவிட்டால் கணப்பொழுதில் பல பையன்கள் சேர்ந்து கொண்டுவிடுவார்கள். கேலிப் பேச்சுக்களிலும் சில சமயம் வெடிக்கும் கெட்ட வார்த்தைகளிலும் என்ன கற்பனை வளம்! அப்போது காய்ந்த இளவங்காயில் எண்ணெய் தேய்த்தது போன்ற தலையைத் தாழ்த்தி அண்டாவில் உட்கார்ந்து கொண்டுவிட வேண்டும். அவர் முன்னால் மண் தரையில் சிறு கற்கள் வந்து விழும். கட்டிதட்டிய மண் உருண்டைகளும் காய்ந்த சாணிப் பொருக்குகளும் வந்துவிழும். அன்று சிறுவனாக நிக்கரைத் தூக்கிக் காட்டியவன் இப்போது சீட்டில் பிருஷ்டம் பிதுங்க வழுக்கைத் தலையுடன் தோப்பின் ஒற்றையடிப் பாதையில் மெது அசைவுச் சைக்கிள் போட்டிக்காரன் மாதிரி நகர்ந்துகொண்டிருக்கிறான். அவனுக்கு மறந்துபோயிருக்கலாம். அவன் அன்று காட்டிய கரிய மொக்கின் அழகு இப்போதுகூட கிழவருக்குத் துல்லியமாக நினைவிருக்கிறது.

காலை ரயில் போய்விட்டது. அவுட்டரிலேயே பையன்கள் தொற்றிக் கொண்டுவிட்டார்கள். விடிந்ததும் குதிர்க்க ஆரம்பித்துக் கணந்தோறும் பரவும் பரபரப்பையும் அந்தக் காலை ரயில் ஏற்றிக்கொண்டு போய்விடும். இனி இயற்கையின் முற்பகல் தூக்கம்தான். கரிச்சானும் மைனாவும் தோப்புக்குள் அம்மணக் கொட்டமடிக்க ஆரம்பித்துவிடும். குடிசைப் பகுதிகளிலிருந்து எழும் ஐஸ் பெட்டிகளின் 'டப் டப்' என்ற சத்தம் தோப்புக்குள் ஊடுருவி வரும். ஆனால் அது நிசப்தத்தை அளக்க மட்டுமே வரும் குறுக்கீடு போலதான் இருக்கும். வெளிச்சம் வெயிலாக உக்கிரம் பெறுவதை மனஸ்பரிசம் கொண்டபடி லயித்துப் போய் இருப்பார் கிழவர். வெகு தொலைவில் ஆகாசமும் அதன் கீழ் விளிம்புகளில் மலைத் தொடர்களும் நோயுற்ற ரயில்களின் நீண்ட கிடங்கும் தெரியும். கிடங்கின் தகரக்கூரையை வெளிச்சத்தை எரித்து சூரியன் தாக்கிக்கொண்டிருக்கிறது. எப்படியும் சூரியனின் கிரணங்கள் ரயிலடி தாண்டித்தான் வரவேண்டும். ஜங்ஷன் தாண்டி, ரயில்வே குடியிருப்புகள் தாண்டி, வயல்கள் தாண்டி வர வேண்டும். அதன் பின் பல மேடு பள்ளங்கள், ஏக்கரா ஏக்கராவாக வெட்ட வெளிக் கழிப்பிடங்கள். மலக்காடுகளின் பிரளயம். சூரியனே அசுத்தப்பட்டுப்போகும். வாய்க்கால் தாண்டிவிட்டால் ஏதோ கொஞ்சம் ஒழுங்கும் நியதியும் கூடிவருவதுபோல் இருக்கும். அதன்பின் மாந்தோப்புக்கள். தென்னந்தோப்பைப் பார்க்க வளைந்தோடும் செம்மண் பாதை, கட்டி தட்டிப்போன மேடு

பள்ளங்களுடன். மாந்தோப்புக்கு மேற்கே பாதை ஓரங்களில் பொதுக் கழிப்பிடங்கள். அதன்பின் குடிசைகளின் ஆரம்பம். காய்கறித் தோட்டங்கள். அந்தப் பாதை நேராகப் போய்ப் பள்ளத்தில் வழிந்து தண்டவாளத்தில் முட்டுகிறது. அல்லது அதற்குமுன் இடது பக்கச் சந்தில் திரும்பினால் குடியிருப்புகளின் நெரிசலின் ஊடே கனகமூலம் சந்தையின் விளிம்புக்குப் போய்ச் சேரலாம்.

முகம் பார்க்கும் கண்ணாடியின் மூலையைத் தட்டியது போல் ஒரு வெளிச்சத்துண்டு காற்றுப்போக்கி வழியாக சாணி மெழுகிய தரையில் வந்து விழும். வெறும் மங்கல் கண்ணாடியாக விழுந்து விரைவில் ரசம் ஏற்றிக்கொள்வதில் விளிம்புகள் துல்லியப்படும்போது பதினோரு மணி ரயில் புறப்பட்டுப் போகும். இடது கை அண்டாவின் மேலிருக்க கால் நீட்டிச் சுவரில் சாய்ந்தபடி கண்ணாடித்துண்டின் நகரலைக் கவனிக்க ஆரம்பிப்பார் கிழவர். இயற்கையின் மிகச்சிறிய வித்தையில்கூட அழகின் புதிர் எப்படிக் கூடிவிடுகிறது! இன்னும் சிறிது நேரத்தில் அது மடிந்து படியிறங்க ஆரம்பித்துவிடும்.

அந்த நொண்டிக் காகம் தோப்புக்கு வந்துவிட்டது. கிழவரின் கணக்குப்படி அன்று கொஞ்சம் பிந்தித்தான் வந்தது. வழியில் ஏதாவது தடங்கல் இருந்ததோ என்னவோ. துண்டு வெளிச்சம் நாலு கட்டின் முதல் படியில் இருக்கும்போதே அது வந்துவிடும். அதே மாமரத்தில் அதே கிளையில் வந்து உட்காரும். வலது காலில் அதற்கு ஒரு இழுப்பு. தப்பித்ததே மறுபிழைப்பு என்று சொல்லும்படி மோசமான விபத்தில் சிக்கிக்கொண்டதில் இடுப்பு ஒடிந்து போய்விட்டது. இல்லையென்றால் அதன் வால் இப்படிக் கோண வேண்டியதில்லை. அதன்பின் மற்ற காகங்கள் அதைச் சேர்த்துக்கொள்வதில்லை. அல்லது இது சேர்ந்து கொள்ளவில்லையோ என்னவோ. தனிமையைப் பரம சந்தோஷத்துடன் அளைய ஆரம்பித்துவிட்டது. சிறகுகள் இருக்கும் போது அதற்கு என்ன குறை? அலகும் வலு. எக்கி எச்சம் விடுவதைக் கவனித்தால் ஜீரண உறுப்புகளின் சுக இயக்கம் தெரியும். அதன் பின் என்ன?

அந்த இட்லிக் கடையை நம்பித்தான் அது உயிர் வாழ்ந்து கொண்டிருக்கிறது. கடையின் கொல்லையில் அந்த ராட்சசப் பலா மரத்தடியில் சிமிண்டுத் தொட்டி. மாம்பலகையில் ஏறி நின்றுகொண்டு கை கழுவிக்கொள்ள வேண்டும். தாழ்ந்த ஓட்டுக் கூரையில் அடி வழியாகக் குனிந்து வரும் முண்டாசுத் தலைகள் மேலே உயர்ந்தபடி இருக்கும். சென்ற நூற்றாண்டைச் சேர்ந்த முண்டாசுகள், எச்சில் கைகளுடன் சாவகாசமாகப் புறவெளியை ஆராயத் தொடங்கும். வெகுநேரம் ஆராயும். மாந்தோப்பின்

காய்ப்பைத் துழாவும். வெகுநேரம் துழாவும். பலா மரத்தை அண்ணாந்து பார்க்கும். பலா மரத்தின் ராட்சச உடலைத் தடவிக் கொடுக்கும். முண்டாசுகள் வெளிப்படாமல் போகும் இடைவெளி ஒன்று வரும். அந்த இடை வெளி நீடிக்கும் என்று தோன்றும்போது கிழவர் காகத்திடம், "சரி. இனி நீ போகலாமே" என்பார். காகம் நேராகக் காய்ந்த முட்களை குத்திக்கொண்டிருக்கும் மண் சுவர்களுக்கு மேலாகப் பறந்து மாம்பலகையின் ஈரத்தில் போய் இறங்கும். முண்டாசுத் தலைகளிடம் ஒன்றும் அதற்குப் பயம் கிடையாது. விலகி இருப்பது ஒரு நாகரிகம் கருதித்தான். மேலும் அது ஒரு பெண் ஜென்மமாக இருக்கக்கூடும் என்பது கிழவரின் அனுமானம்.

சமையல், சாப்பாடு என்றெல்லாம் சொல்வதற்கு ஒன்றும் இல்லை. ஒரு சிறு வெள்ளரித் துண்டு இருந்தது. அதைத் தொலி சீவி நறுக்கி வைத்தாயிற்று. இரண்டு பிடி அரிசி இருந்தது. அதில் கஞ்சி. இந்த வேலைகள் விடியற்காலை நான்கு மணிக்கு முன்னே முடிந்துவிட்டன. பின் அவர்கள் இருவரும் நாலுகட்டிற்குள் இறங்கிச் சுத்தம் செய்ய ஆரம்பித்தார்கள். ஓட்டு குத்துவிளக்கு கைப்பிடிச்சுவரில் இருந்தது. எல்லா இடங்களுமே வெகு சுத்தமாக இருந்தன. சுத்தத்தையே சுத்தம் செய்வதில் என்ன வெறி! பித்தளை லோட்டாவால் கிழவி தண்ணீரைப் பளிச் பளிச்சென்று சிக்கனமாக விசிறினாள். கையால்தான் தேய்க்க வேண்டியிருந்தது. துணி தரித்திரம் வதைத்துக் கொண்டிருந்தது. வலது காலைக் கிழவர் வாகாக படிமேல் தூக்கி வைத்துக்கொண்டிருந்தார். பாதத்தின் மேல் ஒரு சிலந்திப் புண். காலங்காலமாக ஆறாமல் இருக்கும் புண். அதன் துணிக் கட்டு நனைந்து விடக்கூடாது! குத்துவிளக்கின் வெளிச்சம் சீராக விழாமல் காற்றில் பதறித் துடித்துக் கொண்டிருந்தது. ஒரு கட்டில் அளவுதான் முற்றம். அதை மாறி மாறி எவ்வளவு நேரம்தான் சுத்தம் செய்ய முடியும்? இரு பக்கமாக சுத்தம் செய்துகொண்டு வந்ததில் இடம் முடிந்து இருவர் கைகளும் மடைக்கு வந்துவிட்டன. சாகித்யத்தில் நிரவலுக்கான இடம் மாதிரி அந்த மடைவாய். சுத்தம் செய்ய சின்ன அழுக்குத் தோதுகள் அங்கு கிடைக்கும். அவசரமாக அதை இருவரும் பங்கிட்டுக் கொள்வார்கள். வழக்கம் போல் எல்லா பந்தாக்களும் நடந்தன. ஆனால் அன்றுதான் கவனிக்கக் கிடைத்தது. மடைவாயிலில் கிழவரின் புறங்கையில் ஒரு குளிர்காற்று வாயால் ஊதியதுபோல் வந்து அடிக்கிறது. என்ன இதம்! இது வரையிலும் கவனிக்கவே இல்லையே. வெட்கமாகப் போய்விட்டது. அந்தக் காற்றின் ஸ்பரிசத்தை விதவிதமாக அனுபவித்தார் கிழவர். கிழவியின் கையை இழுத்துப் பிடித்துக்

கண்களால் அந்த ஆச்சரியத்தை அவளுக்கு உணர்த்த முயன்றார். எழுபது வருடங்களாக அவருடன் முயங்கும் ஜென்மம் ஆயிற்றே. அவளுக்குத் தெரியாதா அவருடைய பாஷை. அவள் கண்கள் பிரகாசம் அடைந்தன. கிழவர் கிழவியை அணைத்துக்கொண்டார். தன் கழுத்தோடு அவள் முகத்தை இறுக்கிக்கொண்டார். அதன் பின் மடி மீது அவளைச் சாய்த்துக்கொண்டார். கிழவருக்கு கௌபீனமும் கிழவிக்கு இடுப்பில் ஒரு சிறு துண்டும் தான் இருந்தன. கால் புண்ணுக்கே துணி இல்லை. உடம்புக்கு ஏது? குத்துவிளக்கின் பிரகாசம் கிழவியின் முகத்தை மிகக் கோரமாகக் காட்டிக்கொண்டிருந்தது. காகிதத்தை அனலில் நன்றாக வாட்டி முகம் நெடுக ஒட்டியது மாதிரி. அங்கங்கே அசட்டுச் சிவப்பு நிறச் சதையை இழுத்துத் தைத்ததுபோல் இருந்தது. நாடியின் நுனியிலிருந்து குரல்வளைக்கு நரம்பும் தோலுமாக ஒரு இழுத்துக் கட்டல். பாவம், ஐம்பது வருடங்களுக்கு மேலாக இந்த முகத்தை மறைத்துக்கொண்டிருக்க வேண்டியிருக்கிறது. அப்படியிருந்தும் அதன் கோரம் பலரையும் எட்டிவிட்டது. பள்ளிச் சிறுவர்களுக்குக் கூடத் தெரிந்துவிட்டது. அவர்களுடைய கேலிப் பேச்சில் அந்த கோரத்தின் வர்ணனை தப்பாமல் இடம் பெறும். கிழவரும் கிழவியும் நாலு கட்டின் சுவரிலேயே சாய்ந்துகொண்டிருந்தார்கள். இன்னும் விடிய வெகுநேரம் இருக்கிறது.

சூரியோதயம் காற்றுப்போக்கியில் தெரியும் நாட்கள் முடிந்து விட்டன. அது நோயுற்ற ரயில் கிடங்குக்குத் தெற்கே நகர்ந்து விட்டது. இப்போது வெளிச்சம் பரவுவதைத்தான் பார்க்க முடிகிறது. நாலு கட்டுக் கைப்பிடிச்சுவரில் காயப்போட்டிருந்த கௌபீனத்தையும் இடுப்புத் துண்டையும் புறங்கையால் தொட்டுப் பார்த்தார் கிழவர். முக்கால் காய்வில் ஈரப்பசையோடு உடுத்திக்கொள்வது அவருக்குப் பிடிக்கும். தென்றலின் கொஞ்சல்கள் முடிந்து காற்றின் ஆவேசம் ஆரம்பமாகிவிட்ட நாட்கள். அம்மணமாக ஒரு பெண் குழந்தை நாலு கட்டைச் சுற்றி ஓடுவதுபோல் காற்று வீசிக்கொண்டிருந்தது. அதற்குத் துணை போகும் ஏற்பாடுகள் ஒன்றும் அங்கு இல்லை. இருந்தும் காற்றின் ஆவேசம் சதா. தோப்புக்கும் கூரைக்குமான இடை வெளியில் இரு கரை பிடுங்கி ஓடும் ஆறுபோல் ஒளி வெள்ளம் பாய ஆரம்பித்துவிட்டது. உக்கிரமான ஒளி வெள்ளம். அன்று எப்படியும் அவர்கள் வெளியே போய் ஆக வேண்டும். இயற்கையின் சகல உன்னதங்களும் கூடித் திரண்டது போன்ற அந்தச் சிறுமியை அதற்கு மேலும் அவர்களால் பார்க்காமல் இருக்க முடியாது. ஆசை மனதின் சுவரை முட்டி மோதிய வண்ணம் இருக்கிறது.

கிழவி தன் சாய்ப்பில் நின்று அவளுடைய கிழிந்த வெள்ளைச் சேலையை, அதன் கிழிசல்களைப் பிரித்துப் பிரித்து வெயிலுக்குக் காட்டிக்கொண்டிருந்தாள். சிலந்திப்புண் கட்டுக்கான துணி நொடியில் காய்ந்துவிட்டது. கௌபீனமும் காய்ந்துவிட்டது. இடுப்புத் துண்டு இன்னும் அவருடைய பதத்துக்கு வரவில்லை. சூரியனின் மனோபாவங்கள் அன்று எப்படியோ? காற்று எப்படியோ? இயற்கையின் பெரும் வீச்சுக்கள் பரஸ்பரம் எப்படி அன்று உறவு கொள்ளப் போகின்றன என்பதும் தெரியவில்லை. வெளிப்படையான நாளா? மூடி மறைவான நாளா? நிதானிக்க முடிந்துவிட்டால் அதைச் சார்ந்த பல குணங்களையும் கிழவரால் அனுமானித்துக் கொண்டு போக முடியும். புன்னகை, சலசலப்பு, வருத்தம் தோய்ந்த தலை குனிவு. கண்ணில் துளிர்க்கும் நீரை இடது கைச் சிறு விரலால் சுண்டும் ஒரு பெண்ணின் வருத்தம் எல்லவாற்றையும் இயற்கையின் முகத்தில் பார்த்திருக்கிறார். அன்று ஒரு வருத்தம் தோய்ந்த நாள் என்று தான் தோன்றிற்று. வெறுந்தரையில் கவிழ்ந்து கிடந்து தன் வைதவ்யத்தில் வேகும் பெண்ணின் புலம்பலைப் போன்ற ஒரு நாள்.

பளீரென்று மூக்கையும் சேர்த்து முகத்தில் அந்த அடி விழுந்தது. வழக்கமானதுதான் என்றாலும் அன்று கிழவர் எதிர்பார்க்க வில்லை. அதற்கு முன் தினம் விழுந்திருந்தால் இரண்டொரு நாட்கள் ஆசுவாசம் கிடைக்கும் என்ற நப்பாசை இருந்தது. அன்று அவருடைய ஈனஸ்வரமே வேறு மாதிரி இருந்தது. அடி மிகக் கடுமை என்பது கிழவிக்குத் தெரிந்துவிட்டது. கை முட்டைக் கால் முட்டில் குத்தி விரல்களால் நெற்றியை ஏந்தியபடி கிழவர் அண்டாவின்மேல் சுருண்டுவிட்டார். மூக்கிலிருந்து ஒரு சொட்டு ரத்தம் உதடு வழியாகத் தரையில் சொட்டிற்று. கிழவி "அடடா" என்றாள். கௌபீனத்தின் கீழ் விளிம்பைக் கிழித்துக்கொண்டு வந்தாள். மூக்கைத் துடைத்தாள். உதட்டையும் பற்களையும் மாறி மாறித் துடைத்தாள். தரையில் அமர்ந்து கிழவரை இழுத்து தன் மடிமீது சாய்த்துக்கொண்டாள்.

"ஆண்டவரே, இந்தக் கொடுமைக்கு முடிவில்லையா?" என்று வாய்விட்டு அங்கலாய்த்தாள் கிழவி.

அவருடைய கண்கள் மூடி இருந்தன. அடக்க முடியாத விசும்பல் அவர் நெஞ்சை அடைத்தது. கண்ணுக்குத் தெரியாத அந்தக் கைகளின் உக்கிரம் கூடிக்கொண்டே வருகிறது. இனி கிழவரால் மௌனமாகப் பொறுத்துக்கொள்ள முடியாது. காலங்காலமாக அவர் பொறுத்துக்கொண்டு வந்திருக்கிறார்.

கிழவரின் கைகள் கிழவியின் முதுகைத் தடவின. சவுரி போன்ற அவளுடைய தலை மயிரைத் தடவின. கிழவர் தேம்ப

ஆரம்பித்துவிட்டார். பாறாங்கல்போல் இருந்த அவருடைய முகத்தில் கண்கள் நிறைந்து வழிந்தன.

அதற்கு மேல் கிழவியாலும் தாங்க முடியவில்லை. வாய்விட்டு அரற்ற ஆரம்பித்துவிட்டாள்.

வாசல் கதவைச் சாத்தினார் கிழவர். கிழவி சிறு பூட்டால் பூட்டினாள். கைப்பைக்குள் சாவியைப் போடும்போது பையை முகத்தருகே தூக்கி சாமான்கள் சரியாக இருக்கிறதா என்று பார்த்தார். உர மூடையின் ஒரு துண்டை வெட்டித் தைத்த பை அது. அசட்டு வெண்மை. அசட்டுப் பளபளப்பு. அவ்வளவு கிழிசலான சேலையைக் கிழவி பொத்தல் தெரியாமல் கட்டிக் கொண்டுவிட்டது பெரிய வித்தைதான். ஐம்பது அறுபது வருடத் தேர்ச்சி. இப்போது இந்த ஒன்றுதான் மிஞ்சி இருக்கிறது. உள்ளாடை என்பது ஒரு துண்டத்தைத் தார்பாய்ச்சிக் கட்டிக்கொள்வதுதான். சேலையின் ரோஸ் பார்டர் சாயம் போனதில் அது ஒரு மோஸ்தர் கலர் மாதிரி ஆகிவிட்டது. சேலைக்கு நீளம் பற்றாததால் முந்தானை வரவில்லை. முன் பக்கம் விழாதபடி இடது தோள்பட்டையில் ஒரு பெரிய ஊக்குப் போட்டுக் குத்தியிருந்தாள். தோலுறை போட்டுக்கொண்டிருந்ததில் கண்களும் நாசித்துவாரமும் வாயும் மட்டுமே வெளியே தெரிந்தன. காலப் பழக்கத்தால் அந்த உறையின் விளிம்புகள் கிழிந்து எண்ணெய்ப் பிசுக்கு ஒட்டிக்கொண்டிருந்தது. சுத்தம் செய்தால் பிய்ந்து கையோடு வந்துவிடும். தோலுறைக்கு மேல் அழகான பச்சைத் துணியைச் சுற்றிக்கொண்டிருந்தாள். ஏதோ ஒன்றிரண்டு சின்ன கிழிசல்கள்தான். இன்னும் வெகு நாளைக்கு வரும்.

தென்னந்தோப்பின் ஒற்றையடிப் பாதை வழியாகப் போனார்கள் அவர்கள். மூன்று வித்தியாசமான ஒற்றையடிப் பாதைகள் இணைந்தும் வேறுபட்டும் போய்க்கொண்டிருந்தன. விடுமுறை நாட்களில் ஒற்றையடிப் பாதைகள் புல் முளைப்பில் சோபை இழந்து பள்ளிக்கூடங்கள் திறந்ததும் மீண்டும் துலங்கத் தொடங்கும். கிழவி குள்ளம். அதிலும், கிழவர் பின்னால் போகும்போது ரொம்பக் குள்ளமாகி அவருடைய மார்புக்கூண்டுக்குத்தான் வந்தாள். வற்றிப்போன அவர் உடம்பின் ஏணிக்கால் அசைவை, அவருடைய முதுகுச் சுருக்கங்களில் கண்வைத்தபடி எவ்வளவு காலமாக அவள் நடந்து செல்கிறாள்! எவ்வளவு தூரம் நடந்து சென்றாயிற்று! அவரைப் பின்தொடர்ந்து செல்வது அவளுக்கு இன்னும் அலுக்கவில்லை.

வாய்க்காலில் தண்ணீர் ஓடிக்கொண்டிருந்தது. ஸ்படிகத் தெளிவு. அடியில் அரிசியையும் உளுந்தையும் வாரி வீசியது போல்

பொடி மணல். பளபளக்கும் கறுப்புக் கற்கள். கூழாங் கற்கள். வெயில் தண்ணீருக்குள் பளிச்சென்று விழுந்துகொண்டிருந்தது. கண்ணுக்குப் புலப்படாத ஏதோ ஒன்று உதிர்வதில் தண்ணீர் அவ்வப்போது சிலிர்ப்புக் கொள்கிறது. கிழவரின் கண்கள் காட்சியின் முழு விரிவையும் நுட்பமாகப் பருகின. காலமும் உடலும் கழன்றுபோகவைக்கும் கற்பனைகள் அவருக்குள் மண்டத் தொடங்கிவிட்டன. அவருக்கு நினைவு தெரிந்து எவ்வளவோ வருஷங்களாகப் பார்த்துக்கொண்டிருக்கும் இடங்கள். ஆனால் அவற்றின் முக விலாசமோ கணத்துக்குக் கணம் மாறிக்கொண்டே வருகிறது. கடைசிப் பதிவை மனதில் அழித்துப் புதுப் பதிவுகள் கொள்ளும் இந்த மாற்றங்களின் நாடகத்தில் இன்று வரையிலும் ஒரு கணம்கூட அவருக்கு அலுக்கவில்லை. ஊடுருவிப் பரவும் பழுப்பின் திட்பம் கள்ளிச் செடிக்கு நேற்றுப் போல் இன்று இல்லை. ஒளியின் ஒப்பனைகள் கணத்துக்கு கணம் மாறிவிடுகின்றன. வாய்க்காலின் மட்டத்தை அளக்கும் அவருடைய ரகசிய அடையாளங்கள் நீருக்குள் அமிழ்ந்துவிட்டன.

இருவரும் கைகோர்த்தபடி வாய்க்காலுக்குள் இறங்கினார்கள். அது ஒரு மோசமான சரிவு. ஆனால் ஒருவரையொருவர் பிடித்துக் கொள்ளும்போது சரிவின் துஷ்டத்தனம் குறைந்துவிடுகிறது. கிழவர் இரு கைகளாலும் நீரை முகத்தில் அள்ளி விட்டுக் கொண்டார். ஆசை தீர்ந்து அந்தக் காரியத்தை அவருக்கு நிறுத்த முடியாது. தோள் பட்டை கடுக்கும்போது நிறுத்திக்கொள்ள வேண்டும். ஈரக் கைகளால் வெற்றுடம்பைத் துடைத்துக்கொண்டார். முதுகில் நீரைத் தெளித்துக்கொண்டார். சுற்றுமுற்றும் மனித இயக்கம் என்பதே இல்லை. கிழவியின் கண்களை அர்த்தத்தோடு பார்த்தார். கிழவியும் சுற்று முற்றும் பார்த்துவிட்டு தோலுறையை மேலே தூக்கினாள். கிழவர் அதை வாங்கிப் பையில் வைத்துக்கொண்டார். கிழவிக்கு நிம்மதி இல்லை. அந்த உறை கழற்றப்பட்டுவிட்டால் பின் அவளுக்குப் பதட்டம் தான். கிழக்கு வெயில் கிழவியின் முகத்தில் பளிச்சென்று அடிக்கிறது. என்ன கொடுமை! எந்தக் காலத்திலோ ஏற்பட்ட தீக்காயம். நேற்றுதான் ஆஸ்பத்திரியிலிருந்து வெளிவந்ததுபோல் இருக்கிறது. வாயைக் கொப்பளித்துவிட்டு தலை உறையைக் கவிழ்த்துக்கொண்டு பச்சைத் துணியையும் சுற்றிக்கொண்டாள்.

வாய்க்காலின் மறுபக்கம் வந்துவிட்டார்கள். இங்கு திடீரென்று காட்சிப் பரப்பு ஒரு ஜால வித்தைபோல் விரிகிறது. உடலை அணைத்துக் கொஞ்சும் காற்று. தலை அசைக்க புல்லுக்கு உயரம் கூடவில்லை என்றாலும் இளம் பச்சை உதிர்த்துக் கனத்துக்கொண்டிருக்கிறது. பனித் துளிகளுக்குப் போதுமான

சௌகரியம் கிடைத்துவிட்டது. புல் உரச, பனித் துளிகள் பாதங்களில் சில்லிட அவற்றின் மீது நடந்துபோகும் சுகத்தைக் கற்பனை செய்துகொண்டிருந்தார். வெகு தொலைவில் மாடுகளும் எருமைகளும் மேய்ந்துகொண்டிருந்தன. அவற்றின் முகச்சாடைகள் அவருக்கு அத்துப்படி. எல்லாம் அன்று ஆஜராகி இருக்கின்றனவா என்று ஆராய்ந்தார். எல்லாம் அவசரச் சுறுசுறுப்புடன் மேய்ந்து கொண்டிருந்தன. வெயிலினூடே ஒரு குளிர்ச்சியும் இருந்தது. மேய்ச்சல் மாடுகளுக்குப் பூச்சிகளின் தொல்லையில்லாத காலம். இப்போது அவை வால்களை மோஸ்தருக்குத்தான் அசைத்துக் கொண்டிருந்தன. உடல்களைப் பிரித்து, வழக்கம்போல் வால்களின் அசைவுகளை மட்டும் பார்க்க ஆரம்பித்தார். அது குழந்தைகளின் கூட்டு நடனம் போலிருக்கும். ஒன்றிலிருந்து மற்றொன்று மௌன சமிக்ஞை பெற்று ஆடும் நடனம்போல். கிழவர் கிழவியின் கண்களைப் பார்த்தார். அவளும் அப்போது அந்தக் கற்பனையைப் பிடித்து விட்டிருந்தாள். அவர் இதைப் பற்றிச் சொல்லியிருந்தது அவளுக்கு இப்போது நினைவுக்கு வந்துவிட்டது. தோலுறையின் விளிம்பில் கிழவியின் உதடுகள் நெளிந்தன. அவ்வளவு புன்னகை தான் அவளுக்குச் சாத்தியம். இருவரும் ஒரே அலையில் இணைந்தது கிழவருக்குப் பெரும் ஆனந்தத்தைத் தந்தது. பள்ளித் தோழனை அணைத்துக்கொள்வது போல் அவளை அணைத்துக்கொண்டார்.

மாந்தோப்புகள் வர ஆரம்பித்துவிட்டன. முன்னெல்லாம் தோப்பு வழியாகப் போகமுடியும். அது ஒரு அற்புத அனுபவம். தாழ்ந்து தொங்கும் காய்கள் தலையில் இடிக்கும். அபாரக் காய்ப்பு. சல்லிக் கிளைகள் பாரம் தாங்காமல் தாழ்ந்து கிடக்கும். சிவந்த காம்புகளில் மா பூசிக்கொண்டு ஒன்றையொன்று இடித்த படி தொங்கும் கொத்துகள். இப்போது மண் சுவர் வைத்து வளைத்து விட்டார்கள். சுற்றித்தான் போக வேண்டும். ஆனால் இப்போதும் பேய்க் காற்றில் மரங்கள் போடும் ஆட்டங்களையும் காய்களின் துள்ளல்களையும் பார்த்துக்கொண்டு போக முடிகிறது. ஒற்றையடிப் பாதை முடியும்போது பொதுக் கழிப்பிடங்கள் ஆரம்பமாகின்றன. அங்கிருந்து வெகுதூரம் படபடவென்று போய்விட வேண்டும். காற்று மலத்தையே ஏந்தி மூக்கின் மீது வாரித் தட்டுவதுபோல் இருக்கும். அதன்பின் வரிசையாகக் குடிசைகள். குழந்தைகள் எல்லோரும் ஸ்கூலுக்குப் போய்விட்டார்கள். இல்லையென்றால் இதற்குள் அவர்கள் இருவரையும் சூழ்ந்துகொண்டு கத்த ஆரம்பித்து விடுவார்கள். அவுட்டரில் ரயில் போன பின்பு கிளம்பினால் அதிகத் தொந்தரவு இல்லை. அதே மாதிரி மாலையில் பள்ளிக்கூடம் விடும் நேரத்தில் மேம்பாலத்தில் இருந்தாலும் சொல்லும்படி தொந்தரவு இல்லை.

குடிசைகளில் வியாபாரம் ஒரு தினுசாகச் சூடுபிடித்துக் கொண்டிருந்தது. கஞ்சாவும் அபினும் கைமாறிக்கொண் டிருக்கின்றன. அந்த அழகான குடிசை வந்துவிட்டது. என்ன சுத்தம். பக்கவாட்டில் இளஞ்செடிகள் விற்பனைத் தோட்டம். ஒரு பருமனான ஸ்திரீ ரோஜாப் பதியன்களைப் பொறுக்கி வைத்துக்கொண்டிருக்கிறார். அவர் யாரென்று கிழவருக்குத் தெரியும். கிழவரும் கிழவியும், வேலியோரத்தில் நின்றார்கள். அவர் வேலை செய்யும் பள்ளியும், அமர்ந்திருக்கும் அறையும், ஜன்னல் வழித் தெரியும் அந்தக் கை வைத்த நாற்காலியும், நாற்காலியின் முதுகில் பள்ளியின் பெயரின் முதலெழுத்துக்கள் ஆங்கிலத்தில் வெள்ளைச் சாயத்தில் எழுதப்பட்டிருப்பதும் தெரியும். அந்தச் சிறுபெண் மிகுந்த பக்தி சிரத்தையுடன் பதியன்களை எடுத்துத் தன் தலைமையாசிரியைக்குக் கொடுத்துக் கொண்டிருந்தாள். அந்தப் பெண்ணின் அம்மாவும் தலைமையாசிரியையின் மனம் குளிரும்படி முகத்தில் மறையாத சிரிப்போடு பவ்வியமும் குழைதலுமாக நெகிழ்ந்துகொண்டிருந்தாள். பெண் அம்மாவின் முகத்தையும் தலைமையாசிரியையின் முகத்தையும் மாறி மாறிப் பார்த்துக்கொண்டே இருந்தது. அதை அவள் அம்மா உணர உணர அவளுக்குப் பதட்டம் கூடிக்கொண்டே வந்தது. தலைமையாசிரியையைத் திருப்திப்படுத்துவதில் அம்மாவின் பங்கு அவளுக்குப் பிடிக்கவேயில்லை. “விலையே வேண்டாமுங்க” என்றாள் அம்மா. “அப்படிச் சொல்வது சரியில்லை” என்றார் தலைமையாசிரியை சிறிது கண்டிப்புடன். “உங்க விருப்பம் போல் தாங்க” என்றுதான் அம்மா சொல்லியிருக்க வேண்டும் என்று அந்தப் பெண் நினைத்தாள். மொத்தத்தில் ஒன்றும் சரியாக வரவில்லை. தலைமையாசிரியையும் அவளுடனிருந்த குழந்தைகளும் ஆளுக்கொரு பதியன்களைத் தூக்கிக்கொண்டு விரைந்தார்கள். கொழுத்த வாத்து ஒன்று தன் குஞ்சுகளுடன் போவது மாதிரி இருந்தது. பதியன்களை வாங்கி முடிக்க அவர் நினைத்திருந்ததைவிட அதிக நேரமாகிவிட்டது.

முதல் மணி அடித்துவிட்டது. குழந்தைகள் பார்க்க அந்த நேரத்தில் தெருவில் நடந்து போவது தலைமையாசிரியைக்குச் சங்கடமானது தான். தலைமையாசிரியையின் தலை மறைந்ததும் அம்மாவுக்கும் பெண்ணுக்கும் தோட்டத்தில் சண்டை மூண்டது. இது கிழவர் எதிர்பார்த்ததுதான். மிக மோசமான சண்டை. இவ்வளவு நல்லபடியாக நடந்துகொண்ட பின்பும் தன் மீது குற்றம் காணத் தன் பெண்ணால் எப்படி முடிகிறது என்பதை அம்மாவால் புரிந்துகொள்ளவே முடியவில்லை. இரண்டாவது மணியும் அடித்துவிட்டது. அந்தப்பெண் அவர்கள் விட்டுப் போயிருந்த ஒரே ஒரு பதியனை எடுத்துக் கொண்டு பாவாடை விளிம்பால் கண்ணீரைத் துடைத்தபடி ஓடிற்று. பள்ளிக்கூடத்தை

தலைமையாசிரியை போய் எட்டுவதற்கு முன்னால் அந்தப்பெண் அவர்களுடன் இணைந்து கொண்டுவிட வேண்டுமே என்றிருந்தது கிழவருக்கு. அது சாத்தியமா? சாத்தியமென்றால் எந்த இடத்தில் அவள் அவர்களுடன் இணைந்துகொள்வாள்? அந்தக் குடிசையிலிருந்து பள்ளிக்கூடம் வரையிலான இடத்தை அவர் மனதிற்குள் ஓட்டியபோது கழுதைச் சந்தை தாண்டியதும் அந்தப் பெண் அவர்களைப் பிடித்துவிடுவாள் என்று தோன்றிற்று. அப்படிச் சேர்ந்துகொள்ள முடியாமல் போனால் அவள் மனம் மிகவும் சோர்ந்துவிடும். தலைமையாசிரியை பிள்ளைமார்தெரு தாண்டியதும் ஊத்தாங்கரை வழி குறுக்குப் பாதையில் இறங்கி விட்டால், இவளால் அவர்களை எட்ட முடியாமலே போய் விடலாம்.

ஆற்றின் கரையோரம் வந்துவிட்டது. கிழவர் நின்று நின்று நடந்துகொண்டிருந்தார். நடப்பதைவிட நிற்கும் நேரம் தான் அதிகமாயிருந்தது. ஆகாயத்தின் வெளிர் நீலம் வெகு சீராக இருந்தது. மங்கிய வெள்ளை நிற மேகங்களின் பிசிர் கூட இல்லை. இப்போதெல்லாம் வெகு நேரம் பார்த்த பின்பு தான் அவருக்குக் கரும்புள்ளிகளின் பரப்பு தெரிகிறது. அவை தாழ்ந்து வந்து கீற்றுகளாகின்றன. பறந்து பறந்து தூங்கியபடியே பறக்கக் கற்றுக்கொண்டு விட்டன பறவைகள். காலத்தின் நீட்சியில் வானவெளிக்கும் அவற்றுக்கும் சொல்ல முடியாத ரகசிய உறவுகள் ஏற்பட்டுவிட்டன. இல்லையென்றால் இந்த லயம் ஒருநாளும் கூடமுடியாது. மண்டிக்கிடக்கும் மணத்தக்காளிக் காட்டுக்குள் நுழைந்தார் கிழவர். இப்போது ஆறு தெரியாமல் அவை வளர்ந்துவிட்டன. மணத்தக்காளியை சாவகாசமாகப் பறிக்க ஆரம்பித்தார். அவர் பறிப்பதைத் தோப்பில் உட்கார்ந்தபடியே பார்த்துக்கொண்டிருந்தாள் கிழவி. நெசவாலைக்கு அன்று அவர் போகப்போகிறார் என்பது ஊர்ஜிதமாகிவிட்டது. மூன்று நாட்கள் ஆகிவிட்டன. கிழவிக்கும் முட்டிக்கொண்டுதான் இருந்தது.

தண்டவாளத்தின் ஓரம் வழியாக சீராக ஒற்றையடிப் பாதை போய்க்கொண்டிருந்தது. குளிக்கப் போகிறவர்கள் உருவாக்கிய ஒற்றையடிப்பாதை அது. இவ்வளவு கால வெளிச் சுற்றல்களில் விதவிதமாக எவ்வளவோ பாணிகளை அவர் உருவாக்கியிருந்தும் ஓரளவு இப்போது கிழவிக்கும் அவருடைய தினுசுகள் புரியத் தொடங்கியிருந்தன. மொட்டைப்பாலம் வந்தது. ரயில் வந்து புதிய பாலம் கட்டியதில் மையத்திலிருந்து பாலம் ஓரத்தில் நகர்ந்து பிரயோஜனம் இல்லாமலே போய்விட்டது. ஆறும் தோப்பும் நிழல்களும் அந்த மொட்டைப் பாலத்துக்கு ஒரு ரகசிய அழகைக் கொடுத்திருந்தன. இப்போது அது சூதாடிகளின் கூடாரம். புதிய பாலம் வழி மெயின் ரஸ்தாவுக்கு வந்து சுக்குநீர் ஓட்டலின்

முன்னால் நின்று பாலத்தின் அடியில் பார்த்தார் கிழவர். அந்தக் கோணத்தில் தான் பாலத்தின் கீழ்பகுதி சுத்தமாகத் தெரியும். கொப்புளான், தங்கராஜ், தாவீது எல்லோரும் வந்திருந்தார்கள். கொச்சுகிருஷ்ணனைக் காணவில்லை. ஆட்டம் வெகு சுறுசுறுப்பாக இருக்கிறது. தோப்புக்குள் அவன் சாராய போதையில் விழுந்து கிடக்கிறானோ என்னவோ. இனிமேல் எப்படிப் போகப் போகிறார் கிழவர் என்பது ஒரு கேள்வி. அந்த மணத்தக்காளியை சேர்க்க வேண்டிய இடத்தில் சேர்த்துத்தான் ஆகவேண்டும். ஆனால் அதற்குக் கூட பல வழிகளில் போகலாம். ரஸ்தாவிலிருந்து தாழ்ந்த பள்ளம் வழியாகச் சந்தில் இறங்கினார். சுற்றிவர அலை அலையாக நெசவாளிகளின் குடியிருப்புகள். அகலம் குறைந்த சந்தில் வாசல்படிகள் இடித்துக்கொள்வது போலிருக்கின்றன. சைக்கிளைத் தூக்கி இறக்கிக்கொண்டு போக வேண்டியிருக்கிறது. தறிகள் சீரோன சத்தத்துடன் இயங்கிக் கொண்டிருக்கின்றன.

மெயின் ரஸ்தாவுக்குப் போகாமலே சந்து பொந்துகள் வழியாக – ஒரே ஒரு இடத்தில் மட்டும் குறுக்காக ரஸ்தாவைத் தாண்டி – சிங்க ராஜா தெருவின் கடைசி வீட்டை நெருங்கி விட்டார்கள். அந்தத் தெருவிலேயே பெரிய வீடு அதுதான். முன்னால் கொட்டாரமாக இருந்தது இப்போது நெசவாலையாகி விட்டது. அழகான கட்டிட அமைப்பு. கூரையிலும் முன் விதானங்களிலும் பழமை வழிந்துகொண்டிருந்தது. முன் பக்கம் இரண்டு அழகான வேப்ப மரங்கள். நீண்ட வராந்தாவில் கம்பி அழி பாய்ச்சியிருந்தது. வேப்ப மரத்தடியில் இரண்டு பேரும் சற்று மறைவாக நின்றுகொண்டார்கள். தறிகளின் சத்தம் ஆக்ரோஷமாக இருந்தது. அந்தக் கட்டிடத்தின் பின்பக்கம் கிணற்றடியிலேயே இருவருடைய கண்களும் பதிந்திருந்தன. ஒரு தெரிந்த முகம் வராமல் போகாது. இசுகு பிசுகாக மானேஜர் முன்னால் போய் விழுந்தால் கண்டபடி கத்திவிடுவார். வயோதிகம் கூட அவர் கண்ணுக்குத் தெரியாமல் போய்விடுகிறது. கிணற்றடிக்குப் பின்னால் ஒரு பெண் தென்பட்டாள். நல்ல வேளை அவள் திரும்பிப் பார்த்தாள். அவளை ஜாடை காட்டி அழைத்தாள் கிழவி. "அவர் இல்லை; வரலாம்" என்று கத்திச் சொல்கிற முகச் சுழிப்போடு மௌனமாக கைகாட்டி பின்னால் அழைத்தாள் அந்தப்பெண்.

கிழவரும் கிழவியும் பின்னால் நகர்ந்தார்கள். கொல்லையும் கிணற்றடியும் வெகு சுத்தமாக இருந்தன. கிணற்றைச் சுற்றி அரை அடி உயரத்தில் தரை எழுப்பிக் கட்டியிருந்தார்கள். தேய்த்துக் கழுவப்பட்டுச் சுத்தமாகக் காய்ந்திருந்த அந்த இடம் மிகுந்த புத்துணர்வை ஏற்படுத்திற்று. கிணற்றின் கைப்பிடிச் சுவரின் நிழல் மேற்கே ஒரு நீளப் பீப்பாய்போல் விழுந்து கிடந்தது. துவைக்கும்

கல்லும் வெகு சுத்தமாக இருந்தது. கிணற்றடியில் இரண்டொரு முருங்கை மரங்கள். அதன்பின் வாழைத் தோட்டம். வலது மூலையில் காரைச் சுவரில் பாசி படிந்திருந்த கழிப்பறை தெரிந்தது. வாழைத் தோட்டத்திலிருந்து கழிப்பறைக்கு ஒற்றையடிப் பாதை போய்க்கொண்டிருந்தது. வாழைகளைச் சுற்றிச் சுற்றி கைப்பிடிச் சுவரின் நிழலில் அவர்கள் உட்கார்ந்துகொண்டார்கள்.

ஜன்னல் வழியாக ஒரு பெண் கிழவரையும் கிழவியையும் பார்த்துவிட்டு "சுபத்ரா" என்று கத்தினாள். அதன்பின் தன் கத்தல் உரிய இடத்துக்குப் போய்ச் சேரவில்லை என்ற எண்ணத்தில் உள்ளே பார்க்க ஓடினாள். கிழவரும் கிழவியும் கொல்லை வாசலையே பார்த்துக்கொண்டிருந்தார்கள். கிழவிக்கு மனசு பொங்கிப் பொங்கி வந்தது. வினோதமாக அவள் தலை அசைந்து கொண்டிருந்தது. சுபத்ராவின் முகம் அன்று எப்படி இருக்கும்? காலைக்குளி முடித்து ஈரத் தலையில் நுனி முடிச்சா? இல்லை ஒற்றைப் பின்னலா? தாவணியும் பாவாடையும் என்ன நிறமோ?

பின்வாசல் வழியாக ஒரு பெண் வெளியே குதித்தது. பதினைந்து பதினாறு வயது இருக்கும். ஒல்லிக்குச்சி. கழுத்துக்குக் கீழ் எலும்பு முடிச்சுக்கள் புடைத்துக்கொண்டிருந்தன. கோண வகிடு எடுத்திருந்தது. பிஸ்கட் கலரில் பாவாடையும் பிளவுசும். வெள்ளை வெளேர் என்று தாவணி. ஓடிவந்து கிழவியைக் கட்டிக்கொண்டது. கிழவரின் இரண்டு கைகளையும் பிடித்துத் தன் தோள் மீது வைத்துக்கொண்டது. மூன்றுபேருடைய முகங்களிலும் சந்தோஷம் வழிய ஆரம்பித்துவிட்டது. கிழவர் இடது கையால் அந்தப் பெண்ணின் தலையைத் தடவினார். கிழவி அந்தப் பெண்ணைத் தன் பக்கம் இழுத்துக்கொண்டாள்.

"ஏன் தாத்தா முகம் ஒருமாதிரியா இருக்கு? இண்ணைக்குமா..?" என்று கேட்டாள் அந்தப் பெண்.

"இண்ணைக்கு மோசமா விழுந்திருச்சு சுபத்ரா, ரத்தம் கொட்டிருச்சு" என்றாள் கிழவி.

அந்தப் பெண்ணின் முகம் பட்டென்று சுருங்கிற்று. அவள் தாத்தாவின் முகத்தை தன் இரு கைகளிலும் ஏந்தினாள்.

"கடவுளே, இந்த அக்கிரமத்துக்கு முடிவில்லையா?" என்றாள்.

"தப்பிச்சுக்க முடியலையே சுபத்ரா. இண்ணை வரைக்கும் என்ன ஏதுன்னும் தெரியலையே. யார் கைன்னும் தெரியலையே" என்றாள் கிழவி.

"கண்டு சொல்ல ஒரு ஆள் இல்லாமப் போச்சே பாட்டி, இவ்வளவு பெரிய லோகத்திலே" என்றது அந்தப் பெண்.

அழைப்பு

கிழவரின் முகம் வாடிற்று. அவர் எழுந்திருந்து துவைக்கும் கல்லின் மேல் வாழைத் தோட்டத்தைப் பார்க்க உட்கார்ந்து கொண்டார்.

கிழவியின் மடியில் கவிழ்ந்து படுத்துக்கொண்டாள் அந்தப் பெண். அவள் முதுகு அதிர்ந்தது. அவள் பொருமலைக் கூட்டி விழுங்குகிறாள். கிழவி அவள் முதுகைத் தடவினாள்.

அவள் தலையைத் தூக்கி கலங்கிய கண்களுடன், "நானும் உங்களோட வந்துடறேன் பாட்டி" என்றாள்.

"அப்படிச் சொல்லாதே தாயே. நீ குடும்பத்தில நிக்கற பொண்ணு. ஒத்தைக்கொரு மக. கண்ணுக்குள்ள வச்சுப் பாக்குறாங்க உன் தாயும் தகப்பனும். நீ நல்ல இடம் போய்ச் சேரணும். ராப்பகல் அதே நினைப்புத்தான் எனக்கு" என்றாள் கிழவி.

ஜன்னல் வழியாக, "சுபத்ரா, மானேஜர் வாறாரு" என்ற கத்தல் வந்தது.

சுபத்ரா தலையைத் தூக்கியபடி, "வந்தா வரட்டும் சுமதி. இந்த வேலை தொலையட்டும்னுதான் நான் இருக்கேன்" என்றாள்.

"வேண்டாம் தாயே. அப்படிச் சொல்லாதே. போயிரும்மா. நாங்க மனசால எப்பவும் உன்னோடதானே இருக்கோம்" என்றாள் கிழவி.

கைப்பையிலிருந்து டப்பாவையும் மணத்தக்காளிப் பொதியையும் எடுத்து அந்தப் பெண்ணிடம் கொடுத்தார் கிழவர். அந்தப் பெண் டப்பாவைத் திறந்து பார்த்தது. மஞ்சாடிகள், குன்றுமணிகள், சோழிகள், ஒரு புரூச், சாவிச் சங்கிலி, ஒரு இமிட்டேஷன் ஒற்றைக் கல் மூக்குத்தி, துண்டுப் பென்சில்கள், சாக்பீஸ், குச்சிலிப் பொட்டு, கண்ணாடிக் கோலிகள். டப்பாவை ஒருதடவை குலுக்கிற்று. கீழே இருந்த பொருட்கள் மேலே வந்தன. சிலேட் குச்சி, ஒரு சிறு மணி பர்ஸு, ஒரு ரோல்டு கோல்டு செயின், இரண்டொரு கண்ணாடி வளையல்கள், சிறு வாசனைத் திரவியப் புட்டிகள்.

"இவ்வளவும் எனக்கா?" என்றாள் அந்தப் பெண்.

"உனக்கே உனக்கு. கீழே இருந்து கிடச்சது எல்லாம். ஐம்பது அறுபது வருஷத்தில சேத்தது."

கிழவி சுபத்ராவைப் பின் வாசல் பக்கமாக நகர்த்தினாள்.

நெசவாலையின் பின்பக்கம் பள்ளங்களில் வேறு தெருக்கள் ஆரம்பமாகின்றன. தீப்பெட்டிகள் தாறுமாறாகக் கொட்டப்பட்ட

மாதிரி. வீடுகளில் தறிகளின் முடுக்கம் உச்ச கட்டத்தை எட்டிக் கொண்டிருக்கிறது. உழைப்பின் உன்னதமான சப்தங்களுடன் அதன் சீரும் லயமும் காதை நிறைக்கின்றன. கிழவர் போகும் வழி மிஷன் ஆஸ்பத்திரிக்குப் பின்பக்கம் கொண்டுவிடும் என்று கிழவி அனுமானித்தாள். வெகுநாட்களுக்கு முன், பல தடவை கிழவர் அப்படிப் போயிருக்கிறார். மிஷன் ஆஸ்பத்திரியில் கிணற்றின் அரைச்சுவர் போன்ற பின் கேட் வழியாக உள்ளே நுழைந்து வெள்ளைக்கார டாக்டர்களையும் வெள்ளைப் புறாக்கள் போன்ற நர்ஸிங் மாணவிகளையும் பார்த்துக்கொண்டே மறுபக்கம் ரஸ்தாவில் இறங்குவார்கள். மிஷன் ஆஸ்பத்திரிக்குப் போகிற வழியில் வரும் பாசிக்குளத்துக்கு வந்தார்கள். பக்கத்தில் ஒரு பாழடைந்த மண்டபம். கிழவருக்கு மிகவும் பிரியமான இடம் அது. இடிந்த படிக்கட்டுக்கள். இருள் கவிந்து ஆள் அரவம் இல்லாத இடம். காட்டுச் செடிகளும் புதர்களும் மண்டிக் கிடக்கும் அந்தப் பிராந்தியம் ஏன் மலக்காடாக மாறவில்லை என்பது புதிர். பிருஷ்டங்களை பாம்புகள் பிடுங்கும் என்ற கற்பனைப் பயமாக இருக்கலாம். இயற்கையின் கழிவுகளான சுள்ளிகளும் சருகும் முட்களும் எவ்வளவுதான் மண்டிக்கிடந்தாலும் சுத்தத்துக்குக் குறைவில்லை. அழகுக்குக் குறைவில்லை. ஒரு மனிதனின் கழிவு இறங்கிவிட்டால் அந்தப் பிராந்தியத்தையே அருவருக்கும் படி ஆக்கி விடுகிறது. கிழவர் இடது பக்கம் திரும்பவில்லை. மிஷன் ஆஸ்பத்திரிக்குப் போகும் யோசனை அவருக்கு இல்லை போலும். அவர் நடை தளர்ந்துவிட்டது. பசியும் சோர்வும் அவரை ஆட் கொண்டுவிட்டன. கிழவிக்கும் கால் குழைந்து கொண்டு வந்தது. நின்று அவள் வந்து சேர்ந்த பின் மீண்டும் நடக்க வேண்டியிருந்தது கிழவருக்கு. தூரம்கூட கிழவிக்குப் பொருட்டில்லை. வெயில் ஒத்து வருவதே இல்லை. பல சமயம் கிழவரின் இடது கைச் சுண்டு விரலைக் கிழவி குழந்தை மாதிரி பிடித்து இழுப்பாள். கிழவர் ஒரு முனகலோடு ஆமோதிப்பார் என்றாலும் கிடைத்த இடத்தில் அவரால் உட்கார்ந்துவிட முடியாது. பார்த்துப் பார்த்துக் கழித்தபடி தேடிக்கொண்டு போவார் அவர். அவருக்கு இடம் சுலபமாக அமைவதே இல்லை.

மீண்டும் ரயில்வே தண்டவாளங்கள் வந்துவிட்டன. தண்டவாளங்களைத் தாண்டி கிழக்கே சென்றார்கள். திரும்பி வயல் ஓரங்கள் வழியாகத் தெற்கே நடக்க ஆரம்பித்தார்கள். அவர்களுடைய நிழல்கள் கள்ளிகளிலும் பள்ளங்களிலும் மனித மலங்களிலும் விழுந்து நகர்கின்றன. இப்போது அவர் எங்கே போவார் என்பது கிழவிக்குத் துல்லியமாகத் தெரியும்.

தூரத்தொலைவிலேயே ரயில் கூடம் வெறிச்சென்று தெரிந்தது. பயணிகளே இல்லை. காக்கி ரயில்வே ஊழியர்கள் பெஞ்சுகளில்

நலுங்கிய கோலத்துடன் சளசளத்துக் கொண்டிருந்தார்கள். பெட்டிக் கடையும், இரண்டாவது வகுப்புப் பெண்கள் ஓய்வு அறையும் சாத்திக் கிடந்தன. ஓய்வு அறை வாசலில் ஒரு பரட்டை நரை மயிர்க் கிழவி விபூதிப்பை போல் இடது மார்பு வெளியே தெரிய தூங்கிக்கொண்டிருந்தாள். அங்குதான் குளிர்நீர்ப் பெட்டி. முன்னால் ஒரு ஒல்லி பெஞ்சு. வரிசையிலிருந்து பின்னகர்ந்து கம்பி வலைக்குள் கையைவிட்டு அலுமினிய தம்ளரில் தண்ணீர் பிடித்தார் கிழவர். இணைப்புச் சங்கிலி பற்றாமல் இருந்ததால் காலை நகர்த்தி முட்டை மடக்கிக் கொண்ட போதும் வாயோரம் சங்கிலி இழுப்பில் தம்ளர் தடுமாறிற்று. அவருடைய பசி ஆறும்படி ஏதும் வாங்கித் தரவேண்டும். இல்லையென்றால் அது பெரிய கொடுமை. சிறு உணவில் வெகு நேரம் துள்ளும் சுடர் அவருடையது. அதற்குக்கூட எண்ணெய் விட முடியவில்லை. கிழவரும் கிழவியும் மேம்பாலத்தில் ஏறி உட்கார்ந்துகொண்டார்கள். அவர்களுடைய தலைகள் பதிந்து கிராதியில் எண்ணெய்ப் பிசின் படிந்துவிட்ட இடம் அது. என்ன காற்று! மலையிலிருந்து ஓடி வந்து மனித உடலை முதல் தடவையாக முத்தமிடும் காற்று. உலக்கை அருவி வரையிலும் தெரிகிறது. அதற்கு மேல் வானமும் பூமியும் பெரிய பரப்பாகத் தெரிகின்றன. மலைத் தொடர்கள் முழுக்கத் தெரிகின்றன. இயற்கையின் முக விலாசம் இவ்வளவு நளினமாகத் தெரியும் கோணம் அந்த ஊரிலேயே வேறு இருக்கமுடியாது என்றுதான் தோன்றுகிறது.

மாலை ரயில் வரும் வரையில் அந்தப் பிராந்தியம் தூக்கத்தில் ஆழ்ந்து கிடக்கும். தாண்டிப் போகிறவர்களின் கண் களைச் சந்திக்காமல் இருக்க அவர்கள் பழகி விட்டார்கள். இல்லையென்றால் பார்வை வழி பேச்சுத் தொடர்ந்து குறுகுறுப்புகளுக்கெல்லாம் தீனி போடும்படி ஆகிவிடுகிறது. சில சமயம் காசு விழும். அது அங்கேயே கிடக்கும். சுடர் படர்ந்து திரி எரிவது போல் பசி குடலைக் கருக்கும்போது கூட காசு அங்கே கிடக்கும். சபலத்தை அடி ஆழத்தில் வைத்து மனுஷத்துவம் காட்டிப் பேச வருவார்கள். ஒன்றிலிருந்து மற்றொன்று குதிர்த்து கடைசியில் ஒரு பெண் உறவு குதிர்த்துவிடும் என்ற கனவு. மனித மனங்களின் ஓரங்கள் கூட தன் கைப்பிடியில் இன்னும் சிக்கவில்லை என்றுதான் கிழவருக்குத் தோன்றிற்று.

எதேச்சையாகக் கிழவி பைக்குள் கையை விட்டாள். என்ன இது? வெளியே இழுத்துப் பார்த்தாள். பழந்துணி. பிரித்துப் பார்த்தாள். நைந்துபோன ஒரு உள் பாவாடை. ஒரு துணித்துண்டு இல்லாமல் தவித்திருக்கும் தவிப்பு கடவுளுக்குத்தான் வெளிச்சம். கிழவரிடம் தூக்கிக் காட்டினாள். "சுபத்ராதான் வச்சிருக்கு. அமுக்குப் போல. என் செல்லம், என் கண்ணு" என்றாள்.

கிழவரும் துணியைப் பிரித்துப் பார்த்தார். துணியால் முகத்தையும் மார்பையும் துடைத்துக்கொண்டு விட்டு மடித்துப் பைக்குள் வைத்துக்கொண்டார். அவரது இடது பாதத்தைத் தன் பக்கம் நகர்த்தித்துணியை அவிழ்த்துச் சிலந்திப் புண்ணை முகம் தாழ்த்திக் கூர்ந்து பார்த்தாள் கிழவி. ஒரு நாளைக்கு மூன்று தடவையேனும் இப்படிப் பார்த்தால்தான் கிழவிக்குத் திருப்தி. புண்ணின் வாய் அநேகமாக மூடி விட்டது. ஒரு ரூபாய் வட்டம் இருந்தது புண்.

வானம் இருண்டுகொண்டுவந்தது. மலைத் தொடர்களின் உச்சிகளில் கரிய மேகங்கள் படர்கின்றன. கணத்துக்குக் கணம் வானத்தின் முகவிலாசம் மாறிக்கொண்டு வந்தது. பெரும் மழையின் வருகையை எண்ணிக் காடுகளும் தோப்புத் துரவுகளும், புதரும், மணத்தக்காளிகளும், கள்ளிகளும் குதூகலம் கொள்வதுபோல் தோன்றிற்று. ரயிலடி உலோகங்களுக்கு இந்தக் குதூகலத்தில் பங்குகொள்ளத் தெரியவில்லை. வர இருக்கும் மழை பற்றிய பிரக்ஞையே அவற்றுக்கு இல்லை. நன்றாக இருண்டுவிட்டது. முதல் துளிகளின் வெளிப்பாட்டைத் துல்லியமாகப் பிடிக்கக் கிழவர் விழிப்புடன் இருந்தார். எண்ணற்ற மழைகளின் முதல் தோற்றங்கள் அவர் மனப் பதிவில் இருந்தன. ஆனால் ஒவ்வொரு தடவையும் பழைய மழையைப் போலி செய்யும் யோசனை சிறிதும் இன்றிப் புது மாதிரியாக வந்திருக்கிறது மழை. மங்கிய வெளிச்சத்தில் வீணைக் கம்பிகளின் தெறிப்புகள் கீழ்நோக்கி வருகின்றனவா என்று பார்த்தார். அந்த தெறிப்புகள் தோன்றுவதற்கு முன்னேயே தோன்றிவிட்டதான பிரமையை இல்லாத அவை எப்படி ஏற்படுத்துகின்றன! ஆனால் இப்போது பிரமை அல்ல. ஜாலம் அல்ல. துண்டுகள் இணைந்து சன்னக் கம்பியாக இறங்க ஆரம்பித்துவிட்டன. கூட்ஸ் வண்டித் தொடர்களின் ஓரங்களில் ஈரம் படிந்துகொண்டிருக்கிறது. வயலில் வேலை செய்துகொண்டிருந்த பெண்கள் சிரித்துக்கொண்டே ரயில் கொட்டடியில் வந்து ஏறினார்கள். இந்த தூற்றல் வலுக்கப்போகும் விதம் அவர்களுக்குத் தெரியும். மழையை நனைந்து தெரிந்துகொண்டிருப்பவர்கள் அவர்கள்.

பள்ளிக்கூடங்கள் விடும் நேரம் நெருங்கிவிட்டதாகக் கிழவருக்குத் தோன்றிற்று. அந்த நேரம் நெருங்கும்போது வெட்ட வெளியில் ஒரு விம்மல் கூடும். மாலை நேரங்களில், அநேக சந்தர்ப்பங்களில் பள்ளிக் குழந்தைகளைப் பார்ப்பதற்கே மழை வருகிறது. அவ்வளவு சந்தோஷம் தன்னால் ஏற்படுத்த முடியும் என்பதை மழை தெரிந்துகொண்ட தருணங்கள் இவை. புல்வெளிகளில் மேய்ந்துகொண்டிருந்த எருமைகளுக்குக் கருமை கூடி வந்தது. அவற்றைச் சுத்தப்படுத்தும் பெரிய சவாலையும் மழை ஏற்றுக்கொண்டுவிட்டது. மேம்பாலத்துக்குள் இரு பக்கமுமாக

அழைப்பு

மழை நுழைந்தது. இருபுறமும் ஈரம் பண்ணி நடுவில் நடைபாதை ஒன்றை உருவாக்கி அந்த அகலத்தையும் இப்போது குறைத்துக் கொண்டிருக்கிறது. இன்னும் சிறிது நேரத்தில் அதை அழித்துப் பார்க்கும்.

கிழவரும் கிழவியும் ஏணியின் கீழ்ப்படிக்கு நகர்ந்தார்கள். உள்பாவாடையால் போர்த்திக்கொண்டு ஒருவருக்கொருவர் நெருக்கமாக உட்கார்ந்துகொண்டார்கள். குழந்தைகள் மிக மோசமாக நனைந்துவிட்டன. புத்தகத்தை அடி வயிற்றில் வைத்துக்கொண்டு ரயில் கொட்டடியில் வந்து ஏறுகிறார்கள். ஒரே நிமிஷத்தில் ஏக களேபரமாகிவிட்டது. ஈரத் தலைகளுடன், ஈர முகங்களுடன், ஈரச் சட்டைகளுடன், கூச்சலிலும் கத்தலிலுமாகக் குதிக்கிறார்கள். ரயில் உள்ளே நுழைந்தது. கிழவர் எழுந்திருந்தார். இப்படி மழை கொட்டிக்கொண்டிருக்கும்போது எங்கே புறப்பட்டிருக்கிறார் இவர்? என்ன புதிர்? கிழவி வலது கையால் முட்டாக்கை அகற்றிக் கிழவரின் கண்களைப் பார்த்தாள். 'வா' என்று சமிக்ஞை காட்டி விட்டுக் கிழவர் நகர்ந்தார். பெண்கள் பெட்டிக்கு அடுத்த பெட்டியில் ஏறி உட்கார்ந்துகொண்டார் அவர். அப்படிக் காலிப்பெட்டியில் ஏறி உட்கார்ந்து கொண்டிருந்துவிட்டு ரயில் புறப்படும் நேரத்தில் இறங்கியிருக்கிறார். அப்படித்தானா இன்றும்? கிழவிக்கு வலுத்த சந்தேகம் வந்துவிட்டது. இது, புறப்படும்போது இறங்குவதற்காக ஏறியது அல்ல என்று தோன்றிற்று. கிழவர் இருக்கையில் சாய்ந்து கால்களைப் பெஞ்சின் மீது மடித்து வைத்துக்கொண்டார். இரு கைகளையும் தூக்கிப் பெட்டி வைக்கும் பலகையைப் பிடித்துக்கொண்டார். வெளியே நின்றபடி ஜன்னல் வழி அவரை இமைக்காமல் பார்த்துக்கொண்டிருந்தாள் கிழவி. அவளுக்குப் பிடிபடவில்லை. ஏகமாகப் பெட்டியில் பிள்ளைகள் ஏறின. ஆண் குழந்தைகளும் பெண் குழந்தைகளும் முண்டியடித்துக் கொண்டு ஏறின. ஒரு நிமிஷத்தில் நடைபாதை, பெஞ்சுகள், தரை எல்லாம் – பெட்டி முழுக்க – ஒரே ஈரக்கசம். கிழவி ஏறி வந்தாள். சில குழந்தைகளை நகர்த்திக்கொண்டு தான் கிழவி தன்னைச் சொருகிக்கொள்ள வேண்டியிருந்தது. குழந்தைகள் சட்டைகளை அவிழ்த்துப் பிழிந்துகொண்டிருந்தன. பெண் குழந்தைகளும் ஜம்பரை அவிழ்த்துப் பிழிந்துகொண்டிருந்தன. ஒன்று மற்றொன்றைப் பார்த்துக் காப்பியடித்துச் செய்தன. பாதங்களில் பிழிந்துகொண்டன. காலை மடக்கி வெண்மையான பாதங்களைப் பார்த்துச் சந்தோஷப்பட்டுக் கொண்டன. இவ்வளவு சுத்தமாக அவர்களுடைய பாதங்களை அவர்கள் பார்த்ததே இல்லை. அதிகமும் கண் தெரியாதோர் பள்ளியிலிருந்தும், செவிட்டூமைப் பள்ளியிலிருந்தும் வீடு திரும்பும் குழந்தைகள். ஒருவரையொருவர் பிடித்துத் தள்ளி மூர்க்கத்தனமாக விளையாட ஆரம்பித்துவிட்டார்கள். "வேண்டாய்யா, கையக் காலை

ஒடிச்சிக்கிடுவீங்க" என்றாள் கிழவி. கிழவி சொன்னது ஒருவர் காதில்கூட விழவில்லை.

ரயில் நகரத் தொடங்கிற்று. குழந்தைகள் ஆட்டம் போட்டு ஓய்ந்துவிட்டன. பக்கத்திலிருந்த சிறுவனைத் தூக்கி மடியில் வைத்துக்கொண்டார் கிழவர். அவன் முகத்தைத் தூக்கிப் பார்த்தார். பார்வை இல்லாத பையன். அவன் நண்பர்களுடைய சத்தங்கள் காதில் விழ, சிரித்துக்கொண்டே இருந்தான். தொந்தி தொப்பையுடன் குண்டாக இருந்தான். கிழவர் அவனை இதமாக அணைத்துக்கொண்டிருந்தார். எதிர்ச்சாரியிலிருந்து கிழவரையும் அந்தப் பையனையும் பார்த்துக்கொண்டிருந்த ஒரு பெண், கிழவருக்கும் கிழவிக்கும் நடுவில் வந்து தன்னைச் சொருகிக் கொண்டது. கிழவர் இடது கையால் அவளையும் சேர்த்துக்கொண்டார். ரயில் ஆசிராமம் தாண்டிப் போகும்போது ரஸ்தாவில் ஒரு யானை வந்துகொண்டிருந்தது. "ஆனை, ஆனை" என்று சில குழந்தைகள் கத்தினார்கள். கிழவர் மடியிலிருந்த பையனும் "ஆனை, ஆனை" என்று குதிக்க ஆரம்பித்தான். யாரோ ஒரு பையன் "தும்பிக்கையெத் தூக்குது" என்றதும் இந்தப் பையனும் "தும்பிக் கையெத் தூக்குது" என்றான். முகம் கோண கிழவர் தன் முகத்தைத் துடைக்கும் பாவனையில் மூடிக்கொண்டார். "என்ன, என்ன?" என்று கேட்டாள் கிழவி. கிழவரால் பதில் சொல்ல முடியவில்லை.

கிழவரும் கிழவியும் கடற்கரையின் மேற்கே பார்க்க நடந்து கொண்டிருந்தார்கள். நன்றாக இருட்டிவிட்டது. முன்னால் மணல் குன்று இருந்த இடத்தைத் தாண்டிப் போய்க்கொண்டிருந்தார்கள். ஒரு பனை உயரம் இருந்த குன்று அது. இப்போது தரை மட்டம் ஆகிவிட்டது. வெட்டாந்தரையாக இருந்து அவர் காணக் காண வளர்ந்த குன்று. அதை வளர்த்த காற்று மாறி வீசி அதைக் கரைத்தது. நாலு வயதில் அவருடைய தாயாரின் இடுப்பிலிருந்து அந்த கடற்கரையைப் பார்த்தது இப்போதும் அவருக்கு நினைவிருக்கிறது. காலத்திற்கும் காட்சிக்கும் என்ன பொருள் என்றே தெரியவில்லை. அவருடைய சிறு பிராயத்தில் அந்தக் கடற்கரையில் மனித காரியம் என்று எதுவும் இல்லை. காலமும் இயற்கையும்தான் அங்கு புணர்ந்து கிடந்தன. அதைப் பார்க்கக்கூட எவரும் இல்லை. வானமும், கடலும், பாறைகளும், மணற்காடும், ஓய்வொழிவில்லாமல் அடித்துக்கொண்டிருந்த காற்றும், எப்போதேனும் யாரேனும் வந்து தம் காலடிச்சுவடுகளை அங்கு பதிப்பார்கள். அவர்கள் நகர்ந்ததும் அவர்களுடைய அடிச்சுவடும் அழிக்கப்பட்டுவிடும். இப்போது கட்டிடங்கள், நொறுங்கிக் கிடக்கும் விமானங்கள் மாதிரி. கற்சுவர். கடலுக்கும் கரைக்கும் நடுவே. அந்தப் பிரிவின் கொடுமையைத்

தாங்க முடியாமல் அவர் அந்தப் பக்கம் பார்க்காமலே நடந்தார். கற்சுவர் தாண்டி அவர்கள் வெகு தூரம் போனார்கள்.

அன்று பௌர்ணமிக்கு மறுநாள். கடல் ஆக்ரோஷமாக இருந்தது. மஞ்சள் பூச்சொன்று சல்லாத் திரையாக எங்கும் வியாபிப்பதுபோல் இருந்தது. மிகுந்த எக்களிப்புடன் இருந்தது கடல். சுற்றிவர அமைதியின் இருள். தொலைவில் நீரின் சமமான பரப்பில் உருண்டோடி வருவதில் கொழுக்கும் அலைகள் கரைமோதிச் சிதறுகின்றன.

கிழவர் கிழவியை அணைத்துக்கொண்டார். அவர் முகம் பரவசத்தில் ஆழ்வதுபோல் அவளுக்குத் தோன்றிற்று. "என்ன, என்ன?" என்று மீண்டும் கேட்டாள் கிழவி.

கிழவர் ஏதோ பேச முயன்றார். தழுதழுப்பில் பேச முடிய வில்லை. அவர் காட்டிய சமிக்ஞையும் கிழவிக்குப் புரியவில்லை.

கிழவர் கடலில் இறங்கினார். அலைகளில் தடுமாறியபடி முன்னால் போய்க்கொண்டே இருந்தார். "நானும்" என்று சொல்லிக்கொண்டே கிழவியும் அவர் அருகில் விரைந்தாள். கிழவியின் கையைப் பிடித்துக்கொண்டார் அவர். இருவரும் உள்ளே இறங்கிச் சென்றுகொண்டிருந்தார்கள்.

கொல்லிப்பாவை, 1987

எதிர்கொள்ளல்

அந்த மூன்று மோசமான வியாதிகளில், இரண்டிற்கு மட்டுமே தொலைபேசி இணைப்பில் முன்னுரிமை இருந்தது. என் மனைவிக்கு அந்த மூன்றில் ஒன்றுதான் என்ற முடிவுக்கு மருத்துவர்கள் வந்திருக்கிறார்கள். எது என்று முடிவு கட்ட சில சோதனைகள் பாக்கியாக நின்றிருந்தன. அந்த மூன்று நோய்களுக்கும் மருத்துவமனைகளில் சிகிச்சை அளிப்பதைச் சட்டம் தடுத்திருந்தது. நெருங்கிய தாயாதிகளான அந்த நோய்கள் நச்சுக் காற்றை வெளிப்படுத்தும் பொதுத் தன்மை கொண்டிருந்தன. அதனால் வேறு நோயாளிகளின் பாதுகாப்புக் குறித்துச் சட்டம் கவலை கொண்டிருந்தது இயற்கைதான்.

மோசமான வியாதி ஒன்றால் தாக்கப்பட்டு விட்ட துரதிருஷ்டம் கவிழ்ந்துவிட்ட நிலையில், தொலைபேசிக்கு முன்னுரிமை கிடைக்கும் வியாதியாக அது இருக்கும் பட்சத்தில் விரைவுச் சிகிச்சையேனும் அளிக்கலாமே என்று என் மனம் நினைக்கத் தொடங்கியிருந்தது. காற்றிலிருந்து பிராண வாயுவைச் சரியாகவே பிரித்து எடுக்கும் என் மனைவியின் சுவாசகோசங்கள் சில சமயம் – நல்ல வேளை சில சமயங்களில்தான் – ஏன் பிராண வாயுவை நச்சுக்காற்றாக மாற்ற முயலுகிறது என்பது மருத்துவ ஆராய்ச்சிக்குச் சிக்காத புதிராக இருந்தது. அவளுடைய நீலம் பாரிக்கும் முகமும், துருத்தும்

நாவும் என் நெஞ்சுக்குவட்டை அழுத்த மருத்துவமனை நோக்கி சைக்கிளில் விரைவது தாங்கமுடியாத மன உளைச்சலை எனக்குத் தந்து கொண்டிருந்தது. அதுபோன்ற சந்தர்ப்பங்களில் என் பொறிகளின் ஒத்துழைப்பு மிகவும் பலவீனமாக இருந்ததால், நான் வாகன நெரிசலில் தாக்குண்டு இறந்து போகவும் வாய்ப்பு இருந்தது. இளம் வயதிலிருந்தே மனித முகங்களை வெள்ளையாக எடுத்துக் கொண்டிருந்ததில் பெற்றிருந்த ஏமாற்றங்களிலும் அவை பரிசளித்திருந்த அவமானங்களிலும் சலிப்பு மிகுந்து சருகுபோல் உதிரக் காத்துக்கொண்டிருந்தேன். ஆனால் நோயுற்ற மனைவிக்காக வாழ்நாளை முடிந்தவரையிலும் நீடிக்க வேண்டும் என்ற வைராக்கியம் இப்போது தலை தூக்கிவிட்டிருந்தது. அவள் தனித்துவிடக்கூடாது என்று இருந்தது.

மருத்துவர்களின் ஒத்துழைப்பை மனதாரப் போற்ற வேண்டும் என் தலை தெரிந்ததுமே அவர்கள் தீயணைப்புப் படையினரைப் போல் விரைவு ஆயத்தம் கொள்வார்கள். விரைவு வண்டியும் ஆயத்தம் கொள்ளும். உண்மையில் அது ஒரு குட்டி மருத்துவமனையும் கூட. கொண்டையில் சிவப்பு விளக்குச் சுழல, சங்கு அடித் தொண்டையில் அலற, அது வாகன நெரிசலை இருபக்கமும் பெருக்கித் தள்ளியபடி இடைவெளியில் குண்டு போல் பாயும் அப்போது என் மனதின் துடிப்பை விவரிக்கவே முடியாது. பிரான வாயுவை அவள் நாசியில் இணைக்கும் வரை, நாளங்களில் ஊசி மருந்துகள் இறங்கும் வரை அவள் தாக்குப் பிடிக்க வேண்டுமே என்று மனம் பதறும். அவளுக்கு எதும் விபரீதம் நேர்ந்துவிட்டால் நானும் அவளுடன் சேர்ந்து போய்விட வேண்டும். இந்த வாழ்க்கையின் கொடுமைகளை என்னால் தன்னந்தனியாக எதிர்கொள்ள முடியாது. இந்தப் பின்னணியில் தொலைபேசியை ஒரு வெறும் கருவி என்று என்னால் நினைக்க முடியவில்லை. நச்சுக் காற்றிலிருந்து என் மனைவியை மீட்டு, ஜீவனுக்குள் அவளைத் தள்ளும் மகா சக்தியின் குறுகிய வடிவமாகவே அதை நினைக்க ஆரம்பித்திருந்தேன்.

அன்றுதான் தீர்ப்பு நாள். நான் காலையிலிருந்தே சோதனைச் சாலையின் வாசலில் நின்று கொண்டிருந்தேன். அன்று எனக்குச் சோறு தண்ணீர் இறங்கவில்லை. சோதனையின் முடிவு! தாங்க முடியாத துன்பத்தில் அது என்னைத் தள்ளப் போகிறது. குறைந்தபட்சம் குணப்படுத்தக் கூடிய நோய்களில் ஒன்றாகவேனும் அது இருக்கலாம். மருத்துவர்களின் கணக்குகளை நோயாளிகள் சுழித்து விட்டுத் தப்பியிருக்கிறார்கள். மருத்துவ தஸ்தாவேஜுகளில் இவை பதிவாகியிருக்கின்றன. அப்படியென்றால் அந்த அதிசயம் என் மனைவி மீதும் இறங்கக் கூடாது என்பதில்லை. நான் பிரார்த்தனை செய்ய ஆரம்பித்தேன். அமைதியின்

பயங்கரமான கூக்குரலை என் மனம் எழுப்பிக் கொண்டிருந்தது. என் முறையீடுகளுக்கு நான் ஓசை வடிவம் அளித்திருந்தேன் என்றால் சோதனைச் சாலைகளின் கண்ணாடி ஜன்னல்கள் நொறுங்கித்தெறித்திருக்கும்.

கண்ணாடி ஜன்னல்களுக்கு இளம் சாம்பல் வண்ணம் பூசியிருந்தார்கள். அன்று மப்பும் மந்தாரமுமான ஒருநாள். காலை மழையில் தென்னை மரங்கள் புத்துணர்ச்சி பெற்றிருந்தன. இளம் வெயிலில், எண்ணெய் ஸ்நானங்களை அப்போதுதான் முடித்திருப்பது போல் பளபளப்பு. சிறுவயதிலிருந்தே நான் தென்னை மரங்கள் மீது மிகுந்த பிரியத்தோடு வளர்ந்து வந்தவன் என்பது என் நினைவுக்கு வந்தது. ஆனால் அந்தப் பிரியத்தை என் மனம் விரும்பும் விதத்தில் வெளிப்படுத்த எனக்கு சாவகாசம் கிடைக்கவில்லை. என் பிடுங்கல்கள் என்னைத் துரத்திக்கொண்டே வருகின்றன.

மருத்துவர்களின் நிழல்கள் கண்ணாடிக்குப் பின்னால் தெரியத் தொடங்கின. பின்னறைகளிலிருந்து முன்னறைகளுக்கு அவர்கள் நகர்கிறார்கள். நிழல்களின் அசைவில் எனக்குக் கவர்ச்சியும் பயத்தின் குறுகுறுப்பும் ஏற்பட்டன. வாதிடும் நிழல்கள். விளக்கும் நிழல்கள். விளக்கங்களை ஏற்க மறுக்கும் நிழல்கள். அவற்றின் அசைவுகளில்தான் எங்கள் விதி ஊசலாடிக் கொண்டிருந்தது. நான் சற்றும் எதிர்பார்த்திராத ஒரு நிமிஷத்தில் வாசல் கதவு திறந்தது. மருத்துவர் புன்னகை முகத்துடன் வெளிப்பட்டு, “தொலைபேசி இணைப்பு உங்களுக்குக் கிடைக்கும்” என்றார். நான் மருந்துச் சீட்டைப் பெற்றுக்கொண்டு சைக்கிளில் விரைந்தேன்.

தொலைபேசித் துறையினரின் சிவப்பு ராட்சஸக் கட்டிடம் அன்று வரையிலும் இங்கிதமாக என்னை வதைத்திருக்கும் வதைப்பைப் பற்றி நான் அப்போது நினைக்க விரும்பவில்லை. நினைவுகளின் கிடங்கில் கசப்பு அனுபவங்களைச் சதா மிதித்துக் கொண்டே இயங்குவது எனக்கு உடம்போடு ஒட்டிய பழக்கமாகி இருந்தது. இன்று இந்த மருத்துவச் சீட்டின் முன் சிவப்புக் கட்டிடத்தின் ராட்சஸக் கதவுகள் எனக்காக மலக்கத் திறக்கப் போகின்றன! சிறு புழுக்களுக்கும் குறைந்த பட்சம் சம்போக சுகமேனும் இருக்கும் என்று நினைக்கிறேன்.

கடைநிலை ஊழியர் ஒருவரும் இடைநிலை ஊழியர் ஒருவரும் உதவி செய்ய அந்தப் பெரிய அதிகாரி விதிகளின் தடிமன் புத்தகத்தைக் கொண்டு வந்தார். அதை விரிக்கவும் அவர்கள் உதவி செய்தார்கள். இடது பக்கத்திலிருந்து வலது பக்கத்திற்கு சைக்கிளில் ஏறிச்செல்ல வேண்டும் என்று நினைக்கும் அளவுக்கு அந்தப் புத்தகம் சற்றுப் பெரிதாகவே இருந்தது. வசதி

கருதி எல்லா விதிகளையும் ஒரே இடத்தில் திணிக்க முற்பட்டதில் மிகுந்த அசௌகரியத்திலும் நெரிசலிலும் விதிகள் தத்தளிப்பது போல் இருந்தது. பிரஸ்தாப விதியை அவர் எப்படிக் கண்டு பிடிக்கப்போகிறார் என்று நான் மலைத்துக் கொண்டிருந்தபோது, சில நிமிடங்களில் அவற்றைக் கண்டறிந்து ஆட்காட்டி விரலால் அவற்றை ஸ்பரிசித்தும் விட்டிருந்தார் அவர். வியாதியின் எழுத்துக்களை மருத்துவச் சீட்டிலும் விதிகளிலும் அவர் ஒப்பிட்டுப் பார்த்தார். சிறு தவறு நேர்ந்தாலும், தான் பெரும் விசாரணைக்கு உட்பட வேண்டியிருக்கும் என்றார். வியாதியின் பெயரைத் தெளிவாக உச்சரித்தார். மோசமான வியாதிகள் தான் எவ்வளவு கம்பீரமாக ஒலிக்கின்றன! எவ்வளவு மோசமோ அவ்வளவு கம்பீரம் அவற்றுக்கு! வியாதியின் பெயர் தன்னிடம் அறிவிக்கப்பட்டு இரண்டு மணி நேரம் ஐம்பது நிமிஷத்திற்குள் தொலைபேசி இணைப்பு முடிக்கப்பட்டிருக்க வேண்டும் என்று விதி வற்புறுத்துகிறது என்றும், அவ்வளவு குறுகிய காலத்தில் முடிப்பது நடைமுறைச் சாத்தியம் அல்ல என்றும், அதனால் நான் அறிவித்த நேரத்தைப் படிவங்களில் நாற்பது நிமிடங்கள் பிந்தி எழுதிக்கொள்ள அனுமதி தரவேண்டும் என்றும் அதிகாரி கேட்டுக்கொண்டார். உரிய கௌரவங்கள் பெறுவதில் என் மனப்புழு தெளிந்தது. அவர் ஒரு கட்டுப் படிவங்களை என்னிடம் தந்து, நான் அவற்றில் கையெழுத்துக்கள் போட வேண்டும் என்றும் பணியைத் துவக்க தான் விரையப் போவதாகவும் சொல்லிவிட்டுச் சென்றார்.

நான் வீடு திரும்பிய போது இணைப்பு மும்முரமாக நடந்து கொண்டிருந்தது. மனைவியின் வலதுகைப் பக்கம் வசதியாகப் பொருத்தியிருந்தார்கள். ஒரு போதும் பழுதுபடாத, இறக்குமதி செய்யப்பட்ட தொலைபேசி அது. சப்பை நாய் போல் அது அமுங்கிக் கிடந்தாலும், அதன் வலு, பாதகமான சூழ்நிலைகளிலும் முடங்கி விடாத ஊக்கம், உயர்குடி இங்கிதம் இவை பார்த்த மாத்திரத்தில் தெரிந்தன. எங்களுக்குத் தெரிந்தவர்கள் எவரிடத்திலும் தொலைபேசி இல்லை என்பதைப் பேசிக்கொள்ள கஷ்டம் ஆக இருந்தது. நான் தொலைபேசி நிலையத்தை அழைத்து மணி என்ன என்று கேட்டேன் மனைவி புகை வண்டி நிலையத்தை அழைத்து ஒரு விரைவு வண்டி பற்றி விசாரித்தாள். புகை வண்டி அதிகாரி, கட்டிலுக்கு அடியிலிருந்து பதில் சொல்வது போல் அவ்வளவு தெளிவாக இருக்கிறது என்றாள் வாழ்க்கையின் மீது சிறிய நம்பிக்கை ஏற்பட நாங்கள் பரஸ்பரம் கொண்டிருந்த பிரியமும் புதிய தளிர்களை விடுவதுபோல் உணர்ந்தோம். நான் அவளருகே அமர்ந்து அவள் கேசத்தைப் பின்பக்கம் ஒதுக்கத் தொடங்கினேன்.

இவ்வாறு உடல் நெருங்கி நாங்கள் இருக்கும் போதெல்லாம் எங்கள் மன ஆலிங்கனங்களில் கரையும் சுகம் பற்றியே நாங்கள் கற்பனை செய்து கொள்கிறோம் என்று எப்போதும் எனக்குத் தோன்றும். ஒரு இணைப்புச் சக்தி எங்களுக்குத் தேவையாக இருந்தது. வாழ்க்கையில் எங்களுக்குக் காயங்கள் ஏற்பட்டிருந்த இக்கட்டான இடங்கள் மற்றொருவரின் உதவி மூலமே கட்டுப்போட்டுக் கொள்ளக் கூடியனவாக இருந்தன. சவுக்கின் சொடுக்குகள் எங்கள் முதுகுகளை ருசி பார்க்க நாங்கள் ஒரு மோசமான நுகத்தடியில் பிணைக்கப்பட்டிருப்பதான மனச்சித்திரம் எங்கள் இருவருக்குமே இருந்தது.

அவளும் என்னைப் போலவே இயற்கைமீது மிகுந்த பைத்தியம் கொண்டிருந்தாள். கடல்கள் அவளுக்கும் பிடித்திருந்தன. சிப்பிகள், கண்ணாடிக் கோலிக்குண்டுகள், வாசனை சீசாக்கள் இவற்றின் மீது அவளுக்கும் பிரியம் இருந்தது. இயற்கை கொட்டிக் கிடக்கும் மலைப் பிராந்தியங்களைப் பார்க்க எங்களுக்குக் கிடைக்கவில்லை. துண்டுதுணுக்குகளாக அவற்றை எங்கள் ஊரிலும் எங்கள் ஊரைச் சுற்றியுள்ள பகுதிகளிலுமே பார்க்கக் கிடைத்தது. அவற்றை என்னைப் போலவே என் மனைவியும் அனுபவித்திருந்தாள். இவற்றில் எங்கள் மனதைக் கொள்ளை கொண்ட இடங்கள் ஏகதேசமாக ஒத்து வந்ததில் நாங்கள் மிகுந்த சந்தோஷம் கொண்டோம். இவை எங்கள் பிரியத்தைப் போஷித்தன. தென்னை மரங்கள் மீது நான் கொண்டிருந்த விசேஷ பிரியம் அவள் பூக்கள் மீது கொண்டிருந்தது ஒரு வித்தியாசம். அன்றாடம் மாலை சிறிது பிச்சிப்பூ – சிறிது போதும் – திறந்து பார்க்கும்போது ஒரு கிண்ணத்துக்குள் இருந்தால் எவ்வளவு நன்றாக இருக்கும் என்பாள். சிறிது போதும் என்ற வார்த்தைகள் என்னை அழுத்த என் கண்கள் கலங்கும்.

அப்போது தொலைபேசி மணி அடித்தது. திடுக்கிட்டு நான் தொலைபேசி வாங்கியில் கை வைக்க, என் கை மீது தன் கையை வைத்தாள் என் மனைவி. அவளே பேசட்டும் என்று என் கையை விடுவித்துக்கொண்டேன். எதிர்முனையில் கர்ண கடூரமான குரல் எனக்கும் கேட்கும்படி அலறிற்று.

"எங்களுக்கு ஒரே எண் தான் தரப்பட்டிருக்கிறது" என்றாள் என் மனைவி.

அது உண்மைதான். நோயாளியின் வசதியைக் கருதி வகுக்கப்பட்டிருந்த கவனங்களில் இதுவும் ஒன்று.

"ஒன்பது என்று சொல்லுகிறேனே, காதில் விழவில்லையா?" என்றாள் மீண்டும்.

கர்ண கடூரம் பதிமூன்று எண்களை வேகமாக ஒப்பித்துவிட்டு "சரிதானா?" என்று கத்திற்று.

என் மனைவியின் முகத்தில் இலேசான கலவரம் முளைத்தது.

"அவர்கள் பேசுவது எனக்குக் கேட்கிறது; ஆனால் நான் பதில் சொல்வது அவர்களுக்குக் கேட்கவில்லையே" என்றாள் அவள். குரல் பரிதாபமாக ஒலித்தது.

சில்விஷமம் ஒன்று ஊடுருவுகிறதோ என்ற சந்தேகம் எனக்கு ஏற்பட்டது. வாசல் கதவு சாத்தியிருக்கும் நிலையிலேயே அது உள்ளே ஊடுருவி எங்கள் ஆத்மீக நிம்மதியைக் குலைக்கிறது. ஒரு புதிய ஆபத்துக்கு நாங்கள் திறந்து விடப்பட்டிருப்பதான பதற்றம் எனக்கு ஏற்பட்டது.

நான் வாங்கியைப் பெற்று, "தவறான எண் ஐயா" என்று கத்தினேன்.

"தவறான எண்ணா அல்லது தவறான எண்ணமா?" என்று கேட்டுவிட்டுச் சிரித்தது அந்தக் குரல். பேசும்போது அடித் தொண்டை; சிரிக்கும்போது பெண்குரல்!

நான் குப்புறத் தள்ளப்பட்டதுபோல் உணர்ந்தேன்.

"வாங்கியைத் தொலை பேசியில் வைத்து விடுங்கள்" என்றாள் என் மனைவி.

நான் எந்திரம் போல் அப்படியே செய்தேன். வாங்கியின் மீது தன் விரல்களை வைத்து அழுத்திக் கொண்டாள் அவள். சில்விஷமம் ஊடுருவுவதை அவளுடைய மென்மையான விரல்கள் தடுக்கும் என்பது போல்.

சிக்கலான நேரங்களில் எப்போதும் என்னை விடுவிக்க முயன்றிருக்கும் என் மனைவியிடம் அந்தச் சில்விஷமத்தின் தத்துவக் கேள்வியைப் போட்டேன்.

"தவறான எண்ணா? தவறான எண்ணமா?" என்று கேட்டேன்.

"கொழுப்பு. அதன் அலகைத் திருப்ப ஆளில்லை!" என்றாள் என் மனைவி.

மீண்டும் மணி அடித்தது.

"எடுக்க வேண்டாம்" என்று அவள் கத்தினாள்.

நான் தொலைபேசியை வெறித்தபடி நின்று கொண்டிருந்தேன் நான் அதை எடுக்கவில்லை என்றால் சில்விஷமம் எங்கள் அனுமதியின்றி ஊடுருவ முடியாது என்று நினைக்க சற்று ஆறுதலாக இருந்தது. தொடர்ந்து மணி அடித்துக் கொண்டிருந்தது.

சில கணங்களிலேயே அது வெறும் மணியோசை மட்டும் அல்ல என்பது எனக்குத் தெரியத் தொடங்கியது. அதைப் புறக்கணிக்க நான் திரட்டிக்கொள்ளும் வலிமையைத்தான் எவ்வளவு நீசத்தனமாக அது தாக்குகிறது! நான் அதற்கு விட்டுக் கொடுத்துவிடுவேன் என்று எனக்குத் தோன்றிற்று. என்னைத் தள்ளிக்கொண்டு எனக்கு அப்பாற்பட்ட ஒன்று அதற்கு ஆட்படப் பாய்கிறது. மணியோசையும் நிமிடத்திற்கு நிமிடம் வளர்ந்து செவிப்பறையைக் கிழிப்பது போல் தோன்றியது. என் மனைவியின் குறுக்கீட்டைப் புறக்கணித்து நான் வாங்கியை எடுத்து காதில் வைத்துக்கொண்டேன். நான் கோழை அல்ல என்பதையும், இக்காலங்களுக்குரிய எதிர்கொள்ளும் மனோதிடம் கொண்டவன் என்பதையும் அந்தச் சிறு எந்திரத்திடம் நான் நிரூபித்துக்காட்ட வேண்டி இருந்தது.

“யாரு?” என்று நான் பலமாகக் கத்தினேன்.

என் குரலில் இலேசான உதறல் இருந்தது.

“தளவாய் சத்திரத்திலிருந்து பெரிய பழிவேட்டரையரின் உத்தரவு. உடனே இங்கே வா. ஜல்தி” என்றது அந்தக்குரல். நான் திடுக்கிட்டேன்.

“தவறான எண் ஐயா” என்றேன்.

“சரியான எண்ணத்தில்தான் பேசுகிறேன். உத்தரவை மீறினால் கூறு போட்டுவிடுவேன்” என்றது அந்தக்குரல்.

என் கை நடுங்கிற்று. மனைவி வாங்கியை இழுத்துத் தன் காதில் வைத்துக்கொண்டாள். சில நொடிகளில் அவள் முகம் சிவந்தது

“சீ நாயே, நாக்கை இழுத்து அறுத்து விடுவேன்” என்று கத்தினாள் அவள்.

நான் வாங்கியை அவள் கையிலிருந்து பிடுங்கித் தொலைபேசி யின் மீது அதை அழுத்தினேன்.

“ஒரு அசிங்கம் உள்ளே வந்துவிட்டதே” என்றாள் என் மனைவி அவள் தலையைக் குனிந்து தன் கை விரல்களைப் பார்த்துக்கொண்டே சொன்னாள்.

“ஒரு ஆபத்தின் வளையம் நம்மைச் சூழ்ந்து இறுகுவது போல் எனக்குத் தோன்றுகிறது” என்றேன் நான்.

அவள் தன் மெல்லிய விரல்களால் என்னைத் தொட்டபடி, “உங்கள் கட்டுக்கடங்காத கற்பனைகள், உங்கள் புத்தகப் படிப்பு... எதிர்கொள்ளவே உங்களை முடியாமல் ஆக்கிவிட்டது” என்றாள்.

படிப்பையோ கற்பனைகளையோ எனக்குக் குற்றம் சொல்ல முடியவில்லை. அவற்றைக் குற்றம் சொல்லத் தொடங்கினால் என் அடிப்படை நம்பிக்கைகள் தகர்ந்து போய்விடும். மனைவியின் கூற்றை எனக்குச் சாதகம் ஆக்கிக் கொள்ளவே நான் விரும்பினேன்.

“காலத்தின் சாராம்சத்தை நாம் உணரும்போது திக்பிரமைக்கு ஆளாய்விடுவோம்” என்று ஏதோ சொல்லத் தொடங்கினேன். அதற்குமேல் எனக்குச் சொல்ல வரவில்லை.

நான் திக்பிரமைக்கும் மனப்பதற்றத்துக்கும் ஆளானேன். காலத்தின் புதிய கோலங்களை எதிர்கொள்ளத் தயங்கி மீண்டும் மீண்டும் நான் ஒதுங்கியதும் அதனுடன் போரிட்டு என் புஜங்களை வலுப்படுத்திக்கொள்ளத் தவறியதும் என் மனதை அழுத்தின.

நான் என் மனைவியிடம் சிதறும் மனதைச் சேர்த்துக் கொண்டு சொல்லத் தொடங்கினேன். “கண்களுக்குப் புலனாகாத ஒரு பொறியின் வியாபகத்தில் நாம் சிக்கிக்கொள்ளக்கூடும். எந்த நிமிஷமும் இது நிகழலாம். அதிலிருந்து விலக நாம் விரையும் போதும் அதை நோக்கித்தான் நாம் விரைகிறோம் என்று எனக்குத் தோன்றுகிறது. என் கற்பனைப் பயங்களுக்கு ஏற்பக் காலம் கொடுமையாக நம் மீது இறங்குகிறது என்றே நினைக்கிறேன். நான் மன நோய்க்கு ஆளாகிவிட்டேனோ என்று நீ நினைக்கலாம். ஆனால் எனக்கோ எனது நோய் கண்டுபிடிப்புத் திறனில் நம்பிக்கையும், என் தீர்க்கதரிசன உள்உணர்வுகளை மெச்சிக் கொள்ளும் தன்மைகளும்தான் உருவாகின்றன. காலத்தின் கொடுமையை நேருக்கு நேராக எதிர்கொண்டு சுக்கு நூறாக உடைந்து போகவும் நான் தயாராக இருக்கிறேன். அஞ்ஞானத்தில் உழன்று கொண்டிருப்பதைப் பார்க்கிலும் காலத்தால் சாகடிக்கப்படுவதையே நான் விரும்புகிறேன். ஆனால் நோயுற்றுவிட்ட நீ . . . உன் தனிமை. . . எனக்கு நினைத்துப் பார்க்க முடியவில்லை.”

மீண்டும் மணி அடித்தது. என் பதற்றமும் மறைக்க முடியாத அளவுக்கு அதிகரித்தது. என்னைவிடவும் நன்றாகத் தன்னால் எதிர்கொள்ள முடியும் என்ற பாவனையில் என் மனைவி வாங்கியைக் கையில் எடுத்தாள். அவளிடம் ஒரு செயற்கையான விறைப்பு ஏற்பட்டிருந்தது. வலியின் கொடுமையில் கூட மிகவும் இயற்கையாகக் கதறும் அவள் அருவருப்பான ஒரு விறைப்புக்கு ஆளாகிவிட்டிருந்தது எனக்குக் கஷ்டமாக இருந்தது.

என்னைப் பார்த்து, மருத்துவர் பேசுகிறார் என்றாள் சந்தோஷத்துடன் நன்றாக இருக்கிறேன், ஒரு தொந்தரவும் இல்லை என்றாள். மூச்சுத் திணறல் இல்லவே இல்லை

என்றாள். சிறிது இடைவெளிக்குப் பின், நான் ஒன்று கேட்டால் தவறாக எடுத்துக்கொள்ளமாட்டீர்களே என்று கேட்டாள். எங்கள் பிரச்சனையைப் பற்றித் தயங்கித் தயங்கிச் சொல்லத் தொடங்கினாள். எங்களுக்கு பயமாக இருக்கிறது என்றாள். கவனமாகக் கேட்கும் பாவனையில் அவள் தலை அசைந்தது. அப்படியே செய்கிறேன் என்றாள்.

மருத்துவர் சொன்னபடி காவல் நிலையத்துடன் தொடர்பு கொள்ள முடியவில்லை. காவல் நிலையத் தொலைபேசிகள் இணைப்பில் இருந்துகொண்டே இருந்தன. தொடர்ந்து முயன்றும் இணைப்புகளின் இடைவெளிக்குள் எங்களால் ஊடுருவ முடியவில்லை. ஆனால் அதிருஷ்டவசமாகத் தொலைபேசி நிலையத்துடன் தொடர்பு கொள்ள முடிந்தது. விஷமத்தனமான ஊடுருவல் என்பதை நாங்கள் உறுதி செய்து புகார் எழுதித் தர வேண்டும் என்றார்கள் அவர்கள்

“உடனே எழுதுங்கள்” என்றாள் என் மனைவி.

“எனக்கு விஷமத்தனமான ஊடுருவல்தானா என்பது பற்றி சந்தேகம் இருக்கிறதே” என்றேன் நான்.

“ஏன் இப்படி ஆகிவிட்டீர்கள்? கற்பனைகளை உண்மை யென்று நம்பத் தொடங்கிவிட்டீர்களா? உங்களை நினைக்கும் போது எனக்கு அடிவயிற்றில் சொல்லத் தெரியாத கவலை ஊடுருவுகிறதே” என்றாள்

“உனக்குத் தெரியாது எப்படி கற்பனைகள் உண்மைகள் ஆகியிருக்கின்றன என்பது. விளையாட்டான கற்பனைகள், விபரீதமான கற்பனைகள், அதிகாரத்தின் கற்பனைகள், மனநோயாளிகளின் கற்பனைகள், துவேஷத்தின் கற்பனைகள் எல்லாம் உண்மைகள் ஆகிவிட்டன. நினைத்துப் பார்க்கும்போது மனம் பதறுகிறது. தளவாய் சத்திரம் என்று ஒன்று இருக்கக்கூடும். பெரிய பழுவேட்டரையர் என்று ஒருவர் இருக்கக்கூடும். என்னைக் கொல்லுவதற்கான விசேஷ அதிகாரம் அவர்களுக்கு இருக்கக்கூடும். நிஜங்களாக இவை இருக்கக் கூடும் என்று என் உணர்வுகள் சொல்கின்றன. நான் ஒரு குற்றவாளியாக இருக்கக்கூடும்.”

“ஒரு பாவமும் அறியாத நீங்கள் எப்படி குற்றவாளியாக இருக்க முடியும்?”

அவள் என் கரங்களை அன்புடன் பற்றிக் கொண்டாள்

“தவறான கற்பனைகளில் உங்களை மாய்த்துக் கொள்ளாதீர்கள்.”

அவள் என் கரங்களைத் தூக்கித் தன் கழுத்தின் மீது வைத்துக் கொண்டாள்.

"நான் ஏதேனும் குற்றத்திற்காகத் தேர்ந்தெடுக்கப்பட்டிருக்கக் கூடும் என்மீது குற்றம் சுமத்தும் வாதங்களை நான் புரிந்து கொள்ளும்போது தான் என்னைப் பற்றி எனக்குச் சந்தேகம் தோன்றக்கூடும். அந்த வாதங்களின் அதிர்ச்சியைத் தாங்காமல் நானே என்னைக் குற்றவாளி என்று ஒப்புக்கொள்ளக் கூடும். நான் வெறுத்து ஒதுக்கியவற்றை உன்னதப்படுத்திவிட்டால், நான் அவற்றை வெறுத்து ஒதுக்கியாக குற்றமாகிவிடும். பொய்யின் சாமர்த்தியங்களை விளக்குவது சாத்தியமில்லை. சரித்திர அஞ்ஞானத்தில் வாழ்ந்து கொண்டிருக்கும் சுகத்தை – சுகமோ மூடசுகமோ எனக்குத் தெரியாது – நான் முற்றாக இழந்து விட்டேன். காலத்துக்கு நான் ஆட்பட்டுவிட்டேன். எவருடைய பாதரட்சைகளைத் தொடக்கூட எனக்கு அருகதை இல லையோ அவர்கள் எல்லாம் குற்றம் சுமத்தப்பட்டு ஈசல்கள் போல் பைசல் செய்யப்பட்டிருக்கிறார்கள். என்னைப் பைசல் செய்ய விரும்பும் சக்தியிலிருந்து தப்பித்துக் கொள்வது எனக்குச் சுலபமல்ல என்றே தோன்றுகிறது."

என் நெஞ்சு இலேசாகப் படபடப்பதுபோல் இருந்தது. அவளிடமிருந்து சிறிதுநேரம் என்னை விடுவித்துக்கொள்ளப் பலாமரத்தடிக்குச் சென்றேன். அந்தப் பலா மீது எனக்கு மிகுந்த பிணைப்பு இருந்தது. என் தாய் வைத்த பலா என்பதால் அவள் மறைவுக்குப் பின் அவளாகவே அதைக் கற்பனை செய்து வளர்த்திருந்தேன். ஒரு காலத்தில் அது எங்கள் வீட்டுக் கூரையை முற்றாக மறைத்துக் கொண்டு பரந்திருந்தது. அன்று 'ஆரோக்கியம்' என்ற தலைப்புக் கொண்ட ஓவியம்போல் இருந்தது. அதன்பின் மிக மோசமாக நோயுற்றுவிட்டது. எவ்வளவோ சிகிச்சைகள் அளித்தும் ஒன்றையும் அது ஏற்றுக்கொள்ளவில்லை.

தொலைபேசி மணி அடிப்பது கேட்டது. என் மனைவியின் தைரியம்! அவளே அதை எதிர் கொள்ளட்டும். காலம் அறியாத தைரியங்கள் சோதனைகளுக்கு ஆட்பட்டுச் சிதறுவதைத் தவிர்க்க முடியாது. அவள் இயற்கையின் பெரிய உபாசகிதான். ஆனால் உருக்கொள்ளும் காலம் அவளை நிர்மூலம் செய்து விடக்கூடியது.

நான் உள்ளே வந்தேன்.

"ஒரு நாழிகை என்றால் எவ்வளவு?" என்று கேட்டாள் என் மனைவி.

எனக்குத் தெரியாது. பழைய கணக்குகள் எனக்கு மறந்து போய் விட்டிருந்தன.

"ஒரு நாழிகைக்குள் நான் அங்குவர வேண்டும் என்று அவர்கள் உத்தரவிட்டிருந்தால் உடனடியாக நான் அங்கு போவதுதான் நல்லது. நான் போய் மன்னிப்புக் கேட்டுக்கொண்டால் ஒரு சமயம் அவர்கள் என்னை விடுவிக்கலாம்" என்றேன் நான்.

"செய்யாத எந்தக் குற்றத்திற்கு நீங்கள் மன்னிப்புக்கேட்க முடியும்?"

"நீ நியாயத்தைப் பற்றி பேசிக்கொண்டிருக்கிறாய். என்னுடைய நம்பிக்கைகள் குழம்பிவிட்டன. நான் உயிர்வாழ வேண்டும் என்று ஆசைப்படுகிறேன். நான் உயிரைத் தக்க வைத்துகொண்டால் இன்று அல்லது நாளை எனக்கு விமோசனம் கிடைக்கக் கூடும். கொடுமைகளைப் பதிவு செய்யும் சரித்திரம் கொந்தளிப்புகளையும் பதிவு செய்திருக்கிறது. கொந்தளிப்புகள் எனக்குச் சாதகமாக நிகழலாம். நான் போய்விட்டு வருகிறேன்" என்றேன்.

"நீங்கள் போகவேண்டாம். அவர்கள் உங்களைக் கொன்று விடுவார்கள் எனக்கு உங்களை விட்டுப் பிரிய விருப்பம் இல்லை. உங்களை வைத்துத்தான் நான் எல்லாவற்றையும் சகித்துக் கொண்டிருக்கிறேன். வேறு எதை மறந்தாலும் இயற்கையோடு என்னை நீங்கள் பிணைத்த நேர்த்தியை ஒருபோதும் என்னால் மறக்க முடியாது."

எனக்கு அழுகை முட்டிக்கொண்டு வந்தது. நான் அழ ஆரம்பித்தால் கத்தி புலம்ப ஆரம்பித்துவிடுவேன் என்று நினைத்தேன் எனக்கு நினைவு தெரிந்த நாளிலிருந்து சுற்றம் என்னைப் படுத்தியிருக்கும் பாட்டைச் சொல்லிப் புலம்ப ஆரம்பித்துவிடுவேன். சுற்றம் எதை எனக்குத் தந்திருக்கிறதோ அதைத்தான் சரித்திரம் மனித ராசிக்குத் தந்திருக்கிறது என்பதை நினைக்கும்போது என் புலம்பல் கட்டுக்கடங்காமல் போய்விடும்.

தொலைபேசி மணி அடித்தது. நான் வாங்கியை நிதானமாகக் கையில் எடுத்தேன்.

"ஜல்தி" என்றது அந்தக் குரல். "எனக்கு மூச்சுத் திணறுகிறது" என்றாள் என் மனைவி.

நான் மருத்துவரின் எண்களைச் சுழற்றினேன்.

"ஜல்தி" என்றது எதிர்முனைக் குரல்.

மற்ற இணைப்புக்கள் ஊடுருவ முடியாமல் தன் இணைப்பை அது ஸ்தாபித்துக் கொண்டுவிட்டது.

"எனக்கு மூச்சுத் திணறுகிறது."

அழைப்பு

அவள் முகம் நீலம் பாரித்துவிட்டது.

நான் மீண்டும் மருத்துவரின் எண்களைச் சுழற்றினேன்.

"ஜல்தி" என்றது அந்தக் குரல்.

"ஐயோ உங்களை விட்டுப் போகிறேனே."

"மருத்துவரை ஒரு நொடியில் அழைத்து வருகிறேன்" என்று கத்திக்கொண்டே நான் தெருவில் இறங்கி ஓடத் தொடங்கினேன்.

காலச்சுவடு, **ஜூலை – செப்டம்பர் 1988**

காகங்கள்

"அப்படியென்றால் நொண்டிக் காகம் செத்துத் தொலைந்து போகவேண்டும் என்று நீங்கள் சொல்கிறீர்களா?" என்று நான் பெரிதாகக் கத்தினேன்.

மார்பு படபடக்க தலைச்சுற்றலில் உடல் தள்ளாடிற்று. ஆகஸ்ட் தியாகி கும்பலிங்கம் பிள்ளை என்னை அணைத்துக்கொண்டார். அன்றைய காலைக் கூட்டத்தில் என்னை கவனித்துக்கொள்ளும் பொறுப்பை அவரிடம் ஒப்படைத்திருந்தாள் என் மனைவி. எம்.ஆர். உமையொரு பாகன் கலெக்டர் அருகே நகர்ந்து தன் தந்திர விழிகளால் சபையைச் சுழற்றிப் பார்த்தபடி அவர் காதில் ஏதோ முணுமுணுத்தார். அதைத் துல்லியமாக அனுமானித்தது என் மனம். சமீபமாக எனக்கு மனநிலை சரியில்லை என்றும், என் கத்தலைப் பொருட்படுத்த வேண்டாம் என்றும் அவர் சொல்லி யிருக்கக்கூடும். என் உற்ற நண்பரான ஆகஸ்ட் தியாகியிடமிருந்து இந்தத் தகவலை அவருக்குத் தெரியாமலேயே இவர் கொத்தி எடுத்திருக்கக் கூடும்.

மனநோய் மருத்துவரின் முடிவில் நான் சங்கடப்பட்டு வந்த நாட்கள் அவை. ஒவ்வொரு காரியம் ஆற்றும் போதும் தெளிவான சிந்தனையின் பலத்தை நான் உணர்ந்து வந்ததில் மருத்துவரின் முடிவை என் மனம் மறுத்துக்கொண்டிருந்தது. மனஆரோக்கியம் பற்றிய என் உள்ளுணர்வை நான்

மருத்துவரிடம் சொல்லவில்லை. அதுவும் மனநோயின் ஒரு கூறு என்று அவர் சொல்லி விடக்கூடும் என்றால் அதன்பின் எனக்கும் பூமிக்குமான கடைசி இழையும் அறுந்து போய்விடக்கூடும். படிமங்களை உடைத்து மனித நறுமணங்களைக் கண்டெடுக்க வேண்டும் என்பதில் நான் கொண்டிருந்த ஈவிரக்கமற்ற வெறி பிறர் பார்வையில் நோயாளியாக என்னைக் காட்சி கொள்ள வைக்கிறது என்று நம்பத் தொடங்கியிருந்தேன்.

அழகிய கருநிற இளைஞரான கலெக்டர் பேசத் தொடங்கினார். சபையின் உணர்ச்சி கொதி நிலையில் இருந்த நேரம் அது. ‘ஒருவழிப் பாதையை முறியடிப்போம்’ என்று வணிக சங்கத்தின் பெருந்தலைவர் குரலெடுத்துக் கத்தி ஒரு சில கணங்கள்தான் ஆகியிருந்தன. சாந்தமும் தந்திரமும் மென்மைத் தோற்றமும் கன்னக் கதுப்புகளும் கொண்டவர் அவர். ஊரின் ஆகப் பெரிய சரீரி என்பதால் குழந்தைகள் மத்தியில் விநோதப் புகழ் பெற்றிருந்தார். குழைவான தென்றல் வார்த்தைகளை தர்க்கத்தின் அறுபடா இழையில் கோத்துக்கொண்டு போனார் கலெக்டர். புள்ளி விபரங்கள் வரத் தொடங்கியிருந்தன. இனி விழுக்காடுகள் பின்தொடரும். ஒருபோதும் சோதனை செய்யப்படாத வலுவை ஆசீர்வாதமாகக் கொண்டவை அவை. வணிகர்களின் சிரமங்களை வணிகர்களை விடவும் திறம்பட வரிசைப்படுத்திக் கொண்டு போனார் கலெக்டர். எதிராளியின் அம்பறாத் தூணியைக் காலியாக்கும் உபாயம்தானே அது! அதன்பின் பொதுமக்களின் சிரமங்கள். அவர்கள்தானே வாக்காளப் பெருமக்கள். எனினும் என்ன செய்ய! காலம் மாறி வருகிறது. கொடிய முடிச்சுக்களை அவிழ்க்க சில சமயம் அறுவைச் சிகிச்சை தேவைப்பட்டு விடுகிறது. நவீனச் சிடுக்குகளில் ஆகப் பெரிய சிடுக்கு போக்குவரத்து. பாதைகளின் அகலங்கள் விரிவதில்லை. வாகனங்களின் எண்ணிக்கையோ கணம் தோறும் பெருகிக் கொண்டிருக்கிறது. உருளைச் சக்கரங்கள் மீது மத்திய தர வர்க்கத்தின் காமம் அளவிட முடியாதது. நேற்றோ பணம் வேண்டும் பொருள் வாங்க. கடன் பெறும் திட்டம் இருந்தால் போதும் இன்று. காலத்தின் கோலம் தன் கரங்களைக் கட்டுப்படுத்துவதாகச் சொன்னார் கலெக்டர். ஒரு மணிக்கட்டின்மீது மற்றொரு மணிக்கட்டைக் குறுக்காக வைத்துக்காட்டினார். கண்களுக்குப் புலப்படாத தேர்வடம் ஒரு கணம் அவர் கரங்களைச் சுற்றிவிட்டு மறைந்தது.

கூட்டம் சமனப்பட்டு நெகிழத் தொடங்கியிருந்தது. கலெக்டரின் திறமையை ரசிக்கும் முகபாவங்கள் மிளிரத் தொடங்கின. ஆகஸ்ட் தியாகி முற்றாகக் கரைந்திருந்தார். சில நிமிடங் களுக்கு முன் பெருந் தலைவருடன் சேர்ந்து கத்தியவர்தான் அவரும். என் வீட்டில் இருந்து என்னை கைத் தாங்கலாக

அழைத்துக்கொண்டு வரும்போது, 'போற உசிருதாலா, மயிரு, இதில போட்டுமேங்கேன்' என்று சொன்னவர் அவர்.

எம்.ஆர். உமையொருபாகன் கலெக்டரின் சொல்ஜாலத்தை சபையின் முகங்களின் கண்டு புளகாங்கிதத்தில் வழிந்துகொண் டிருந்தார். அவர் ஒரு பிறவி ஜால்ரா.

தனிமைப்படுத்தப்பட்டுவிட்டோம் என்ற உள்ளுணர்வு தோன்றியதும் என் ரத்த அழுத்தம் ஏறிற்று.

"காகங்களைப் பற்றி என்ன சொல்கிறீர்கள்?" என்று நான் மிகப் பெரிதாகக் கத்தினேன்.

கலெக்டரின் வதனத்தில் ஒரு புன்முறுவல். புத்தனையும் வெட்கப்படச்செய்யும் சாந்தம். என் முகத்தைப் பார்த்தபடி அவர் சொன்னார்:

"உங்கள் உணர்ச்சிகளை நான் வெகுவாக மதிக்கிறேன். நீங்கள் எழுதிவரும் கவிதைகள் என் மனதைக் கவர்கின்றன. 'காகங்கள்' என்ற கவிதை வரிசையில் ஆறாவதை நேற்றுப் படித்தேன்."

கவிதையை அவர் சொல்லத் தொடங்கினார். என்ன நினைவாற்றல்! என்ன சொற்சுத்தம்! எவ்வளவு இசைவான ஏற்ற இறக்கங்கள்! ஆச்சரியம்தான். இடைவெளிகளின் மௌனங்களில் அர்த்தங்கள் பூத்துக் குலுங்குகின்றன. எனக்கே வியப்பாக இருந்தது. கூட்டம் மேலும் கரைந்தது.

"கவிதைகளால் காகங்கள் வாழ்வதில்லை" என்று நான் மேலும் உரக்கக் கத்தினேன்.

"அவர் சொல்வதைத்தான் கேட்டுத் தொலையுங்களேன் ஐயா" என்ற குரல் கேட்டது பின்னாலிருந்து. அந்தக் குரலின் முகம் எனக்குத் தெரியும். எங்கள் ஊரில் அரை நூற்றாண்டாக என்னை எதிர்த்துவரும் குரல் அது. நான் இரண்டும் இரண்டும் நாலு என்று சொன்ன நேரங்களில் எல்லாம் அது ஐந்து என்று சொல்லியிருக்கிறது. நான் ஐந்து என்று சொல்லும்போது மூன்று என்று சொல்லியிருக்கிறது. தர்க்கத்திற்கு அடங்காத ஜென்மப் பகை அது.

பின்னால் திரும்பி, "உங்கள் உபதேசம் எனக்குத் தேவை யில்லை" என்று கத்தினேன்.

கலெக்டரைப் பார்த்து, "நீங்கள் தந்திரமாகப் பேசுகிறீர்கள். நான் கூட்டத்தைவிட்டுவெளியேறுகிறேன்" என்று சொல்லிவிட்டுக் கைத்தடியை எடுத்துக்கொண்டேன். ஆகஸ்ட் தியாகி என் தோள்களைப் பற்றியவாறு பின்னால் வந்தார்.

அழைப்பு

“மனிதனுக்கு நாதியில்லை; நொண்டிக் காகமாம். புத்தி கெட்ட முண்டம்” – இது ஜென்ம விரோதியின் குரல்.

நான் பின்னால் திரும்பி என் அடிவயிற்றிலிருந்து என் உயிரை எடுத்து, “மனிதன் வேறு காகம் வேறு அல்ல” என்று கத்தினேன். எனக்கு மூச்சு இரைத்தது. “நொண்டிக் காகங்களைப் பற்றிய உணர்வுகள் இல்லாததால்தான் நொண்டி நாகரிகத்தை உருவாக்கி வைத்துக்கொண்டிருக்கிறீர்கள்” என்று கத்தினேன்.

ஜென்ம விரோதி நாக்கின் அடியில் விரலைக் கொடுக்காமலே சீழ்க்கை ஒன்று எழுப்பினார். கூட்டம் ஓவென்று சிரித்தது.

“அவர் கவிஞர்” என்றார் கலெக்டர்.

நான் கலெக்டரைப் பார்த்து, “நான் கவிஞன் அல்ல; வெறும் மனிதன்” என்றேன்.

அப்போது இளமை. ஓட முடிந்திருந்த காலம். அந்த நாட்களில் சவேரியார் கோவில் சந்திப்பிலிருந்து ஓடத் தொடங்கி பார்வதிபுரம் அனந்தன் கால்வாயைப் போய் அடையும்போது அதிகாலை ஐந்து நாற்பதுதான் ஆகியிருக்கும். நாற்பது நிமிடங்களில் நான்கு மைல்களை சுலபமாகத் தாண்டிவிடுவேன். மனம் காலத்தைப் பற்றிச் சதா குழம்பி மறிவதும், அதே காலத்தை உடல் துல்லியமாக வரையறுத்துக்கொண்டிருப்பதும் நாள்தோறும் என்னை வியப்பில் ஆழ்த்தும். அந்த நாட்களில் அனந்தன் கால்வாய்க்கு அரைச்சுவர் இருந்தது. அன்றாடம் உட்கார்ந்து அதன் சொரசொரப்பை எண்ணற்ற நாட்கள் தடவியிருந்ததில் அதன்மீது மிகுந்த பிரியம் ஏற்பட்டிருந்தது. காலத்தின் களிம்பு ஏறியிருந்த சுவர். அதில் உட்கார்ந்து இளைப்பாறும்போது முன்பக்கம் தொடுவானம் வரையிலும் வயற்காடுகள் தெரியும். கவிந்து இறங்கும் வானத்தின் முழு வீச்சும் தெரியும். அன்றைய காற்றின் ஸ்பரிசம் வேறாக இருந்ததை இப்போதும்கூட என் மயிர்க் கால்கள் நினைவு வைத்துக்கொண்டிருக்கின்றன. வேர்வையில் உடலோடு ஒட்டிக்கிடக்கும் துணி மீது அது படும்போது ரத்த நாளங்களில் பனிக்கட்டிகள் கரையும். சவேரியார் கோவிலிலிருந்து ஓடத் தொடங்கும் போதே பாரமேற்றிய அரிசி மூட்டைகளைச் சுமந்து கொண்டுவரும் காளை வண்டிகளை எண்ணிக்கொண்டே வருவேன். அன்று மனதில் பதிந்த காளைகளின் முகங்கள் இப்போதும் நினைவில் இருக்கின்றன. வண்டிக்காரர்களின் முண்டாசுக் கட்டுகளும், இருளும், இருளில் கரையும் வண்டிக்காரர் களின் முகங்களும், காளைகளின் முகங்களும் அரூப ஓவியங்களாக இப்போதும் மனதில் நிழலாடுகின்றன. வண்டியோசைகளை

வைத்து வண்டிக்காரர்களின் முகங்களை முன்கூட்டி அனுமானித்து சரிபார்த்து மனதிற்குள் சபாஷ் போட்டுக்கொண்டு போவேன். அந்த நாட்களில் வண்டிக்காரர்கள் இருளைக் கிழித்துக்கொண்டு பாடுவார்கள். அவர்களுடைய குரல்வளம் குடியிருப்புகளின் கூரைகளில் மோதிச் சிதறும்.

காலங்கள் மாறின. மாறிய காலத்தின் கோலங்கள் அந்த நீண்ட பாதையிலும் இறங்கின. வண்டிகள் மறைந்து லாரிகள் ஓடத் தொடங்கின. மஞ்சள் விளக்கின் கை அகலத்தில் தங்கள் பாதங்களை மட்டுமே பார்த்துக்கொண்டிருந்த கல்தூண் விளக்குகள் மறைந்து, நிலவை அள்ளித் தரையில் தெளிக்கும் மோஸ்தர் விளக்குகள் காலத்தின் நவீனத்தை நினைவுபடுத்தத் தொடங்கின. இந்த மாற்றங்களினால் காகங்களின் காலை உணவு சிறிதும் பாதிக்கப்படாதது எனக்கு ஆசுவாசமாக இருந்தது. வண்டிகளிலிருந்து சிந்தும் அரிசிகளின் அளவைவிட லாரிகளிலிருந்து சிந்தும் அரிசியின் அளவு குறைவாக இருந்தாலும்கூட வண்டிகளைவிட லாரிகள் எண்ணிக்கை பெருகியதில் சிந்தும் அரிசிகளின் அளவும் கூடிக்கொண்டே போயிற்று. கபடமின்றி விருத்தியாகிக் கொண்டிருந்த காகங்களின் கூட்டத்திற்கு இதனால் உணவுத் தட்டுப்பாடு என்பது இல்லாமல் இருந்தது. அதிலும் காலத்தால் உறுதியாகியிருந்த உணவு அது. கிராமங்களிலிருந்து நகரங்களுக்குப் பெயரும் குடியானவர்களைப் போலவே உண்டியின் உறுதியை நம்பி எங்கெங்கோ இருந்து வந்து குவிந்திருந்தன காகங்கள். புன்னைக் காடுகளின் அடர்த்திக்குப் புகழ்பெற்ற பிராந்தியம் என்பதால் குடியிருப்புப் பிரச்சினை இல்லாது போயிற்று அவற்றுக்கு.

காலப்போக்கில் ஓட முடியாமல் ஆயிற்று எனக்கு. ஆனால் அப்போதும் முடிந்த மட்டும் விரைவாக நடந்து போவேன். புழுதிப் பாதை தார்ச் சாலையாகி அதன்பின் சிமிண்டால் இழைக்கப்படவே தூசியின்றி நடக்க இதமாக இருந்தது. இந்த நாட்களில்தான் புன்னைக் காடுகள் அழிபடத் தொடங்கின. கான்கிரீட் தூண்களின் உச்சியில் கம்பிகள் தெரியத் தொடங்கின. நவீன மருத்துவமனைகள் வரிசையாக முளைத்தன. அதிகாலையில் நான் நடந்து போகும்போது விரைவு சிகிச்சைக் கூடங்களிலிருந்து தொலைபேசியின் மணியோசை கேட்ட வண்ணம் இருக்கும். அந்த நாட்களில், வண்டிகளை எண்ணிக்கொண்டிருந்தது போலவே லாரிகளையும் எண்ணிக்கொண்டிருந்தேன். வண்டிகளை நான் அதிகம் நேசித்தேன் என்றோ லாரிகளைக் குறைவாக நேசித்தேன் என்றோ சொல்ல முடியாது. பொதுவாக லாரிகளின் பெயர்கள் எனக்குப் பிடித்திருந்தன. நவீன மோஸ்தர் சற்றுக் குறைவாக இருந்தாலும் மண்ணின் மணம் இருந்தது அவற்றுக்கு.

அது மிகவும் மேட்டுப் பாங்கான பாதை. காலத்தின் நீட்சியில் அதன் மேட்டுத்தனத்தை லாரிகள் ஓடித் தகர்க்கின்றனவோ என்ற சந்தேகம் எனக்கு ஏற்பட்டுக் கொண்டிருந்தது. காலம் போகப் போகக் கிழட்டு லாரிகளின் மூச்சுத் திணறல்கள்கூடக் குறைந்து கொண்டே வந்தன. அந்த நாட்களில் அரிசி லாரிகளை இளமையிலேயே தொற்றும் ஆஸ்துமாவை போகப் போக எனக்குப் பார்க்கவேக் கிடைக்கவில்லை. மேட்டில் நகரும் லாரியின் சுருதியை கவனித்து கியர் மாற்றும் நிமிஷத்தை அனுமானிப்பதில் துல்லியம் கூடிக்கொண்டே போயிற்று. ஓசையின் அதிகபட்ச உச்சியில் நான் என் மனதிற்குள் ‘மாற்று’ என்று சொல்லிக்கொள்ளும் நிமிஷத்தில் கியர்கள் மாறி விழும். அப்போது நான் எனக்குள் சபாஷ் போட்டுக் கொள்வேன்.

அனந்தன் கால்வாய் தாண்டி இப்போது மேம்பாலம் இருக்குமிடத்தில் அப்போது குளம். குளத்திற்கு எடுப்பான சுவர் இருந்ததால் முங்கி முங்கி எழும் பெண்களின் வெற்று முதுகுகளையோ நீரின் மீது பரந்து துழாவும் தலைமயிர்க் கற்றைகளையோ நான் பார்த்ததில்லை. அவர்களுடைய முக்குளியி லிருந்து எழும் நீரோசைகளும் பெண்பாலைச் சேர்ந்தவை என்று எனக்குத் தோன்றும். அந்த ஓசைகளும் அரிசி மணிகளைப் பொறுக்க அதிகாலையில் கூட்டமாக வந்து இறங்கும் காகங்களின் அழகுகளும் ஒரே அழகின் காட்சிப் படிமமும் ஓசைப் படிமமுமாகப் பட்டுக்கொண்டிருந்தன.

பஸ்கள் ஓடத் தொடங்கியிருந்த காலத்தில் மருத்துவர்களின் உபயங்களாக அந்தப் பாதையில் பஸ் நிறுத்தச் சாவடிகள் தோன்றியிருந்தன. மருத்துவமனைகளின் புகழுக்குக் குறையாத கலைப்பாங்கான சாவடிகள். அவற்றின் நூதன பெஞ்சுகளில் உட்கார ஆசைப்பட்டு அனந்தன் கால்வாய் சுவரிலிருந்து சாவடிக்கு என் காலை இளைப்பாறலை மாற்றிக்கொண்டேன். அருளானந்தம் பிரான்சிஸின் எண்ணெய்க் கடையை ஒட்டியிருந்த முதல் பஸ் நிறுத்தச் சாவடி என்னுடையது என்ற எண்ணம் எனக்கு ஏற்பட்டிருந்தது. ஒருநாள் தவறாமல் வெகு காலம் உட்கார்ந்திருந்த உரிமை அது. அதிகாலையில் அங்கு வந்து சேரும்போது இரண்டு சிகரெட்டுகளும், நெருப்புப் பெட்டியும் என் ஜேபியில் இருப்பது எனக்கு சந்தோஷத்தைத் தரும். (இப்போது சிகரெட்டைத் தொடக்கூடாது என்றுவிட்டார் மருத்துவர்.) ஒன்றை ஆசையாகப் பற்ற வைத்துக்கொள்வேன். அந்த நிமிஷம் வரையிலும் எந்தக் காகமும் அந்த பிராந்தியத்தில் வெளிப்பட்டிருக்க முடியாது என்பது எனக்கு நிச்சயமாகத் தெரியும். நரைத்துவரும் இருளின் எந்தக் குறிப்பிட்ட கணத்தில் அவை வெளிப்படும் என்பதும்

எனக்குத் தெரியும். அந்த நிமிடம் கூடும்போது ஆவலில் என் மார்பு விரியும். இருளின் முகமாற்றங்களை நான் உன்னிப்பாகக் கவனித்துக்கொண்டிருப்பது போலவே ஆயிரக்கணக்கான காகங்களும் அவற்றின் கூடுகளிலிருந்து கவனித்துக்கொண் டிருக்கும் என்று நினைக்கும்போது சந்தோஷமாக இருக்கும். கண்களுக்குள் மங்கிய முதல் ஒளி ஊடுருவும் கணத்தில் அவற்றின் சிறகுகள் விரியும். வெகுதூரத்தில் அவை இல்லையென்றாலும்கூட வெகு விரைவில் வந்து சேர வேண்டியவை அவை. போதிய அளவு இருள் நரைக்கவில்லை என்றால் அரிசி மணிகளைப் பொறுக்குவது அவற்றிற்குக் கடினம். விடிவு தெளிந்து விட்டதென்றால் வாகனங் களின் நெரிசல் மணிகளைப் பொறுக்க முடியாமல் அடித்துவிடும். ஆக, கூடி வரும் முதல் கணத்திற்காக அவை துடித்துக்கொண் டிருப்பது இயற்கையானதுதான். கோட்டாறிலிருந்து பார்வதிபுரம் வரை ஆயிரக்கணக்கில் அவை வந்திறங்கும். அப்போது கத்தும் பிரக்ஞை கூட அவற்றுக்கு இருப்பதில்லை. குறிக்கோளின் கவனம் உடம்பில் ஊடுருவி அவற்றின் உடல்கள் கூட அப்போது ஒடுங்கித் தெரியும். முதலில் தெரியும் காகம் என் மனதில் மிகுந்த துள்ளலை ஏற்படுத்தும். விடிவின் குளிர் தென்றல், சிறிது சிகரெட் சுகம், காகங்களின் முதல் தோற்றம் இவை கூடும் லயத்தில் எனக்கு வாய்ப்பான கவிதை வரிகள் தோன்றியிருக்கின்றன. என் கவிதைகளின் தரத்திற்கு நான் அந்த நிமிஷங்களுக்கு நன்றி சொல்ல வேண்டும்.

ஐம்பது வருடங்கள் என்பது சற்று நீண்ட காலப்பகுதி தான். ஆனால் இவ்வளவு நாட்கள் பரவசப் பரபரப்புடன் கவனித்த பின்பும் தாங்கள் வெளிப்படும் கோணம் சம்பந்தமாகவோ, திசை சம்பந்தமாகவோ காகங்கள் எனக்கு எந்த உறுதியையும் அளிக்க வில்லை என்பதையும் நான் சொல்ல வேண்டும். மாறி மாறி வெளிப்படும் சுதந்திரத்தை அவை தக்கவைத்துக்கொண்டதில் ஒவ்வொரு நாளும் அவற்றின் முதல் வெளிப்பாட்டைக் காண நான் பரவசப் பரபரப்புடன் தான் இருக்க வேண்டியிருந்தது. வானவெளியின் முழுப்பரப்பையும் நான் விழிப்போடு பார்த்துக்கொண்டிருக்க வேண்டியிருந்தது. காகங்களின் சுதந்திர வெளிப்பாட்டுக்கு உதவும் வகையில் வானமும் இந்தக் காலங்களில் தன் விஸ்தீரணத்தை விரிவுபடுத்திக்கொண்டே போவதுபோல் எனக்குத் தோன்றிற்று. ஒன்று தோன்றி, மறுகணம் பத்து நூறு எனப்பெருகி ஒரு சில கணங்களில் ஆயிரக்கணக்கான சிறகுகள் வெளியில் விரிந்து மௌனத்தில் துழாவி மெதுவாகவும் மென்மையாகவும் தரை வந்து இறங்கும். அவை இறங்கத் தொடங்கியதும் நான் என் சிகரெட்டை வீசியெறிந்து விட்டு நடக்கத் தொடங்குவேன்.

இரண்டு பக்கங்களிலும் சுறுசுறுப்பாகக் காலை உணவை முடித்துக்கொண்டிருக்கும் காகங்களைக் கவனித்தபடி நடப்பேன். ஒவ்வொன்றின் வேறுபாடுகளையும் கவனித்து அவற்றைத் தனித்தனியாக இனம் கண்டு நான் விரும்பும் பெயர்களை அவற்றுக்கு வைத்து உறவாட நான் எடுத்துக் கொண்ட பிரயாசை கொஞ்ச நஞ்சமல்ல. முப்பது முப்பத்தைந்து வருடங்கள் தொடர்ந்து முயன்ற பின்பும் காகங்கள் தங்கள் சாயல்களின் வேற்றுமைகளை மனிதனுக்கு ஒருபோதும் உணர்த்தாது என்ற முடிவுக்கு வந்தேன். அதன்பின் காகம் என்று சொல்வது தவறு என்றும், காகங்கள் என்று சொல்வதுதான் சரி என்றும் பட்டது. ஆனால் நுட்பமான அவதானிப்பில் அவற்றின் அங்கங்களின் அழகு ஏறிக்கொண்டே போயிற்று. அவற்றின் அசைவுகளிலும் அற்புதம் கூடி வந்தது. என் மூளையின் மரபில் அவை காலங்காலமாக தாழ்த்தப்பட்டிருந்தன. அந்த மரபு எனக்கு உதிர்ந்தது. உதிர்ந்த வடுவில் இருந்து எண்ணற்ற பூக்கள் பூத்தன. காகங்களை நேசிக்கத் தொடங்கும்போது நமக்கும் உலகத்துக்குமான உறவில் இங்கிதம் கூடும் என்று தோன்றிற்று. மனிதர்கள் தங்கள் மீது ஏற்றியிருந்த அழுக்கைப் பற்றி அறிந்திருந்தும் என்மீது அவை நம்பிக்கை கொண்டன. இது மிகப் பெரிய அங்கீகாரம் எனக்கு. அரிசிமணிகளை பரபரப்புடன் அவை கொத்தும்போது என் பாதங்களின் சலனங்களுக்காக அவை ஒருபோதும் பறந்து மாறியதில்லை. வெகு அழகாக அவை நகர்ந்துகொள்ளும்.

முதிய காகங்களுக்கு என்னை மிக நன்றாகத் தெரியும். அவை சொல்லி இளைய காகங்களும் என்னை அறிந்திருந்தன. உறவின் நீட்சியில் என்னை அவை மற்றொரு காகமாகக் கருதும் நாட்கள் தூரத்தில் இல்லை என்று எண்ணத் தொடங்கினேன். முதிய காகங்களிடம், 'நான் ஒரு கவிஞனும்கூட' என்று சொன்ன போதெல்லாம் சிறு புன்முறுவலுடன் அவை என் முகத்தைப் பார்த்தன. எங்களுக்கு அது அவ்வளவு முக்கியமல்ல என்று சொல்வதுபோல் தோன்றிற்று. அவர்கள் உலகத்தில் இருக்கும் கவிதையைப் பற்றி நான் அக்கறை கொள்ளாத வரையிலும் என் உலகத்துக் கவிதையைப் பற்றி அவை அக்கறை கொள்ளாமல் இருப்பது நியாயம்தான் என்று தோன்றிற்று. நீண்ட கால முயற்சி இருந்தும்கூட ஒரு விஷயத்தில் நான் அடைந்த தோல்வி என் மனதை அரித்துக்கொண்டே இருந்தது. அங்கங்களை வைத்து அவற்றை அடையாளம் காண நான் முயன்றது அங்கஹீனர்களை அடையாளம் காணும் அவலத்தில் முடிந்திருந்தது. இது எனக்குப் பெரிய தோல்விதான். நான் முற்றாகக் காகமாக முடியாது என்பதற்கு அடையாளமாக இருந்தது இது.

பந்தடி மேடையை நான் தாண்டிச் செல்லும்போது காகங்கள் காலை உணவை முடித்திருக்கும். உயர்ந்து எழும் பந்தும்,

பந்து தரையில் மோதும் ஓசையும் மட்டுமே பொறிகளுக்குப் புலனாகும். அங்கு சில கணங்கள் நின்று காட்சிக்கும் ஓசைக்கும் ஆன இடைவெளியைத் துல்லியப்படுத்த முனைவேன். அப்போது என்னைச் சுற்றிக் காகங்கள் இரா. அவை முற்றாகப் பறந்து மறைந்திருக்கும். அந்த நேரத்தில்கூட அபூர்வமாகக் காகங்களில் நோயாளிகளையும், அங்கஹீனர்களையும் பாதையில் பார்த்திருக்கிறேன். பாதையில் ஒரு மணி அரிசி கூடத் தெரியாது. அப்போதும் அவற்றிற்குக் கொத்த இருக்கும்.

காகங்களுக்கும் எனக்குமான உறவு ஐம்பது வருடங்களைத் தாண்டியிருந்த நேரத்தில் இந்தப் புதிய கலெக்டர் எங்கள் ஊருக்கு வந்து சேர்ந்தார். அவர் மூளைக்குள் என்ன திரும்பிற்று என்று எனக்குத் தெரியாது. உலகம் மேம்பட்ட மனிதர்களுக்கு மட்டுமே சொந்தம் என்ற எண்ணம் அவருக்கு இருந்திருக்கலாம். உலகத்தை மேம்படுத்த மனிதனால் மட்டுமே கூடும் என்ற கற்பனையும் அவருக்கு இருந்திருக்கலாம். அவர் ஓர் உத்தரவில் கையெழுத்திட்டார். மறுநாள் மிக மோசமான அதிர்ச்சி எனக்குக் காத்திருந்தது.

அன்று கனவு சார்ந்த கற்பனைகளில் ஒரு சில நிமிஷங்களை இழந்து விட்டிருந்த நான் பிரக்ஞை திரும்பியதும் தீவிரமான மனதுடன் வானவெளியைப் பார்த்தேன். வெகு தொலைவில் இருந்து காகங்கள் வந்துகொண்டிருந்தன. அவற்றின் முதல் வெளிப்பாட்டைச் சற்றே பிந்தி கவனிக்க நேர்ந்தது எனக்கு ஏமாற்றத்தைத் தந்தது. அதற்குள் நடுவானத்திற்கு வந்து விட்டிருந்தன அவை. வழக்கத்தை விடவும் கிழக்கில் ஒதுங்கி வந்தன. அவை பறந்து வரும்போது எச்சமிடக்கூடும் என்றால் என் பரிச்சயங்களை வைத்து அவை விழும் இடங்களை அனுமானித்து மனக்காட்சிகளாக அந்தப் பிராந்தியங்களைப் பார்த்துக்கொண்டிருந்தேன். அன்று என் மனம் குவிய மறுத்தது. காகங்கள் மீது சிறிது வருத்தத்துடன் நான் இருந்தேன் என்பது உண்மைதான். நெருக்கமானவர்கள் மீது உருவாகும் மிகைப்படும் பராதி ஒன்று என் மனதில் உருவாகிக் கொண்டிருந்தது.

காகங்கள் மீது நான் வைத்திருக்கும் அபிமானத்துக்கு அனுசரணையாக அவை என்னிடம் நடந்து கொள்ளவில்லையோ என்று தோன்ற ஆரம்பித்தது. என் கஷ்டங்கள் அவற்றுக்குப் பொருட்டு இல்லையா ? வயோதிகமும் விசித்திர நோயும் என்மீது கவிந்து கொண்டிருக்கின்றன. என்மீது நம்பிக்கை கொள்ள முடியாத நிலை என் மனைவிக்கே உருவாகியிருக்கிறது. இவை பற்றி ஏதும் விசாரம் இல்லாமல் ஏன் மூடங்களாக இருக்கின்றன இந்தக் காகங்கள் ? அவற்றில் முதுமை எய்திய காகங்களேனும் என்னிடம்

‘இப்படித்தான் வாழ்க்கை’ என்று சொல்ல முன்வந்திருக்க வேண்டாமா? அவற்றிடமிருந்து ஆறுதல் எதிர்பார்க்க எனக்கு உரிமை இல்லையா? அவற்றின் மீது உள்ளூர நான் கொண்டிருந்த வருத்தத்தில் தான் அவற்றின் முதல் வெளிப்பாட்டை அன்று கவனிக்கத் தவறினேன் என்று தோன்றிற்று.

ஏதோ ஒரு வித்தியாசமான தன்மை மனதை அழுத்திற்று. இனம் தெரியாத ஒரு பதற்றம் என்னைச் சுற்றிப் புகைந்து கொண்டு வருவது போல் தோன்றிற்று. அன்று அதிகாலை சிறிது தூறல் இருந்ததால் குளித்த பின் துவட்டிக் கொள்ளாதது போல் இருந்தது பூமி. சோம்பல் சூரியனும் அன்று மேகங்களில் புரண்டு கொண்டிருந்தான். தொலை தூரங்களிலிருந்து காகங்களின் கூட்டக் கத்தல்கள் அப்போது கேட்கத் தொடங்கின. இந்தவிதமான கத்தலை நான் ஒருபோதும் கேட்டதில்லை. தொலைதூரத்தில் இருந்து எழுந்த கத்தலைக் கேட்ட காகங்கள் வரிசையாகக் கத்தத் தொடங்க, சூறை சுருட்டிக்கொண்டு வரும் புழுதிபோல் கத்தல்கள் என்னை நோக்கி வந்து தாக்கத் தொடங்கின. அவற்றின் கத்தல் என் உடம்பைக் குதறுவது போல் எனக்குத் தோன்றிற்று. அவற்றின் கத்தல்களில் காகங்களின் கத்தல்கள் மறைந்து விடியற்காலைகளில் பசியால் துடிக்கும் கைக்குழந்தைகளின் கத்தல்கள் உருவாகிவந்தன. அதன்பின் பசியின் கத்தல் ஏமாற்றத்தின் கத்தலாக மாறிற்று. தொடர்ந்து ஏமாற்றத்தின் கத்தல் கோபத்தின் கத்தலாக வெடித்துக்கொண்டு கிளம்பிற்று. முதிர்ந்த காகங்களின் கத்தல்களில் வெளிப்பட்ட கோபத்தைக் குஞ்சுகள் எதிரொலித்தன. என் மனதில் உள்ளூர ஒரு பயம் ஏற்பட்டது.

திடீரென்று மண்ணைக் கூர்ந்து கவனித்தேன். என்ன இது! ஒரு மணி அரிசிகூட இல்லை. மண்ணைக் கூர்ந்து கவனித்தபடியே வேகமாக நடக்க தொடங்கினேன். அலை பாயும் காகங்களைத் தாண்டிக்கொண்டே ஓடினேன். அவை முன்னும் பின்னும் பறந்து துள்ளுகின்றன. ஒரு நதியின் சுழற்சியில் மாட்டிக்கொண்டதுபோல் சுற்றிச் சுற்றி வருகின்றன. அன்று ஒன்றுகூட என் முகத்தை ஏறிட்டுப் பார்க்கவில்லை. ஒன்று எனக்கு நிச்சயமாகத் தெரிந்தது. அன்று அந்தப் பாதையில் லாரிகள் ஏறவில்லை.

நான் சவேரியார் கோவில் ஜங்ஷனுக்கு வரும்போது எனக்கு மூச்சுத் திணறிற்று. ஜேப்பில் இருந்து ஒரு மாத்திரை எடுத்து நாக்கின் அடியில் வைத்துக்கொண்டேன். காகங்கள் முற்றாக மறைந்துவிட்டன. பசியுடன் வந்தவை அவை. பசியுடன் ஏமாற்றமும் கோபமும் துக்கமும் சேர அவை திரும்பிச் சென்றிருக்கின்றன. சுவர் ஓரங்களிலும் வீட்டுக் கூரையிலும் அப்போதும் நோயாளிகளும்

அங்கஹீனர்களும் கத்திக்கொண்டிருந்தன. அவற்றின் கத்தல் மிகப் பரிதாபமாக இருந்தது.

ஜங்ஷனில் விசாரித்தபோதுதான் எனக்கு விஷயம் தெரிந்தது. இனி இந்தப் பாதைகளில் லாரிகள் ஏறாது. நள்ளிரவிலிருந்து ஒருவழிப் பாதை அமுலாகிவிட்டது.

ஆச்சரியம்தான். மறுநாள் காலை அந்த நீண்ட நெடும்பாதையில் ஒரு காகம் கூட இறங்கவில்லை. அவற்றில் ஒரு சிலவேனும் அன்று வரக்கூடும் என்றுதான் நான் எதிர்பார்த்திருந்தேன். காலங்காலமாக அனுசரித்து வந்த பழக்கத்தை ஒரே நாளில் அவற்றால் எப்படி அறுத்துக்கொண்டு விட முடியும்? என்னால் நம்பவே முடியவில்லை. இது மனிதனின்மீது அவற்றிற்கு நப்பாசை பாக்கி இல்லை என்பதையே காட்டிற்று. அப்படியென்றால் மனித இதயத்தின் இறுக்கங்கள், தன்னையே உலகமாகக் காணும் அவர்களின் பொய்மைகள் காகங்களைச் சென்று எட்டிவிட்டன என்றுதானே பொருள்? அவை எடுத்த முடிவு எனக்கிழைத்த அவமானம் போல் எனக்குத் தோன்றத் தொடங்கிற்று. மனிதப் பதர்களில் அற்பமான பதராக என்னைக் கருதி, கத்தி, முகம் திருப்பி, என்னை ஒதுக்கிவிட்டுப் பறந்தது போல் தோன்றிற்று. அப்போதும் காற்றின் வழியாக என் செய்திகளை அவற்றிற்கு நான் தொடர்ந்து அனுப்பிக் கொண்டிருந்தேன். நான் வெறும் மனிதன் மட்டுமல்ல; கவிஞனும் கூட என்ற செய்தியை மட்டுமாவது சென்றடையச் செய்ய முடிந்திருந்தால் எவ்வளவோ சந்தோஷப்பட்டிருப்பேன். ஆனால் என் மொழி என்னிடம் இருந்ததே தவிர அவற்றின் மொழி என்னிடம் இல்லை. அதுமட்டுமல்ல; வீசியடித்த காற்றில் அவை கத்தித் துப்பிய 'உங்கள் உறவு எங்களுக்குப் போதும்' என்ற செய்தி வந்துகொண்டேயிருந்தது. ஒரு காகத்தையேனும் பார்க்க நேர்ந்தால் மிகுந்த ஆசுவாசமடைவேன் என்று எனக்குத் தோன்றிற்று. செய்தி அறியாத ஒன்றேனும் இருக்கக்கூடும் அல்லவா? அந்த ஒன்றேனும் எதிர்பார்த்து வரக்கூடும். மனிதன் மீது இப்போதும் நம்பிக்கையைத் தக்கவைத்துக்கொண்டிருக்கும் ஒரு காகமேனும் இருக்கக்கூடும் அல்லவா? நான் மிக மெதுவாக நடந்து போய்க்கொண்டிருந்தேன்.

கல்வாரி கோவிலின் சுவரில் ஒரு காகம் உட்கார்ந்து கொண்டிருந்தது. அந்த காகத்தை எனக்கு நன்றாகத் தெரியும். ஊனமுற்ற காகம் அது. அதன் வலதுகால் பூமியில் பதியாமல் சற்று மேலே தூக்கிக்கொண்டிருக்கும். மிக எளிய இரணச் சிகிச்சையில் அதை சரி செய்துவிட முடியும். ஆனால் அதற்கான விவேகம் மனிதனுக்கு இன்னும் கூடவில்லை. தன்னைச் சிகிச்சை செய்து

முடித்துக்கொண்ட காலத்தில்தான் அவனுக்கு இதெல்லாம் தட்டுப்படும். அந்தக் காகம் என் முகத்தைப் பார்க்கவில்லை. என் முகத்தை வலுக்கட்டாயமாகத் தவிர்க்கிறது அது. அதன் உடல் இளைத்துப் போனதுபோல் தோன்றிற்று. அதன் அலகு வெளிறி இருந்தது. உடம்புக்குள் தன் கழுத்தை இழுத்துக்கொண்டு தன்னையே குறுக்கிக் கொண்டுவிட்டது அது.

"அரிசி மணிகளை இந்தப் பாதையில் மீண்டும் சிந்தவைக்க என்னால் முடியும்" என்று நான் சொன்னேன். என் சொற்கள் தன் காதில் விழுந்த பாவனையே அதற்கு இல்லை. அலகை லேசாக மேலே தூக்கி, சூன்யத்தைப் பார்ப்பதுபோல் பார்த்துக் கொண்டிருந்தது அது.

"உங்களுக்காக நேற்றுப் பேசினேன்" என்றேன்.

'உங்களுக்காக' என்று அது திருப்பிச் சொன்னதுபோல் தோன்றிற்று.

"இல்லை, இல்லை" என்று கத்தத் தொடங்கினேன்.

அதன் சூன்ய வெறிப்பில் அப்போதும் எந்தச் சலனமும் இல்லை. மிகுந்த மனசோர்வுடன் நகரத் தொடங்கினேன்.

அன்றைய கூட்டத்தில் நான் கலந்துகொள்ளக் கூடாது என்று என் வைத்தியரும், மனநோய் மருத்துவரும் உறுதியாகச் சொல்லியிருந்தார்கள். "கலந்துகொள்ளப் போகிறேன்" என்று நான் சொன்னதும் என் மனைவி அழத் தொடங்கினாள். "அங்கு நான் என்ன சொல்லப் போகிறேன் என்பது எனக்குச் சுத்தமாய்த் தெரியவேண்டும்" என்றேன். நான் கத்துவதில் பிரயோசனமில்லை என்ற ஆகஸ்ட் தியாகியின் அபிப்பிராயத்தை என் மனைவி என்னிடம் சொன்னபோது பதிலாக என்னிடம் வெளிப்பட்ட வாக்கியம் அது. அதன் பின், "அவர் என்னை அழைத்துக்கொண்டு போகப் பயப்படுகிறார். நீ வா" என்று நான் என் மனைவியிடம் சொன்னேன்.

அன்று நான் என் வரிசைக்காகக் காத்துக்கொண்டிருக்க வில்லை. எடுத்த எடுப்பிலேயே கத்தத் தொடங்கினேன். என் முன் உருவாக்கப்பட்டிருந்த ஜோடனைகளின் பொய்மை இளிப்புகளைக் கிழித்தெறிய வேண்டும் என்று எனக்குத் தோன்றிற்று. அப்போதும் கலெக்டர் புன்னகை செய்துகொண்டிருந்தார். மனிதனை ஒடுக்கும் சகல அதிகாரங்களையும் இழிவுகளையும் சுட்டும் குறியீடுபோல் இருந்தது அது.

"நீ யாருடைய பிரதிநிதி?" என்று பின் பெஞ்சிலிருந்து என் ஜென்ம விரோதி கேட்டார்.

என்னை ஒருமையில் அழைக்கிறார் அவர்! நோயுற்றுச் சிதைந்து போன ஓர் அவலத்திற்கு என்ன பன்மை வேண்டிக் கிடக்கிறது!

"நான் காகங்களின் பிரதிநிதி" என்றேன். "உங்கள் ஜாலங் களைக் கிழித்து, உங்கள் சொரூபங்களை காகங்களுக்குக் காட்ட வந்திருக்கிறேன்" என்றேன்.

எல்லோரும் பெரிதாகச் சிரித்தார்கள்.

"நீங்கள் பேசுங்கள்" என்றார் கலெக்டர்.

"காகங்களின் இருப்பைக் கணக்கில் எடுத்துக் கொள்ளாமல் முடிவுகள் எடுக்க உங்களுக்கு அதிகாரம் தந்த சக்தி எது?" என்று நான் கலெக்டரைப் பார்த்து கேட்டேன்.

கலெக்டரின் முகத்தில் புன்னகை மறையத் தொடங்கிற்று.

பின் விளைவுகளை யோசிக்கத் தெரியாதவர்களுக்குக் கையெழுத்திட அதிகாரம் இல்லை. இப்போது வணிகர்கள் அல்ல; காகங்கள் தான் பாதிக்கப்பட்டிருக்கின்றன. கூடும் செலவுகளை வணிகர்கள் விலையில் ஏற்றிவிடுவார்கள். காகங்களுக்கோ உணவில்லை. மனித குலத்திற்கு அவை ஆற்றியுள்ள பங்கை நினைக்கும்போது மனம் விம்முகிறது. அவற்றின் உன்னதங்கள் காற்றில் கலந்து கிடக்கின்றன. உங்களுடைய செத்த வரலாறு, செத்த நாகரிகம் எல்லாம் உங்களைப் பற்றித் தான் பேசிக் கொண்டிருக்கின்றன. இருகால் பிராணிகள் மட்டுமே உருவாக்கிய எந்த உன்னதமும் இந்த உலகத்தில் இல்லை. இருகால் பிராணிகள் உருவாக்கித் தந்திருப்பவை திமிர், கடைந்தெடுத்த அதிகாரம், ஆக்கமும் அழிவும் தங்கள் கைகளில்தான் என்ற அஞ்ஞான அகங்காரம். இந்தத் திமிரிலிருந்து தான் சகல நோயுற்ற முடிவுகளும் உருவாகி வருகின்றன. புல்லும், பூண்டும், செடிகளும், கொடிகளும், புழுவும், பூச்சிகளும், காற்றும், ஒலியும், பறவைகளும், மிருகங்களும் இந்த நாகரிகத்தை உருவாக்க மனிதனுக்கு நிகரான பங்கை ஆற்றியுள்ளன. தனக்கான உலகத்தை உருவாக்கும் திமிரில் உலகத்தை உருவாக்கப் பங்காற்றியுள்ள அனைத்துச் சக்திகளையும் ஈவிரக்கமின்றி மனிதன் அழித்துக்கொண்டுவருகிறான். இந்த நன்றி கெட்ட தனத்திற்குத் தண்டனை வழங்க இந்த உலகத்தில் நீதிமன்றம் எதுவும் இல்லை.

"காகங்கள் உங்களிடமிருந்து கற்றுக்கொள்ள எந்த நாகரிகமும் இல்லை. பறவைகளில் அவை அதிக சங்கடம் அடைந்தன எனில்

அழைப்பு

பறவைகளில் அவைதாம் உங்களுடன் அதிகம் உறவாட விரும்பின. ஆயிரக்கணக்கான கைக்குழந்தைகள் ஒரு பாதையில் கிடந்து பசியால் துடித்துக் கதறினால் என்ன செய்வீர்கள்? அழுகையின் குரலைப் புரிந்துகொள்ள முடியாத அதிகாரம் ஒருபோதும் நன்மையை விளைவித்தது இல்லை. இன்று ஒரு நொண்டிக் காகம்கூட உங்களை நம்பத் தயாராக இல்லை. இதனால் நீங்கள் காகங்களை அழித்து விடமுடியும் என்பதல்ல. ஒருக்காலும் உங்களால் அவற்றை அழிக்க முடியாது. தனக்காக மட்டுமே இந்த உலகம் படைக்கப்பட்டிருக்கிறது என்ற அஞ்ஞான அகந்தை அவற்றுக்கு இல்லை. மேலும் அவற்றின் அலகுகள் திட்பமானவை. சிறகுகள் வலிமையானவை. பார்வை கூர்மையானது. இவற்றின் வலுக்களால் அவை வாழ்ந்து கொண்டிருக்கும். மனிதனை நம்பும் மடமையை அவை துறக்க வேண்டும். அவை பெரும் சக்தியாகத் திரண்டு ஒன்றாகப் பறக்கத் தொடங்கும்போது வானம் உங்கள் கண்களுக்குத் தெரியாமல் போகக்கூடும். அவற்றின் ஆற்றலை அன்று உணர்ந்துகொள்வீர்கள். ஆனால் அன்று உங்களைத் திருத்திக்கொள்ள உங்களுக்கு அவகாசம் இருக்காது . . ."

எனக்குக் கண்கள் இருண்டு கொண்டு வந்தன.

"அவரைத் தாங்கிக் கொள்ளுங்கள்" என்று கலெக்டர் கத்துவது என் காதில் விழுந்தது.

வராந்தாவில் உட்கார்ந்துக்கொண்டிருந்த என் மனைவி ஓடோடி வந்து என்னைத் தாங்கிக்கொண்டாள்.

அப்போதும் உள் விழிப்பு எனக்கு நன்றாகவே இருந்தது. பொய் முகங்களைப் பார்க்கக் கூசி நான் கண்களை மூடிக்கொண்டேன்.

காலச்சுவடு ஆண்டுமலர், 1991

பட்டுவாடா

அவளுடைய பெயர் நிலைபெறாமல் இருந்தது. சிறு வயதில் கிராமத்தில் அவள் வேலை செய்துகொண்டிருந்த வீட்டு அம்மாள் நகரப்பெயர் வைத்து அவளை அழைத்தாள். வேலை முடிந்து குடிசை திரும்பியதும் பழைய பெயர் வந்துவிடும். அரசியல் இளைஞன் அவளைத் திருமணம் முடித்த போது சீர்திருத்தப் பெயர் வைத்து அழைப்பிதழ் அடித்தான். துப்பாக்கிச் சூட்டில் அவன் இறந்தபோது அன்றைய விலைவாசியையொட்டி ஒரு தொகை அவளுக்குக் கிடைத்தது. அவளுடைய குடும்பம் குறுகிய காலத்தில் அதைச் சூறையாடித் தீர்த்தது. அரசாங்கத்திடமிருந்தும் நிறுவனங்களிடமிருந்தும் அவ்வப்போது சிறு சிறு தொகைகள் அவளுக்கு வந்து சேரும். மறுமணம், குழந்தைப் பேறு, கடுமையான நோய்கள், கைத்தொழில்கள், விபத்துகள் தரும் மரணம் அல்லது ஊனம் இவற்றில் எவற்றுக்கெல்லாம் உதவிப் படிவங்கள் தனித்தனியாக அச்சாகி இருந்தன என்பது அவளுக்கு ஏகதேசமாகத் தெரியும். சில படிவங்களின் எண்களும் அவள் நினைவில் இருந்தன. பூர்த்தி செய்யாத படிவங்களில் அவள் தொடர்ந்து கையெழுத்துப் போட்டுக்கொண்டிருந்தாள். பட்டுவாடா ஆகும்போது கால் பங்குக்குக் குறையாமல் அவளுக்குக் கிடைக்கும். அதற்கு மேலும் சில சமயங்களில் கிடைத்திருக்கிறது. பெண்களுக்கு கர்ப்பப் பையில் வரும் புற்றுநோய்க்கு ஜெர்மன் துரை

ஒருவர் பணம் ஒதுக்கியிருந்தார். நபருக்கு ஒரு லட்சம். நோய் மூன்றாவது நிலையை எட்டிவிட்டதாகச் சான்றிதழ் வேண்டும். தாய்மொழி தமிழாகவும் வயது எண்பதுக்குக் குறைவாகவும் இருக்க வேண்டும். அவளுக்கு இரண்டு தகுதிகள் இருந்தன. அவள் கணவனின் நண்பன் இதைச் சொல்லும்போது அவளுக்குக் கோபம் வரும். "கோபப்படாதே தாயி, ஒரு லட்சம் ரூபாய்" என்பான் அவன். குபேரா அடுக்குமாடிக் கட்டடங்களில் வேலைக்குப் போகத் தொடங்கிய பின் அவளுடைய அரசியல் தொடர்புகள் தேய்ந்து போய்விட்டன. வேலை தண்டவாளத்தில் விழுந்திருந்தது. சிறு சிறு எரிச்சல்கள் இருந்தாலும் கிரீச்சிடாத வாழ்க்கை. வீட்டுக் குழந்தைகள் மீது ஒட்டுதல் அடர்த்தி கண்டு தன் வீட்டுக்குக் கூட போக மனமில்லாமல் அவளை ஆக்கி விட்டிருந்தது.

ஒருநாள் அவளுடைய பெயருக்குப் பதிவுத் தபாலில் கடிதம் வந்தது. ராஜ வீதியில் 119ஆம் எண் கட்டடத்துக்கு வந்து ரூபாய் 500 வாங்கிக்கொண்டு போகும்படி கேட்டுக் கொள்ளப்பட்டிருந்தாள். எதற்கு என்பது அவளுக்குத் தெரியவில்லை. எஜமானி அம்மாளுக்கு ஆங்கிலம், தமிழ் தெரியாது. 119ஆம் எண் கட்டடத்தைப் பற்றிக் கேள்விப்படாதவர்கள் அந்த நகரத்திலேயே இருப்பதாகத் தெரியவில்லை. கடிதத்தில் தட்டச்சுப்பொறியின் பதிவு மங்கலாக இருந்ததால் தொகை ஐயாயிரமோ என்ற சந்தேகம் எஜமானிக்கு வந்தது. ஒரு பூஜ்யத்திற்குரிய இடைவெளி இருந்தது என்பதில் சந்தேகமில்லை. யாருக்கும் தெரிவிக்காமல் முழுத்தொகையையும் தானே பெற்றுக்கொண்டுவிட வேண்டும் என்ற ஆசை அவளுக்கு ஏற்பட்டது.

119ஆம் எண் கட்டடத்திற்குப் போய்ச் சேருவது சுலபமாக இருக்கவில்லை. வெகுதூரம் நடக்க வேண்டியிருந்தது. இரண்டு விதமான வாகனங்களில் ஏறி இறங்க வேண்டியிருந்தது. மீண்டும் நடக்க வேண்டியிருந்தது. மாறி மாறி விசாரிக்க வேண்டி யிருந்தது. உயரமும் பருமனுமாய் வானவெளியை மலை போல் அடைத்துக்கொண்டு கிடக்கும் கட்டடம். கதவிலக்கம் ஒன்று என்றாலும் உட்பிரிவுகள் முடிவற்றவை. கடைகளும் அலுவலகங்களும் திரையரங்குகளும் இருந்தன. மிக உயரமான தளத்தை மேகங்கள் சூழ்ந்துகொண்டிருப்பது போல் தோன்றிற்று. அந்தத் தளத்திற்குள் எண்ணற்ற கூடங்கள் இருக்கின்றன என்றார்கள். கட்டடத்தின் மிக உயரமான முகப்பைப் பார்க்க முன் வாசலின் எதிர்த் திசையில் ஐந்தாறு நிமிஷங்களேனும் நடந்து போக வேண்டியிருக்கும்.

மேல் தளங்கள் புத்தம் புதிதாக இருக்க அடித்தளங்கள் பாசிபடிந்தும் பழுதுபட்டும் கிடந்தன. அன்றும் முன்வாசலில்

வெகுநேரம் அலுப்புடன் நின்றுவிட்டுத் திரும்பினாள் அவள். குழப்பம் மிகுந்து நெருக்கடியில் மனம் வெடித்துவிடும் என்று தோன்றும்போது அவள் திரும்பிவிடுவாள். மூன்றாவது தடவையாகவா நான்காவது தடவையாகவா என்பது அவளுக்கு நினைவில்லை. வரும்போது மனம் தெளிவாகவே இருக்கும். உடல் இறுக்கமில்லாமல் தளர்ந்திருக்கும். ராஜவீதிக்குள் நுழைந்ததும் சிறுகச் சிறுகக் கலவர உணர்ச்சி தோன்றத் தொடங்கும். அதை அமுக்க முயலும்போது உணர்ச்சிகள் மேலும் கூர்மையாகிக் கூத்தாடத் தொடங்கிவிடும். அதன்பின் பீதி உருத்திரண்டு நடு நெஞ்சில் தூண்போல் விட்டம் வைத்து வீங்கும். 119இன் நெரிசலின் உள்ளிழுப்பில் செருகிக்கொள்ளவும், உருவி வெளியே வரவும் ஒரு வாசலே இருந்தது. நெரிசல், படம் முடிந்த நேரத்தைய திரையரங்கு வாசல்களை நினைவுபடுத்தின. விஷமச் சிறுவர்கள் தெருவிலிருந்து நெரிசலை நோக்கிக் காகிதச் சுருள்களை விட்டெறிவார்கள். அவை உடல்களில் தங்கித் தளம் தளமாகப் போய்க்கொண்டிருக்கும் என்பது அவர்களுடைய நம்பிக்கை.

ரவிக்கைக்குள் மார்புக் குவட்டில் சிறிய பணப் பையில் கடிதத்தை மடித்து வைத்துக்கொண்டிருந்தாள் அவள். உடலால் அதன் இருப்பை உணர்ந்துகொண்டே நெரிசலுக்குள் தன்னைச் செருகிக் கொண்டாள். வெயில், உஷ்ணம், வேர்வை நாற்றம் சகிக்க முடியாமல் இருந்தன. முதல் தளத்தில் சுவர்கள்மீது தன் உடல்களை வரிசையாகப் பதித்துக்கொண்டிருந்த ஜீவன்கள் ஒற்றைக் கேள்வியைத்தான் திரும்பத் திரும்பக் கேட்டுக்கொண்டிருந்தன. “வாங்கியாச்சா, வாங்கவா?” மேலே போகிறவர்களின் நெரிசலும் கீழே வருகிறவர்களின் நெரிசலும் ஒன்றுடன் ஒன்று மோதி மனிதச் சுழிப்புகள் உருவாகிக்கொண்டிருந்தன. சுழற்சியில் அகப்பட்டுத் தட்டாமாலை சுற்றும்போதும் குறிக்கோள் சார்ந்துதான் தடுமாறினார்கள். கூரைக் கீறல்கள் எந்த நிமிடத்திலும் பொத்துவிடும் என்ற அச்சத்தைத் தந்துகொண்டிருந்தன. வெடித்து விரிசல்விட்டு சாயப்பூச்சு முற்றாக அழிந்துபோயிருந்த மர ஏணிகள் வந்துகொண்டேயிருந்தன. சிறுநீர் நாற்றம் பரவிக்கொண்டிருந்தது. குழாய்கள் ஒழுகிக்கொண்டிருந்தன. கசிவுகள் பூவாளியில் நீர் வெளிப்படுவது போலவும் நீண்ட வெள்ளி ஊசிகள் போலவும் கோமாளித்தனமான உருவங்களில் வெளிப்பட்டுக்கொண்டிருந்தன. கழிப்பறைகளிலிருந்து விசித்திரமான முனகல்கள் கேட்டுக் கொண்டிருந்தன. வெட்கங்கெட்ட கதவுகள் காணாமல் போயிருந்தும் உள்ளே இருந்தவர்களின் லட்சியங்கள் சிதறாமலே இருந்தன. ஏகமாகக் கடைகள். மிகச் சிறியவை அதிகமும். அடைபட்டுக் கிடக்கும் நெரிசலைப் பார்க்கும்போது, இலவசமாகப் பொருட்களைப்

பெறுகிறார்கள் என்று தோன்றும். பாதங்களை அறுத்துப் பதம் பார்க்கும் அளவுக்குச் சிமிண்ட் தரை உடைந்து கிடந்தது. உடையாத இடங்களில் விழுதுகள் போல் கீறல்கள் சுவர்கள் வரையிலும் சென்றடைந்தன. ஆனால் தரை மிக வழவழப்பாக இருந்தது.

ஒருவன் மானசீக இணைப்பொன்றை வெட்டவெளியில் உருவாக்கி அவளைப் பின்தொடர்ந்து வரத் தொடங்கியிருந்தான். நெரிசலை முறித்து முன்னேறுவதில் தேர்ச்சி கொண்டவன் என்பது தெரிந்தது. தன் இரு கைகளாலும் துழாவி, தோணி போல் தன் உடலை நகர்த்திக்கொண்டு வருகிறான். அவன் அவளைத் தாண்டிப் போகும்போது பராக்குப் பார்த்தபடியே வாய் குழறலை உருவாக்கிக் கொண்டு, "கொஞ்சம் பார்த்துப் போடு" என்றான். நெரிசலுக்கு விட்டுக்கொடுத்து பின்னகர்ந்து மீண்டும் சிறிது முன்னேறுவதற்குள் அடுத்த தளம் வந்திருந்தது. அப்போது அவன், "இருக்கு கடல்போல, ஓண்டியா முடியுமா?" என்றான். இன்னொரு குறுகலான ஏணியில், "மனசுவை. என் தங்கச்சி மாதிரி" என்றான். அவன் தன்னைத் தொடர்வது அவளுக்கு இம்சையாக இருந்தது. ஆனால் அவனை வெட்டி விட முயன்றால் வாக்குவாதத்தில்தான் முடியும் என்று நினைத்தாள். அந்த வாக்குவாதத்தின் மூலம் 119ஆம் எண் கட்டடத்தை நோக்கித்தான் அவள் போய்க்கொண்டிருக்கிறாள் என்பது வெளிப்பட்டு மேலும் பலர் அவளை அரண்கொள்ள வாய்ப்புண்டு. "விளக்குமாறுக்குப் போறேன்" என்றாள். நினைத்த அளவுக்கு உறுதியாகச் சொல்ல வரவில்லை. அவன் கடை வாயில் வழியும் எச்சில் போல் சிரித்து எதிர்த் திசையைப் பார்த்தவாறு "நானூறு பேர் பெருக்கறாங்க. காணாதா?" என்றான். நானூறு பேர் ஏக காலத்தில் பெருக்குவதுபோலவும் விளக்குமாறுகள் தரையை உரசும் சப்தம் சீராகக் கேட்பது போலவும் அவளுக்குத் தோன்றிற்று. "ரெட்டைக் குழந்தையா? கூட தொண்ணூறு. நம்ம அண்ணன்தான்" என்றான்.

தாண்டிச் சென்றபோது அவன் உடம்பு தன் இடுப்பில் அர்த்தத்துடன் உராய்ந்தது போல் அவளுக்குத் தோன்றிற்று. அவன் கண்களைக் கவனித்தாள். மனப்பூர்வம் இல்லை. நெரிசல் தான். தன் உடல் ஞாபகம் அவன் மனதில் இல்லை என்று தோன்றியதும் ஒற்றைக் கயிறுதான் வீசியிருக்கிறான் என்ற ஆசுவாசம் ஏற்பட்டது. அதைத் துண்டித்துவிட்டால் தன் வழி போய்விடலாம். ஒரு நகைக் கடையில் நிற்பதுபோல் அவள் பாவனை காட்டத் தொடங்கியபோது பின் திரும்பிப் பார்க்காமல் அவனுடைய வேகம் மட்டுப்பட்டுவிட்டது அவளுக்கு வியப்பைத் தந்தது.

"பெரிசு 67ஆவது தளத்தில இருக்கம்மா" என்றான். அவனிடமிருந்து கணத்திற்குக் கணம் ஆச்சரியங்கள் வெளிப்படுவதுபோல் தோன்றின. அவனுக்குப் பின்பக்கமும் பார்வை இருப்பதுபோலவும் உரக்கப் பேசினாலும் விரும்பும் நபருக்கு மட்டும் கேட்கும்படி அவனால் பேசமுடியும் என்றும் அவளுக்குத் தோன்றிற்று. உள்ளாடையை இழுத்துவிட்டுக் கொண்டேயிருந்தான். அவன் அறியாமல் அவனிடம் படிந்திருந்த பழக்கமாகத் தோன்றிற்றே தவிர உள்நோக்கம் கொண்டதாகப்படவில்லை. தோள்பட்டை கடுக்கத் தொடங்கிற்று. கடைகளுக்கு முன்னால் கிடந்த இருக்கைகளில் ஒன்றுகூடக் காலி இல்லை. இளம் வயதுப் பெண்கள் ஒரே இருக்கையில் இருவரும் மூவருமாக தங்களைத் திணித்துக்கொண்டிருந்தார்கள். ஒரு முக்காலியில் ஒண்ட அவளுக்கு இடம் கிடைத்தது. அவளைச் சுற்றிச் சூழ்ந்திருந்த வாளிப்பான உடல்களின் இடைவெளி வழியாகப் பார்த்தபோது அவன் பார்வையில் அகப்படவில்லை. இந்த இடைவெளியைப் பயன்படுத்திக்கொண்டு அவள் ஒன்றிரண்டு தளங்கள் கீழே இறங்கி விடலாம். அப்போது மானசீகக் கயிறு அறுந்துபோய்விடலாம். தன் எண்ணத்தை நிறைவேற்ற அதுதான் ஏற்ற தருணமா என்று அவள் யோசித்தாள். சில ஏணிப்படிகளில் ஒரு படி விட்டு மறுபடிகளில் விநோதச் சிறுபொருட்கள் விற்பனைக்குப் பரப்பப்பட்டிருந்ததால் படிவிட்டுப் படிதாண்டிப் போய் கொண்டிருந்தது கூட்டம். சட்டை அணியாத சிறுவர்களும் சிறுமிகளும்தான் விற்பனையில் ஈடுபட்டிருந்தார்கள். சில ஏணிப்படிகள் முழுமையாகக் கடைகளாகவே மாறியிருந்தன. முகப்புப் பக்கத்தை ஒட்டியிருக்கும் ஏணிப்படிகள் வழியாக மேலே போய்க் கொண்டிருக்கிறோமா அல்லது நடுப்பகுதி அல்லது எதிர்ப்பகுதி ஏணிப்படிகள் வழியாக நகர்கிறோமா என்பதை அவளால் நிதானிக்க முடியவில்லை. நெரிசலில் இழுபட்டுப் போகும்போது ஜன்னல்களின் சிறு வெளிச்சங்களை நோக்கி நெருங்கவே முடியவில்லை. சுழிப்பில் சிக்கும்போது அருகில் தென்படும் ஏணிப்படிகளின் கைப்பிடிகளைத் தாவிப்பிடித்து உருவி வெளியே விழுந்து படியிறங்கிச் செல்ல வேண்டும்.

ஜன்னல்வழி பார்க்க முடிந்தால் மண்ணும் மரங்களும் தெரியும். அப்போது வானவெளியில் எழும்பியிருக்கும் உயரத்தை யும் நிதானித்துக்கொள்ள முடியும். முகப்புப் பகுதிகளை ஒட்டியிருப்பது உறுதிப்பட்டுவிட்டால் எதிர்த்திசையைப் பார்க்க ஒழுகும் நெரிசலில் தன்னைச் சிக்கவைத்துக் கொண்டுவிட் டால் பிறர் ஏந்தலில் தொடர்ந்து போய்க்கொண்டிருக்கலாம். மறுபக்கம் சென்று அடித் தளங்களுக்கு இறங்குவதுதான் புத்திசாலித்தனம். அப்போது எங்கிருந்தோ கூர்மையான ஊசி ஒன்றை அவள்

அழைப்பு

காதை நோக்கி விட்டெறிந்ததுபோல் ஒரு குரல் வந்தது: "என்னை வெட்டிவிட்டா இன்னோர்த்தன் ஒட்டிப்பான்" என்றது அந்தக் குரல். தன் நினைப்பு ஒவ்வொன்றும் தனக்குத் தெரிவதற்குமுன் அவனுக்குப் போய்ச் சேருவதில் அவள் மனதில் கிலி படர்ந்தது. தட்ட வேண்டிய பொறிகளை அந்தந்த வினாடிகளில் அவன் தட்டிவிடுவது அவள் மனதை உலுக்கிற்று. எதிர் நின்று அவன் பேசுவதை அதிக அளவு கேட்க நேர்ந்தால் அப்போது அவன் தாடையும் உதடுகளும் பற்களும் கொள்ளும் அசைவுகள் மனதில் படியப்படிய பயம் குறைந்து சிறிது நிம்மதி ஏற்படலாம். ஆனால் சாரம் சார்ந்து ஒற்றைச்சொல் பூடகங்களையே அவன் தட்டிவிடுவது அவளை நிலைகுலையச் செய்துவிடுகிறது. பழைய அவமானங்கள் அவள் மனதில் தேங்கிக் கிடந்தன. தன் மனதின் பொருக்காடாத புண்களை மீண்டும் குத்த இடந்தரக் கூடாது என்று அவள் கறுவிக்கொண்டாள். பயங்கரமாகக் கத்தத் தொடங்கினால் சாதக பலன் கிடைக்குமா என்று யோசித்தாள். பின்தொடர்பவர்கள் இடையே இணைப்பில்லாத இணைப்பு வலுவாக இருப்பதுபோல் அவளுக்குப்பட்டது. மன விசையை அழுத்தி ஒரு புள்ளியில் அவர்கள் குவியச் சில கணங்களே ஆகும் என்று தோன்றிற்று.

திடீரென்று "என்னவிதம், என்னவிதம்" என்று அவன் கேட்டான். வேறொரு மூலையிலிருந்து அச்சொற்களுக்குரிய எதிரொலி குழறலாகக் கேட்பதுபோல் அவளுக்குப் பிரமை தட்டிற்று. அவன் முகத்தை அவள் கவனித்தபோது இந்த வினாடியில் தன்னைக் கவனிப்பாள் என்பதை முன்கூட்டி உணர்ந்து கூரையை ஆராய்ந்துகொண்டிருந்தான். அப்போது அவன் நுனிநாக்கு வெளியே எட்டிப்பார்த்துக்கொண்டிருந்தது. ஓசையோடு இணைந்து இந்த நடிப்பும் அவள் கலவரத்தைக் கூட்டவே என்றுபட்டது. அவளுடைய கணவனின் நண்பர்களும் தலாலிகளும் நடுவர்களும் தாகரிகளும் கைக்கொள்ளும் ஜாலங்களைப்பற்றி அவர்களுக்குள் பேசிச் சிரித்துக்கொள்வதை அவள் பலசமயம் கேட்டிருக்கிறாள். இக்கட்டான ஒரு சந்தர்ப்பத்தில் ஒரு தாகரி தன் ஆண்குறியின் நுனியைக் காட்டி ஒருவனை அச்சத்தில் கரைத்ததைப் பற்றி அவர்களுக்குள் சிரித்திருக்கிறார்கள். "எச்சிக்கலை நாய்களா, உங்க வண்டவாளம் தெரிஞ்சவள்டா நான்" என்று அவள் கத்தினாள். தன் எதிர்ப்பு கூர்மையாக வெளிப்படவில்லையென்றும் தன் குரலைப் பிசுபிசுக்கச் செய்துவிடும் நச்சு வெளிக் காற்றில் கலக்கப்பட்டிருப்பது போலவும் பட்டது. அவன் திரும்பிப் பார்ப்பான் என்ற அவள் எதிர்பார்ப்பும் வீணாயிற்று. அவன் கைவிரல்களால் பிடரியில் தாளம்போட்டுக்கொண்டே முன்பக்கம் மிதந்து போய்க் கொண்டிருந்தான். இப்போது நெரிசலின் அடர்த்தி

கூடிக்கொண்டே வருவதுபோல் தோன்றிற்று. அவள் வீட்டு ஏஜமானி பேசுகிற மொழியில் ஒருவன், "இங்கேயே இவ்வளவு நெரிசல் என்றால் போதைத் தளங்களில் மரணம்தான்" என்றான். அதே மொழிக்குரிய ஓசையில் மற்றொருவன், "மரணம் எவ்வளவோ தேவலாம்" என்றான்.

இப்போது அவன் ஒரு ஏணிப்படிக்குரிய குறுகிய சுழற்சியில் சிக்கிக் கொண்டுவிட்டது தெரிந்தது. இன்னும் சிறிது நேரத்திற்கு அவனால் கைகளை மட்டுமல்ல விரல்களைக் கூட அசைக்க முடியாது. அவள் பக்கத்திலிருந்த ஏணிப்படியின் கைப்பிடியைத் தாவிப் பற்றிக் கொண்டாள். இரு கைகளுக்குமிடையே முகத்தைச் செருகிப் பல்லைக் கடித்து, துடைகளையும் இறுக்கிக் கொண்டு நின்றாள். வசைகளை இறைத்தபடி நெரிசல் தாண்டிப் போகிறது. அவள் முதுகில் அதன் அகலத்தைப் பாராட்டுவதுபோல் பலர் குத்திவிட்டுப் போகிறார்கள். அவளுடைய கைப்பிடி தளர்ந்தால் மரணத்தின் பள்ளத்தில் அவள் சரிந்துவிடுவாள். எலும்புகள்கூட கூழாகிவிடும். அப்போது அவளுடைய ஒரு கை இழுப்புக்கு ஈடுகொடுக்க முடியாமல் தளர்ந்து விடுபட அவள் விரல்கள் பதற்றத்துடன் நீண்டு கைப்பிடியை மீண்டும் பற்ற முயன்றன. வலிமையான இரு கரங்கள் அவளை இதமாக அணைத்துப் பின்னகர்த்திப் படிகளில் ஏறிப் போய்க்கொண் டிருக்கும் ஒழுக்கில் அவளை இணைத்தது. அவன்தானா? நொடியில் இங்கு எப்படி வரமுடியும்? மரணத்தின் வாயிலிருந்து தப்பித்துக்கொண்டிருந்தாலும் கூட அவளுக்கு அவமானமாகத்தான் இருந்தது. ஆனால் இப்போது திமிறுவது என்பது மரணத்தை அணைத்துக் கொள்வதுதான். அவனுடைய வலக்கை அவளுடைய இடக் கையை இறுகப் பற்றியிருந்தது. உதவி கருதியா உடல் கருதியா என்று அவள் மூளையின் சிறு நரம்புகளைக்கூட புடைக்கச் செய்து ஆராய்ந்துகொண்டிருந்தாள். அவன் கைவிரல்களின் நுனிகளில் விஷமம் துளிர்க்கிறதா என்பதைச் சூட்சுமமாக உணர முற்பட்டுக்கொண்டிருந்தாள். பிடிமானத்தைத் தக்க வைத்துக்கொள்ளவே அந்த விரல்கள் மேலும் இறுகுகின்றன. சிறிது இடைவெளிக்குப் பின்னால் அந்த முகத்தின் பக்கவாட்டுக் காட்சி அவளுக்குக் கிடைத்தது. அது அவன் அல்ல, வேறொருவன். அவள் நினைப்பு அவனுக்குத் தெரிந்து விட்டதுபோல், "எல்லாரும் ஒண்ணுதான் மகளே" என்றான். அவள் கையை விடுவித்துக்கொண்டபோது தடையின்றி விட்டுக் கொடுத்தான். அதே அளவுக்கு நெரிசல் இருந்தும்கூட ஏனோ மூச்சுத் திணறல் குறைவாக இருந்தது. தளங்களின் வெளிப்பக்கம் நூதனமாகவும் நவீன முறையில் மறு ஆக்கம் செய்யப்பட்ட தன்மையிலும் இருந்ததால் மேல்தளத்தைப் பார்க்கப்

போகிறோம் என்பது உறுதி ஆயிற்று. இன்னும் எத்தனை தளங்கள் தாண்டினால் சிமிண்டும் காரையும் முற்றாக மறைந்து பளிங்கின் ஆட்சி அமுலாகும் என்பது தெரியவில்லை. காற்று மண்டலத்தை வரவேற்கும் பெரிய ஜன்னல்கள் தெரியத் தொடங்கிவிட்டன. நரையிருள் மறைந்து வெளிச்சமும் துளிர்க்கிறது. ஹூங்காரம் கூடிக்கொண்டே போகிறது. இதயத்துடிப்பின் வேகத்தை முடுக்கும் ஹூங்காரம் அது. தளம் தாண்டிப் போகப் போக ஹூங்காரமும் கூடிக்கொண்டேதான் போகும். அப்போது செவிகள் சுத்தமாக அடைத்துவிடும். அதற்கான ஆரம்பம் போல் சிறு வண்டுகள் காதுக்குள் சுழல்வதுபோன்ற கிறுகிறுப்புத் தொடங்கிவிட்டது. இதில் ஆபத்தில்லை. ஆனால் ஹூங்காரம் ஓங்க ஓங்க இதயத் துடிப்பு முடுக்கப்படுவதில் விபரீதங்கள் இருக்கின்றன. வாந்தி, மயக்கம், வயிற்றுப்போக்கு இவற்றால் தாக்கப்படாதவர்கள் மிகக் குறைவு. பளிங்குக் கழிவறைகளும் பளிங்குத் தொட்டிகளும் இருக்கின்றன என்றாலும் தண்ணீர் வசதி குறைவு என்பதால் மலம், வாந்தி ஆகியவற்றின் குவியல்கள் உயர்ந்துகொண்டே போவதைத் தடுக்க முடியாமல் போய்விடுகிறது. மேல் தளம் நெருங்கும்போது காற்றில் நறுமணம் கலக்கப்படுவது ஒரு ஆசுவாசம். துர்நாற்றமானியின் ஊசிகள் சிவப்புப் புள்ளிகளைத் தொடும்போது தானியங்கி நறுமண விசிறிகள் சுழலத் தொடங்கும். நுட்பமான ஏற்பாடுகள் பல இருந்தும்கூட ஒருவர்மீது மற்றொருவர் வாந்தி எடுப்பதையோ கட்டுப்படுத்த முடியாமல் மலங்கழிப்பதையோ தவிர்க்க முடிவதில்லை.

வாய்க்குள் துணியைத் திணித்துக்கொள்வது சிறிது ஆசுவாசத்தைத் தரும் என்று அவளுக்குத் தோன்றிற்று. கண்களை மூடிக்கொண்டாள். எதையும் பார்க்கத் தேவையில்லாமல் அவள் நெரிசலின் இழுப்பில் சீராகப் போய்க்கொண்டிருப்பதற்கு குந்தகம் எதுவும் இல்லை. தன் வைராக்கியத்தை மொத்தமாகத் திரட்டி உடம்பின் ஒவ்வொரு அணுவுக்கும் விநியோகம் செய்தபடி போய்க்கொண்டிருந்தாள். தலைச்சுற்றலும் குமட்டலும் இருந்தன. நல்லவேளை பெருங்குடல் சிறுகுடல் ஒத்துழைப்பு நிறைவாக இருந்தது. இரு கைகள் தன் தோள்களைப் பற்றியிருப்பதை அவளால் உணர முடிந்தது. தன் உடலிலும் மனதிலும் நிகழும் மாற்றங்களை அந்த விரல்களின் நுனிகள் நுட்பமாக உணர்வது அவளுக்குத் தெரிந்தது. மயக்கமுறும் நிலையில் கணக்கற்ற உடல்களைத் தாங்கிப் பழக்கங்கொண்ட கரங்கள் அவை. அவன்மீது சாய்ந்து கொள்ள வேண்டும் என்ற கட்டாயம் அவளுக்கு ஏற்பட்டுவிட்டது. இப்போது அவளால் இமைகளைத் திறக்க முடியவில்லை. அவளைப் பற்றிய கரங்களுக்குரியவன் அவனா இன்னொருவனா மற்றொருவனா என்பது அவளுக்குத் தெரியவில்லை. ஆனால்

மிகவும் வலுவான கரங்கள் அவை என்பது மட்டும் நிச்சயம். இதமாகப் பற்றிக் கொண்டிருப்பதன் மூலமே அவன் தன் வலுவை எப்படி உணர்த்திவிடுகிறான். "மயக்கம், மயக்கம்" என்று அவள் வாய் முணுமுணுத்தது. "நான் செத்தேன்" என்றாள். ஈனமான குரல் அவள் உதடுகளில் வழிந்தது. விரிந்த மார்பின் சதைப்பற்று அவள் முதுகை ஏந்திக்கொள்வதை அவளால் உணர முடிந்தது.

உண்மையில் அவன், அவனோ இன்னொருவனோ மற்றொருவனோ அல்ல. அவன் மேல் தளங்களுக்கு மட்டுமே உரிய இடையீட்டாளன். மயக்கமுற்றவர்களை ஏந்திச் செல்ல அவனிடம் அநேக இலகுப் பிரமாணங்கள் இருந்தன. ஒரு சிறு பொம்மையைக் கோட்டின் பெரிய ஜேபியில் வைத்து எடுத்துச் செல்வதுபோல் அவன் அவளுடன் அனாயாசமாக மேல்தளங் களுக்குச் சென்றுகொண்டிருந்தான். மூர்ச்சையுற்ற ஜென்மங்கள் கையாள எவ்வளவு சுலபம் கொண்டுவிடுகின்றன. இந்தச் சுலபம் கூடிவிட்டதென்றால் அதன்பின் இக்கட்டில்லை. இழப்பில்லை. ஆக வேண்டிய காரியங்களை ஒரு மனம் சார்ந்து துரிதம்கூட்டிச் செய்துகொண்டு போகலாம்.

அவன் ஒரு நொடியில் மேல் தளத்தின் நடுக்கூடத்திற்குப் போய்ச் சேர்ந்துவிட்டான். அதற்குள் பலரும் அவனைச் சூழ்ந்து நெருக்கினார்கள். ஒவ்வொருவருடைய கண்களிலும் துருத்தப்பட்டு மடிந்துகிடக்கும் நாக்குகளைப் பார்க்க முடிந்தது. ஹூங்காரத்திற்கு இசைவான ஒலிகளை அவர்கள் எழுப்பியவண்ணம் இருந்தார்கள். தங்கள் குரல்வளையிலிருந்து வெளிப்படும் ஓசைக்கு உடல் சார்ந்த புற அடையாளங்கள் எதுவுமின்றி ஹூங்காரத்தை மேல் ஸ்தாயிக்கு அவர்களால் எடுத்துச்செல்ல முடிந்திருந்தது. பெருங்கூடத்தின் நடுப்பகுதிக்கு மேல்நிலை இடையீட்டாளருக்கு மட்டுமே அனுமதி உண்டு என்பதால் இடையீட்டாளர்களும் தரகர்களும் தலாலிகளும் அடத்திதாரன்களும் நடுவன்களும் தாகரிகளும் பின்னகர்ந்து கொண்டுவிட்டார்கள். இதற்குள் அவள் உடலும் இடையீட்டாளர் கையிலிருந்து மேல்நிலை இடையீட்டாளர் கைக்கு மாறி இருந்தது.

முதல் வட்டக் குழு ஆர்ப்பரிக்கத் தொடங்கியிருந்தது. நீண்ட உணவுமேஜையில் கிடத்தியிருந்த அவளைப் பின்வட்டங்கள் கால் பெருவிரல்உன்னிதோள்கள்வழிஎட்டிப்பார்த்துக்கொண்டிருந்தன. புணர்ச்சியில் வெளிப்படும் முனகல்களைப் பலர் இசையாக்கிப் பெண் குரலில் கத்திப் பாடிக்கொண்டிருந்தார்கள். பழக்கப்பட்ட கைகள் பாய்ந்து அவளுடைய ஆடைகளைச் சரசரவென்று அகற்றின. குவட்டிலிருந்து பணப்பையை எடுத்து ஒருவன்

காகிதத்தை இழுக்க மற்றொருவன் அதைப் பிடுங்கித் தன் ஜேபியில் திணித்துக்கொண்டான். பல கைகள் முலைகளை நீவிவிட்டுக் கொண்டிருந்தன. ஒருவன் காம்பைச் சுண்டினான். புதுக் கரங்கள் அவளுடைய அடிவயிற்றைத் தடவத் தொடங்கியிருந்தன. 'ஆனந்த அல்குல்' என்ற ஆர்ப்பரிப்புடன் விரல்கள் துடித்துக் கீழிறங்கி வந்தன. "புரட்டிப் போடவா?" என்று ஒருவன் கேட்டான். புரட்டிப் போட்டுக் கொண்டிருந்தபோது விளக்கு அணைந்தது. ஹூங்காரம் உச்சம் கண்டது. இருள் ஒலிகள் குழம்பி மறிந்தன.

காலச்சுவடு, ஏப்ரல் – ஜூன் 1995

நெருக்கடி

பிறப்பிலும் பின்னணியிலும் நம்பிக்கை இல்லாதவர் அவர். அதனாலேயே ஆவல் மேலிட்டுக் கால அவகாசத்தில் அவரைப்பற்றி அடையாளம் சார்ந்து நான் தொகுத்திருந்த சொற்பச் செய்திகளைத் தரத் தயக்கமாக இருக்கிறது. அவை அவர் திரட்டிக் கொள்ள விரும்பும் சாரத்திற்கே எதிரானவை. அவரை என் நண்பர் என்று சொல்ல சிறு மனத்தடை இருக்கிறது. எங்களுக்குள் உருவாகியிருந்த நெருக்கத்தில் கிடந்த பாக்கி அது. நன்கு பழகிய பின்னரும் தன்னைப் பற்றிய வியப்பைத் தக்கவைத்துக் கொள்ளும் திறன் அல்லது யோசனை அவரிடம் இருந்தது. அவருடைய வாழ்க்கை முறையில் எனக்கிருந்த விநோதமும் நீடித்து வந்தது. இதன் மூலம் என் மனத்திற்கு ஏற்பட்டிருந்த விலகலைச் சிறிது யோசித்திருந்தால் அவரால் அகற்றியிருக்க முடியும். ஏனோ அவர் செய்யவில்லை.

தன் வீட்டிற்கு நான் தாமதமின்றி வரவேண்டும் என்று அன்று காலை அவரிடமிருந்து செய்தி வந்தது. அவருடைய சுபாவத்திற்கு இது மாறானது. என்னை அங்கீகரிப்பதில் அவருக்கிருந்த கடைசித் தயக்கம் நீங்கி விட்டதற்கு அடையாளமாக இதை எடுத்துக்கொண்டதில் உள்ளூரக் களிப்புப் பிறந்தது. இதை நினைத்துப் பின்னால் வெட்கப்பட்டேன். அவர் என்னை அழைத்திருந்தது நிர்ப்பந்தத்தின் பெயரில்தான்.

சளசளவென்று மழை. இரண்டு மூன்று நாட்களாக, உலகை மூழ்கடிக்கக் கங்கணம் கட்டிக் கொண்டிருப்பது போல். மிகச் சிறிய பாதுகாப்புக்குக் கூட குடையை நம்பமுடியும் என்று தோன்றவில்லை. ‘தாமதமின்றி’ என்ற சொல் என் மனத்தில் படபடப்பைத் தோற்றுவித்திருந்தது. அவருடைய மன அகராதியில் பொதுவாக இல்லாதிருந்த சொல் அது. கம்பிகள் பின்னந்தலையில் அழுத்தும்படி தடையின் கைப்பிடியைக் கீழ்நோக்கி இழுத்துப் பிடித்தவாறே பாதங்கள் அளையும் மழைநீரைப் பார்த்துக் கொண்டே போனேன். வெள்ளக் காட்டில் பாதைகள் மூழ்கிக் கிடந்தன. ஒவ்வொரு அடி வைக்கும் போதும் பாதத்தைப் பதம் பார்க்கப் போகும் கற்பனை படுத்திக் கொண்டிருந்தது. எந்த வித முள் மீது கவனமாகக் கால் வைத்து ஏமாறுவதில் சந்தோஷப்பட்டுக் கொண்டே சென்றேன்.

அவருடைய இடம் சற்று ஒதுக்குப் புறமானது. குடியிருப்புகள் முடிந்த பின்பு வந்து சேரும் தனி வீடு அது. அவரைப்பற்றி நிம்மதியில்லாத சித்திரங்கள் ஏனோ மனதில் வந்துகொண்டிருந்தன. அவருடைய மேல்மாடி ஒற்றை அறைக்கு இட்டுச் செல்லும் குறுகிய ஏணியின் ஈரப் படிகளில் மேலிருந்து சறுக்கிச் சர்ரென்று அலங்கோலமாக விழும் காட்சி மனத்தை சங்கடப்படுத்திக் கொண்டிருந்தது. எனக்குத் தெரிந்து அவருக்கு நண்பர்கள் இல்லை. எனக்குத் தெரியாமல் அதிகபட்சம் ஒன்றிரண்டு பேர் இருக்கவும் கூடும். அவர் பூடகமாகத் தன்னை வைத்துக் கொண்டிருப்பவர் என்று சொன்னால் அவரிடம் பழகாமல் மனம் விலகி வியந்துகொண்டிருப்பவர்கள் அதை நம்ப எப்போதும் விருப்பப்படுவார்கள். பூடகத்தில் இருள் வட்டம் ஒன்று அவரைச் சுற்றிக்கிடப்பது போல் தோன்றும். இரண்டு எட்டு வைத்து அந்த வட்டத்தைத் தாண்டி அவருடைய கைகளை ஸ்பரிசிக்கும் போது விரல் நுனிகளில் இதம் கசிவதை யாரும் உணர்ந்து கொள்ளமுடியும். அந்த இதம் தான் அவருடைய இயற்கை. பேச்சு மிகக் கொஞ்சம்.

மதம், ஜாதி, மரபு, ஊர், நடை உடை பாவனைகள், பேச்சு இவை சார்ந்த அடையாளங்களை அவரிடம் உணர முடியாமல் போயிருந்தது மட்டுமல்ல; இவற்றின் சொச்சங்கள் மறைந்துபோய் அவரைப்பற்றிப் பிடிமானம் கிடைக்காமல் இருந்தது உறுத்தலையும் வெறுமை உணர்ச்சியையும் ஏற்படுத்தின. வெறும் மனிதனாக மட்டும் ஒருவன் இருப்பது ஏன் நிம்மதியைக் குலைக்க வேண்டும்? ஆனால் மனக்குலைவுகளைச் சமனப்படுத்தும் புன்னகை அவரிடம் இருந்தது. இயற்கையின் கொடை. அழகான புன்னகை. அதுவும் மனிதனுக்குரிய அடையாளம்தானே? உதடுகள் இலேசாகக் கோணி பல் வரிசையின் மேலரும்புகள் தெரியும்போது, ‘நான்

மனிதன் மட்டுமே' என்பதை அவர் நுனி நாக்கு உறுதிப்படுத்துவது போல் தோன்றும்.

முதலில் நான் அவரைப் பார்த்தது உள்ளூர்ப் பூங்காவில். அன்றாட இருப்பு மூலம் காலம் எனக்கு பாத்தியப்படுத்தியிருந்த சில மூலைகளை அவரும் விரும்பித் தேர்வு செய்ததுபோல் தோன்றியபோது எனக்கு அவர்மீது இணக்கம் கூடிற்று. மொத்தப் பூங்காவும் தெரியும் அந்த அரிய மூலைகளை மொத்தப் பூங்காவும் உதாசீனப்படுத்துவதை நினைத்து நகைக்காமல் இருக்க முடியாது. அவர் கறுப்பு அரை நிஜாரும் வெள்ளைப் பனியனும் மிக எளிமையான செருப்பும் அணிந்திருந்தார். வெண்மையான உள்ளாடை அடித் தொடையை இறுகப் பற்றிக்கொண்டிருக்கும். கைக்கடிகாரம் கட்டுவதில்லை. காலத்தைத் துரத்திப் பிடித்து ஓடும் மனப்பாய்ச்சலை அவரிடம் நான் ஒரு சமயம்கூட உணர்ந்ததில்லை. கேசம் அடர்த்தியானது. விரல்களை உள்ளே விட்டால் உருவி எடுக்க முடியாது என்று தோன்றும். நாள் தோறும் வெகு சிரத்தையாக முகச்சவரம் செய்துகொள்வார். தாடையின் வழவழப்பு தொட்டுப் பார்க்கத் தூண்டும். ஐயா என்று தங்களை அழைக்கலாமா என்று முதல்நாள் அவரிடம் கேட்டேன். அவர் முகத்தில் புன்னகை தோன்றிற்று. அவர் ஏற்கும் விளிச்சொல் அதுவாகத்தான் இருக்கும் என்ற என் அனுமானம் சரி என்று பட்டது. அவரை என் மனத்தில் ஒட்ட வைக்க முடியாமல் தவித்துக்கொண்டிருந்த நேரம். ஒருமுறை அவர் தங்கும் இடத்திற்குப் போய்விட்டால் வரலாற்றின் வண்ணச் சுவரில் அவரை அமுத்தி கதிர்வீச்சினூடே அவருடைய எலும்புகளின் ஒரு சிலவற்றையேனும் எண்ணிவிட முடியும். அதற்கான அழைப்பைப் பெறாத நிலையில் அவருடனான பழக்கம் வெள்ளை உயர்ரகக் காகிதம் ஒன்று என் தலையைச் சுற்றிப் பறந்து கொண்டிருப்பது போலவே இருந்தது. ஆறுதலுக்காகவும் சிறிது பிடிமானம் கொள்ளவும் அவருக்கும் எனக்குமான ஈடுபாடுகளின் பொதுமையைத் திரட்டத் தொடங்கினேன்.

நோக்கமின்றி கால்போன திசையில் நடப்பது இருவருக்குமே விருப்பமான ஒன்று. ஊருக்கு வெளியே ஊரைச் சுற்றி வருவது. இதிலிருந்த ஆசை குறையவோ தீரவோ செய்யாது என்ற நம்பிக்கையும் இருவருக்கும் பொதுவாக இருந்தது. தொலைவி லிருந்த தென்னந்தோப்புகள், பெரிய குளங்கள், கரைகளில் வழிந்த நீரோடைகள். தென்னந்தோப்புகளிலிருந்து நீரோடைகளைப் பார்த்துக்கொண்டே இருப்பது என்னை விடவும் கூடுதலாக அவருக்குப் பிடித்திருந்தது. மடைகளில் துணிகளைத் துவைத்துப் புல்தரைகளில் அவற்றைக் காயப்போடும் வண்ணார்களின்

உடலசைவுகளை வெகுநேரம் பார்த்துக்கொண்டிருப்பார். ஈரத் துணிகளின் 'தப்' ஓசை அவருக்கு அலுக்காது.

மழை மூர்க்கமாகக் கொட்டிக்கொண்டிருந்தது. என் தள்ளாட்டம் எனக்கே கூச்சமாக இருந்தது. இவ்வளவு கொடிய மழையில் இவ்வளவு விரைவாக நான் வருவேன் என்பதை அவர் எதிர்பார்த்திருக்க முடியாது. அவருடைய இருப்பிடத்திற்குப் போகும் சந்தர்ப்பங்கள் மற்றொரு விதத்திலும் எனக்கு முக்கியமாக இருந்தன. இதுபற்றி அவருக்குத் தெரியாது.

எந்தப் பெண் மீது நான் என் வாழ்நாளிலேயே அதிக மோகம் கொண்டேனோ அவள் தான் அவருடன் இருந்தாள். அவள் மீது நான் கொண்டிருந்த இச்சையும் அதன் வெறி எனக்குத் தந்திருந்த வேதனையும் என்னைத் தவிர இன்றுவரையிலும் வேறு யாருக்கும் தெரியாது. அப்போது அவள் ஒரு வீட்டில் – அந்த வீடும் ஏழ்மையானது சொற்பக் காசுக்காக மிகக் கடுமையாக உழைத்துக்கொண்டிருந்தாள். அவளை நேசிக்கிறேன் என்று நான் அன்று சொல்லியிருந்தால் மனநிலை குலைந்துவிட்டது என்ற முடிவுக்கே என் தாயும் சகோதரிகளும் வந்திருப்பார்கள். அவள் அழகற்றவள் என்பது எனக்கும் தெரிந்துதான் இருந்தது. அழகற்றவளிடமிருந்த கவர்ச்சியின் அளவு சுழற்றி அடித்துக் கொண்டிருந்தது. அவளை அடையாத துக்கம் இன்றும் என் மனதில் இருக்கிறது. அவள் தோற்றம் எனக்கு ஊட்டிய ஆசையைப் பற்றியோ அதிலிருந்து நான் பெற்ற வேதனையைப் பற்றியோ அவளுக்குத் தெரியாது. அதனால்தான் என்னைத் தன் இருப்பிடம் அழைக்க, அவருக்குத் தெரியாமல் அவரை நான் நகர்த்திக்கொண்டு வந்தது வெற்றிபெற்றபோது, அவர் அழைப்பை ஏற்று, என்னைச் சந்திப்பது அவளைத் துன்புறுத்தாது என்ற எண்ணத்தில் எனக்கு அவர் இருப்பிடம் போக முடிந்தது. உடல் வருந்தி உழைத்துக் கொண்டிருந்த அவளை எங்கு அவர் சந்தித்தார்? முதல் சந்திப்பில் அவளிடம் என்ன பேசியிருக்க முடியும்? எப்படி இருவரும் இணைந்தார்கள்? அந்த நாட்களில் அவளுக்கிருந்த கொடிய வறுமையும், வறுமை சிராய்க்க முடியாத அவள் உடலும் என் நினைவுக்கு வந்தன.

உங்களை நன்கு தெரியும் என்று இவள் என்னிடம் சொல்லியிருக்கிறாள் என்று அவர் என்னிடம் சொன்னார். நான் ஒரு பாயிலும் அவர்கள் இருவரும் மற்றொரு பாயிலுமாக உட்கார்ந்திருந்தோம் அவளுடைய உடலில் பீறிடும் புஷ்டியை தன் உடல் கொள்ளும் மட்டும் வாங்கித் திணித்துக்கொண்டிருந்த அவர்களுடைய பெண் குழந்தை அந்த அறையின் மையத்திலிருந்து சற்றே விலகிய ஒரு இடத்தில் தூங்கிக்கொண்டிருந்தது. உள்ளாடை

மட்டும் அணிந்திருந்ததில் சிறு தொந்தியும் துடைகளின் மடிப்பும் மனதில் பதிந்தன. முகம் மறுபக்கம் திரும்பியிருந்ததில் வலது கன்னத்தில் சதைப்பற்று மட்டும் தூக்கலாகத் தெரிந்தது. தெருவைப்பார்க்க இருக்கும் ஜன்னல் வழியாக வீசும் காற்று முதலில் அந்த இடத்தைத் தழுவிய பின்னர் தான் மற்ற இடங்களுக்கு நகரும் என்பதை அவர்கள் கண்டு பிடித்திருந்தார்கள்.

அவர்களுடைய முகங்களில் சந்தோஷம் வழிந்து கொண்டிருந்தது. உடனடியாகச் செய்ய அவர்களுக்குக் காரியம் ஒன்றுமில்லை சற்றுப் பிந்திச் செய்ய வேண்டிய காரியம்கூட அவர்களிடம் அடங்கிக் கிடப்பதை உணர முடிந்தது. ஒவ்வொரு காரியத்தையும் அவர்கள் இணைந்தும் தங்கள் விருப்பத்திற்கு ஏற்றாற்போலும் செய்து வந்ததில் காரியங்கள் பின்னகர்ந்து அழைத்த பின் ஓடிவரப் பதுங்கிக்கிடந்தன அந்த அறைக்கு வெளியே இருந்த சிறிய வராண்டாவின் ஒரு பகுதியைச் சிறிய அறையாக மாற்றியிருக்கிறார்களோ என்ற சந்தேகம் கொள்ளும்படி நிலை வழியாக ஒரு சாய்மானம் தெரிந்துகொண்டிருந்தது. ஒருவர் முகத்தை ஒருவர் பார்த்து சந்தோஷப்பட கொஞ்ச நேரமேனும் முகம் பாராமலும் இருக்க வேண்டியிருக்கிறது. அவர் தன் துணையுடன் எதையும் பகிர்ந்து கொள்ளக்கூடியவர் அல்ல என்ற என் முன்தீர்மானம் மிகவும் அபத்தமானது என்பதை உணர்ந்தேன். சிரித்துக்கொண்டிருந்த அவர் துணையின் கண்களைப் பார்த்தபோது, உங்களைப் பற்றி எல்லாமே தெரியும் என்ற செய்தி கண்களில் மின்னிக்கொண்டிருப்பதை உணர்ந்தேன்.

என் முகமும் கழுத்தும் நீங்கலாக என் உடல் பூராவும் நனைந்து விட்டது. என் ஆடைகளைப் பிழிந்து மீண்டும் அணிந்துகொண்டு தான் நான் அவர் அறைக்குள் காலை வைக்க வேண்டும். அந்த அகலம் குறைந்த ஏணிப்படியின் முடிவில் சாத்தியிருக்கும் கதவுக்குப் பின்னால் இருந்த அகலமான படி நினைவுக்கு வந்தது.

ஒருநாள், அம்மா உங்களுக்கும் அவரைப் போன்ற ஆசை உண்டா என்று நான் கேட்டேன். அவள் சிரித்தபடி புருவத்தை உயர்த்தி தன் முகத்தில் ஒரு வினாவை எழுப்பினாள்.

வீடு மாடியாக இல்லாமல் கொஞ்சம் மண்ணும் வீட்டைச் சுற்றி இருக்க வேண்டும் என்ற ஆசை, தோட்டம் போடும் ஆசை அல்லது குறைந்த பட்சம் வீட்டின் முன்பக்கமோ பின்பக்கமோ ஒன்றிரண்டு வேப்பமரங்களேனும் இருக்கவேண்டும் என்று ஆசை இவை உண்டா என்றேன்.

அவரைவிட எனக்கு அதிகம் என்றாள் அவள். ஏன் அதைப் பூர்த்தி செய்து கொள்ளக்கூடாது என்று கேட்டேன். பார்த்துக்

கொண்டுதான் இருக்கிறோம், அமையவில்லை என்றார். நானும் பார்க்கட்டுமா என்று கேட்டேன்.

அதற்கு அவர், என் மனதிலிருக்கும் சித்திரம் உங்களுக்கு எப்படித் தெரியும் என்று கேட்டார். விளக்கவும் கஷ்டம் என்றார்.

வேறு யாராவது இப்படிச் சொல்லியிருந்தால் என் மனதில் சிறிது நெருடியிருக்கும். அவர் சொல்வதில் வெளிப்படும் சகஜம் எல்லாவற்றையுமே இயற்கையாக்கி விடுகிறது.

அறை வெகு சுத்தமாக இருந்தது. இருவரும் இணைந்து சுத்தப்படுத்தியிருப்பார்கள். ஆண் வேலை, பெண் வேலை என்ற பாகுபாடு அவர்களுக்குள் இருக்கவில்லை.

குழந்தைகளுக்குப் பாடம் சொல்லித் தருவதைத் தவிர எந்தப் பணியிலும் தனக்கு நாட்டம் இல்லை என்று அவர் என்னிடம் சொல்லியிருந்தார். குழந்தைகளின் வீடுதேடிப் போய்க் கற்றுத் தருவார். அவர் தன் பணிக்கு அடிப்படையாக வருமானத்தை வைத்துக் கொள்ளவில்லை என்பதையும் பலசமயம் நான் உணர்ந்திருந்தேன். அவர் வீட்டில் மிகச் சொற்பமான சாமான்களே இருந்தன என்பதும் என் நினைவுக்கு வந்தது. பொருளைப் பார்த்து பொறிகள் போல் அவர் விலகுவதையும் நான் கவனித்திருக்கிறேன்.

ஞாயிற்றுக்கிழமைகளில் அவர்கள் அதிகாலையிலேயே வீட்டைப் பூட்டிக் கொண்டு வெளியே போய்விடுவார்கள். திரும்புவது இரவு பிந்தி. பகல் நேரத்தை எப்படிக் கழிப்பார்கள்? அவர் சில விஷயங்களைச் சொல்லியிருந்தும் கூட எனக்குக் குறுகுறுப்பு அடங்காமலே இருந்தது.

ஞாயிறு தோறும் குழந்தையை நதியில் குளிப்பாட்ட அவர்கள் அழைத்துச் செல்வார்கள். எந்த நதி? எந்தத் துறை? எப்படி அங்கு போய்ச்சேருவார்கள்? ஞாயிறுதோறும் குழந்தைக்குக் கடலைக் காட்டுவார்களாம். எந்தக் கடற்கரையில்? ஒவ்வொன்றையும் அவர்கள் சௌகரியமாக அமைத்துக்கொள்ளும் விதம் எப்படி? சுதந்திரத்தைக் கண்டெடுத்தது கூட ஆச்சரியமில்லை. சுருங்காமல் அதைத் தக்கவைத்துக் கொள்வதுதான் ஆச்சரியம். அவரிடமிருந்து நான் கற்றுக்கொள்ள வேண்டிய ரகசியங்களின் அளவு என் மனதில் கூடிக் கொண்டே போயிற்று.

அன்று ஞாயிறு என்பது நினைவுக்கு வந்ததும் மனம் மேலும் பதற்றம் அடைந்தது.

கதவு திறந்தது. என்னைப் பார்த்ததும் அவர் முகம் கோணிற்று. துண்டால் முகத்தை மூடியபடி தள்ளாடி தரையில் சரிந்து

சுவரில் சாய்ந்தார். அவர் மார்புக்கூடு விம்மிப் புடைத்து சுருங்கி மீண்டும் புடைத்தது. அவர் அழும் காட்சியை என்னால் பார்க்க முடியவில்லை. தரையின் மையத்தை ஒட்டிக் குழந்தை கிடந்தது. அருகில் சென்று குனிந்து பார்த்தேன். உயிர் இல்லை. குழந்தையின் தாய் நிலைப்படியில் தலை வைத்துக் கிடந்தாள்.

பேச முடியாமல் அவருக்கு வாய் குளறிற்று. சொற்களை என் மனதிற்குள் இணைத்துப் புரிந்துகொள்ள முயன்றேன். தூக்கத்தில் இறந்து போய்விட்டது குழந்தை. முன்தினம் இரவுகூட நன்றாக விளையாடிக் கொண்டிருக்கிறது. நோய் நொடி இருக்கவில்லை.

குழந்தையின் பக்கம் திரும்புவது எனக்கு மிகக் கஷ்டமாக இருந்தது. பார்க்காமலும் இருக்க முடியவில்லை. அது எப்போதும் விரும்பி அணியும் பூப்போட்ட சட்டை அணிந்திருந்தது. கூர்ந்து கவனிக்காத வரையிலும் தூங்குவதுபோல் தோன்றிற்று.

அவருக்கு இனி என்ன செய்ய வேண்டும் என்பது தெரிய வில்லை. அப்போது அவருடைய ஒரே ஆசை குழந்தை தங்கள் கண் பார்வையிலிருந்து மறைந்து போய்விட வேண்டும் என்பது. இனி அவரால் குழந்தையைப் பார்க்க முடியாது. அதை ஸ்பரிசிக்க முடியாது.

நான் அவருக்கு உதவ வேண்டும் என்று அவர் மன்றாடத் தொடங்கினார்.

எல்லாக் காரியங்களையும் நானே பார்த்துக்கொள்கிறேன் என்றும் அவர்கள் இருவரும் சம்பந்தப்பட்டுக்கொள்ள வேண்டாம் என்றும் தான் புலம்பிக்கொண்டே இருந்தேன். இதைச் சொல்லும் போது என் மனதிற்குள் பீதி பந்துபோல் திரண்டு நடு நெஞ்சுக்குள் வந்து முட்டுவதுபோல் தோன்றிற்று.

என்னால் என்ன செய்ய இயலும்? குழந்தை எப்படி மறைந்து போகும்? அதற்கு வழி என்ன? அவர்களுடைய உறவினர்களுக்குத் தெரிவிக்கலாம். ஆனால் உறவினர் என்று இவர்களை ஏற்றுக் கொண்ட எவரும் அவர்களுக்கில்லையே. நாங்கள் ஒதுக்கப்பட்டு வெகு காலம் ஆயிற்று என்று அவர் ஒருமுறை சொல்லியிருக்கிறார்.

இப்போது எதையும் நான் அவரிடம் கேட்டுத் தெரிந்து கொள்வதை அவர் விரும்பவில்லை. நான் இறந்து போய் விடுவேன் என்று அவர் புலம்பிய போதெல்லாம் மனதைத் தேற்றிக் கொள்ளுங்கள் என்று நான் சொன்னேன். ஒரு நெருக்கடியில் யாரையும் என்னால் தேற்ற முடியாது என்பது அப்போது எனக்குத் தெரிந்தது. தேற்றும் காரியத்தைச் செய்ய முடியாதபடி கூச்சம் உடம்பைக் குத்திற்று. குழந்தையின் தாய் அப்படியே கிடந்தாள்.

அழைப்பு

எனக்குள் எண்ணற்ற கேள்விகள் தோன்றின. மதச்சடங்குகள் உண்டா? ஜாதிச்சடங்குகள் உண்டா? செய்தியைத் தெரிவிக்க ஒரு சிலரையாவது கண்டு பிடிக்க வேண்டாமா? டாக்டரை அழைத்து வந்து மரணத்தை உறுதிப்படுத்த வேண்டாமா? விசித்திரமான மரணமாக இருக்கிறது. அதனால் ஒரு டாக்டர் பார்த்து ருசுவை உருவாக்கிக் கொள்வது நல்லது அல்லவா? அவரிடமிருந்து அழுகையின் முனகல் மட்டும் வெளியாகிக் கொண்டிருந்தது.

எனக்கு பயமாக இருக்கிறது என்று நான் சொன்னேன். மழை என் மனநிலையை மிக மோசமாக பாதித்துக்கொண்டிருந்தது. எனக்கு மிகக் கஷ்டமாக இருக்கிறது என்றேன்.

நீங்கள் உங்களைத் தேற்றிக்கொண்டு எனக்கும் சிறிது ஆறுதல் தரவில்லையென்றால் நான் முறிந்து போய்விடக் கூடும் என்று சொல்லி வெவ்வேறு விதங்களில் புலம்பத் தொடங்கினேன்.

அவரிடமிருந்து தொடர்ந்து முனகல் வெளிவந்து கொண்டிருந்தது என்றாலும் என் சொற்கள் எதுவும் அவர் காதில் விழுவதாகத் தோன்றவில்லை.

நான் இப்போது என் நண்பனைத் தேடிப்போக வேண்டி யிருக்கிறது. மழையில் நனைந்து கொண்டே ஓடப்போகிறேன். அவன் வெகு சமீபத்தில் தான் இருக்கிறான். ஆனால் தேடும் இடத்தில் அவன் அகப்படுவது அபூர்வம். அவன் இருந்தால் உடனடியாக என்னுடன் வருவான். சகலப் பிரச்சனைகளுக்கும் விடையும் சகல நெருக்கடிகளுக்கும் ஆறுதலும் தருகிறவன் அவன். இந்தச் சொற்களை அவரிடம் இரண்டு மூன்று தடவை சொன்னேன். தாய் தலையைத் தூக்கி என்னைப் பார்த்தாள்.

நான் மழையில் ஓடத்தொடங்கினேன்.

நானும் நண்பனும் அந்த அறைக்குத் திரும்ப வந்தபோது அங்கு எந்த மாற்றமும் சொல்லும்படி நிகழ்ந்திருக்கவில்லை. இருவரும் சுவரோரம் அடுத்தடுத்துப் படுத்துக் கொண்டிருந்தார்கள். காலோசை கேட்டுக் கண்களைத் திறந்து பார்த்தார்கள்.

குழந்தை குளிர்ந்துவிட்டது போல் தோன்றிற்று.

ஐயா, நாங்கள் இருவரும் கலந்து பேசி ஒரு முடிவுக்கு வந்திருக்கிறோம். குழந்தையைத் தூக்கிக்கொண்டு வருவதில் என் நண்பனுக்குப் பதற்றமோ கூச்சமோ இல்லை. இந்த நெருக்கடியில் உதவக் கிடைத்தது பெரும் பாக்கியம் என்று அவன் சொல்கிறான். சுமார் நூறு மைல் தொலைவில் மின்சார மயானம் இருக்கிறதாம்.

அங்கு நாங்கள் குழந்தையை எடுத்துச் செல்லப் போகிறோம். இதைத் தவிர குழந்தையின் உடலை அழிப்பதற்கு வேறு எந்த வழியும் தெரியவில்லை. நான் சொல்வது உங்களுக்குக் கேட்கிறதா ஐயா என்று நான் உரக்கக் கேட்டேன்.

என் நண்பன் குழந்தையைத் தூக்கித் தன் தோள் மீது போட்டுக் கொண்டான். மழை மிக மோசமாகக் கொட்டிக் கொண்டிருந்தது.

சதங்கை, ஏப்ரல் – ஜூன் 1996